வேள்வி

கருங்கல் சு. கிருஷ்ணன்

டிஸ்கவரி புக் பேலஸ்

கே.கே.நகர் மேற்கு, சென்னை - 600 078.
(பாண்டிச்சேரி கெஸ்ட் ஹவுஸ் அருகில்)
Ph: 044-6515 7525 Mobile: +91 87545 07070

வேள்வி (நாவல்)
ஆசிரியர்: கருங்கல். சு.கிருஷ்ணன்©

Velvi (Novel)
Author: Karungal. S.Krishnan©

First Edition: June - 2017
Pages: 232 - ISBN: 978-93-84302-38-2
Cover Design: Manikandan
Book Design: R.Prakash

Discovery Book Palace (P) Ltd,
6, Mahaveer Complex, Munusamy Salai,
K.K.Nagar West, Chennai-600 078.
Ph: +91 - 44-6515 7525
Mobile: +91 87545 07070

E-mail: **discoverybookpalace@gmail.com,**
Website: www.discoverybookpalace.com

Rs. 200

சமர்ப்பணம்

அமரர் திரு. ச. கந்தசாமி அவர்கட்கு இந்நூலைச் சமர்ப்பணம் செய்கின்றேன்.

என்னுரை

இந்தக் கதையின் கரு எப்படி உருவானது என்பதைத் தெளிவுப்படுத்த வேண்டியதன் அவசியத்தையும், அழுத்தமாகச் சொல்வதானால் கட்டாயத்தையும் இதனைப் படைத்த நான் உணர்கிறேன். கதையின் மூலக்கரு, சமூக மரபுகள், நெறிகள், நம்பிக்கைகள் (Conventions) ஆகியவற்றிலிருந்து பிறழ்வுகொண்டதாக அல்லது இவற்றைக் களங்கப்படுத்துவதாக உள்ளதோ என்ற ஐயப்பாடும் அச்சமும் என்னுள் எழுந்ததே இதற்குக் காரணம்.

ஏறத்தாழ ஐம்பத்தைந்து வருடங்கள் இருக்கலாம். ஒரு குறுகிய இரயில் பயண உரையாடல் பற்றிய பழைய நினைவுகள் இன்று கொஞ்சம் கொஞ்சமாக துருவேறிப் போயிருந்தாலும், சக பயணி கூறிய சிறிய, அரைகுறை தகவல் பற்றிய நினைவுகளின் அடிப்படை உருவத்திற்கு இந்த இடைவெளி கொஞ்சமும் குலைவு ஏற்படுத்தவில்லை.

நான், கேரள மாநிலத்திலுள்ள கொல்லத்திலிருந்து திருவனந்தபுரம் வருவதற்காக இரயிலில் பயணித்துக்கொண்டிருந்தேன். இரயிலில் அவ்வளவு கூட்டமிருக்கவில்லை. என் பக்கத்தில் அமர்ந்திருந்த நடுத்தர வயதுடைய சகப் பயணி பேசிக்கொண்டே வந்தார். அவர் கூறிய செய்திகளில் ஒரு

துமிதான் — ஒரேயொரு துமி — உயிருக்குயிரான நண்பனின் உயிரைக் காப்பாற்ற மேற்கொண்ட ஒரு அக்கினிப் பரீட்சை. இப்போது இந்தக் கதைக்கு வித்தாக அமைந்துள்ளது. மிகச்சிறிய வித்து மட்டும்தான் — (nucleus) மிக நீண்ட சிந்தனை நிலத்தில் இடப்பட்ட வித்து. அந்த சகப்பயணி திடுக்கிட்டு ரயில் பெட்டிக்கு வெளியே தலையை நீட்டி நோக்கினார். 'ஞானிறங்ஙேண்டஸ்டேஷன் எத்தி. கத பறயான் சாதிக்காதெ போயி' என்று மலையாளத்தில் கூறிவிட்டு அவர் கொண்டுவந்திருந்த

பெட்டிகளை ரயில் பெட்டியின் வாசலுக்கு கொண்டு போவதில் பரபரப்பானார்.

இலக்கியச் சிந்தனைகள் சுதந்திரமானவை. இன்று, இலக்கியச் சிந்தனைகளில் உலகப்பார்வையும், மண்ணின் மணமும், தன்னைச் சுற்றி நிகழ்வனவற்றைக் கூர்மையோடு உற்று நோக்கவும், கண்ணுற்றவற்றை உள்ளத் தூய்மையோடும், துணிவோடும் எடுத்து வைக்கின்ற தன்மை நவிற்சியும் வளர்ந்து வருகின்றன.

அனைத்து இயக்கங்களிலும், துறைகளிலும், இயல்களிலும் மாறி வருகின்ற சிந்தனைகளின் தாக்கம் அனவரதம் நிகழ்ந்துகொண்டிருக்கின்றது. "மாற்றங்கள் இல்லாதது மாற்றங்ககள் மட்டுமே" என, சமதர்மச் சித்தாந்தங்களின் தந்தையான மாமேதை காரல் மார்க்ஸ் கூறியிருப்பது நினைவில் மிதக்கிறது.

காலத்தின் வேகமான ஒழுக்கிலும் அழுத்தத்திலும் மக்கள் பெருக்கத்தால் ஏற்படுகின்ற நெருக்குதல்களிலும் அகப்பட்டு பொள்ளையான மரபுகள் பலவும் உடைகின்றன. நாம் திறக்காமல் மூடி வைத்திருந்த சாளரங்கள் பலவும் தாமாகவே திறக்கின்றன. எந்த சாளரமும் நிரந்தரமாக அடைத்தே இருக்கும் என்ற நம்பிக்கையோடு படைக்கப்படுவதுமில்லை; பொருத்தப்படுவதுமில்லை. இந்த நம்பிக்கைகளுக்கு ஏற்படுகின்ற அதிர்வுகளைக் காலமும், சிந்தனைகளும் பகுத்தறிவும், தேவைகளும்தான் நிர்ணயிக்கின்றன. ஏன்? நிரந்தரமானதாக, உறுதியானதாக இருக்க வேண்டுமென கட்டியெழுப்பப்படுகின்ற கற்சுவர்கள்கூட இடிக்கப்படுவதோ இடிந்து விழுவதோ உண்டு அல்லவா?

மனிதன் படைத்த பல வட்டங்களும் விரிந்து போதலையோ அறுந்து போதலையோ சந்தித்துக்கொண்டிருக்கின்றன. உணவகத்தில் வியாபாரப் பொருளாக்கப்படுகின்ற உணவின் ஒரு கவளமும், அன்பு, இரக்கம், மனிதநேயம், நன்றிக்கடன் — செஞ்சோற்றுக்கடன் — இவற்றின் தாக்கம் காரணமாக படைக்கப்படுகின்ற உணவின் ஒரு கவளமும் ஊனக் கண்களுக்கு ஒரே மதிப்பீட்டைக்கொண்டவையாக இருக்கலாம். ஆனால் உள்ளுணர்வின் மதிப்பீடும், சிந்தனைகள், சீர்தூக்கல்கள், பகுத்தாய்தல் ஆகியவை நெய்தெடுக்கின்ற மதிப்பீடும், வானளாவிய மாறுபாடுகளைக் காண்கின்றன.

உலகத்தில் — இந்த உலகத்தையும் உள்ளடக்கிய பிரபஞ்சத்தில் நாளும் எத்தனையோ மாற்றங்கள்! ஒவ்வொரு அணுவிலும் மாற்றங்கள்! வள்ளுவர் அருளியிருப்பதைப்போல "அறிதோறு அறியாமை கண்டற்றால்..." அந்த மாற்றங்களில் மனிதனின் அறிவுக்கும் தேடுதலுக்கும் எட்டாமலிருப்பது எத்தனை கோடி!

அறிய அறியத்தான், அறியப்படாதவற்றின் அறியாமையின் பரப்பு விரிந்துகொண்டே போகின்றது. ஆனாலும் மனிதனின் சிந்தனைகள் முடிவற்றவை. "நான் சிந்திக்கிறேன். அதனால் நான் இருக்கிறேன்" "I think therefore I am" என்றார் மேனாட்டு பேரறிஞர் ரெனே டேக்கார்ட்ஸ்".

மனிதனின் சிந்தனைகளில், ரசனைகளில், வாழ்வியலில், கலாச்சாரங்களில், ஆசைகளில், காண்புகளில், ஆன்மீக விழுமியப் புரிதல்களில் அனைத்திலும்தான் மாற்றங்கள்!

பல விஷயங்களில் மனிதன் சிந்தனை கோணல்களுக்கும் உணர்ச்சிக் கொந்தளிப்புக்கும் அடிமையாகி மனச்சாட்சியையும், தன்னையும் வாழ்க்கையின் மறுநிமிடங்களையும் மறந்து விலங்கு நிலைக்கு தாழ்ந்துகொண்டிருக்கிறான்.

அறிவியலின், குறிப்பாக மருத்துவத் துறையின் பிரமிக்க வைக்கும் வளர்ச்சி, தொன்றுதொட்டு மிகப் புனிதமானதாக போற்றப்பட்டு வரும் தாய்மையைக் கொச்சைப்படுத்திக்கொண்டிருக்கிறது.

ஆனாலும் அன்பு அழிவில்லாதது.

'கற்பு' என்ற உரிமையுணர்வு நிலத்தில் உருவாகி, சத்தியம், அன்பு இணைமை (Togetherness) ஆகிய புனிதங்களில் சங்கமித்து வலிமை பெறுகின்ற பிரவாஹம் வற்றிப் போகாமல் தொடர வேண்டுமென்ற ஆதங்கம் சமூகச் சிந்தனையாளர்களிடம் இருந்துகொண்டே தானிருக்கிறது. மக்கட்கு, 'முறை செய்து' காப்பாற்றுகிறார்களோ இல்லையோ, மன்னர்களையும் அவர்களைச் சார்ந்தோர்களையும் மக்கள், அச்சம் காரணமாகவோ பக்தி காரணமாகவோ தெய்வங்களாகக் கண்டார்கள். காலவோட்டத்தின் ஒவ்வொரு சுழியிலும் உருப்பெற்று வந்த கலாச்சாரப் பரிணாமங்களாலோ, மரபுகளாலோ, கண்மூடித்தனமான, பாரம்பரிய மாண்புகளின் அழுத்தங்களாலோ அந்த மதிப்பீடுகள் வேர் பிடித்து நின்றன.

கற்புக்கு, வக்கிரமான அர்த்தங்களும் குரூரமான விளக்கங்களும் தந்த ஆணாதிக்கச் சமூகம் பெண்ணைப் போகப் பொருளாக மட்டும் கண்டதாலோ, பெண்ணடிமைத்தனம் கோணலான தெய்வீக நெறியாகப் போற்றப்பட்டதாலோ சதியும் பாலிய விவாகமும் தேவதாசி முறையும் சமூகக் கட்டாயங்களாக நிலை நிறுத்தப்பட்டன. இந்த வழித்தடத்தில் எது சரி, எது தவறு என்று சிந்தனையை செலுத்தி முடிவுக்கு வந்திட எத்தனை நூறாண்டுகள் ஆகின. அல்லது இன்னமும் எத்தனையோ கருத்துக் கோணல்கள் சர்ச்சைகளின் கொக்கிகளில் சிக்கிக்கொண்டிருக்கின்றன.

அறிவியலின் அசுர வளர்ச்சி, பாலினப் புனித நீதி (Gynaecological code of ethics)யை கேள்விக்குறியாக்கிக்கொண்டிருக்கிறது.

கண்ணுக்கெட்டிய தொலைவுக்குள் ஒதுங்கி நின்ற கற்பனைகளுக்கும் குறுகிய அனுபவ வட்டங்களுக்குள் ஒதுங்கி நின்ற சிந்தனைகளுக்கும் இப்போது வலுவான சிறகுகள் தோன்றிவிட்டன. தொலை தொடர்பு வசதிகளின் வியக்க வைக்கும் விரிதலும், உலகத்தின் பல பகுதிகளுக்கும் நெடும் பயணங்கள் மேற்கொள்ள வேண்டிய தேவைகளும் அதற்கான வசதிகளும், பயண நேரங்களின் சுருங்கல்களும், உலக மொழிகளின் வாயிலாகவும், மொழியாக்கங்கள், விதவிதமான ஊடகங்கள் வாயிலாகவும் வானளவு விரிந்துகொண்டிருக்கின்ற கருத்துப் பரிமாற்றங்களும் இலக்கியக் கலாச்சாரத்தையும் இலக்கியப் படைப்புகளின் கருத்துக் கட்டமைப்பையும் புரட்டிப் போட்டுக்கொண்டிருக்கின்றன.

பெண்ணியக் கோட்பாடுகள், பெண் சுதந்திரம், தனி மனித சுதந்திரம் ஆகியவை மீதான தலையீடுகள் எல்லாம் இந்தப் படைப்பின்போது என் சிந்தனையில் வந்து போகத்தான் செய்தன. ஆனால் சிந்தனைகள் அன்பின் உறுதியையும் தொடரியக்கத்தையும் குலைத்துவிடுகின்றன என்ற, தத்துவஞானி ஜெ. கிருஷ்ணமூர்த்தியின் கூற்றும் என் எண்ண வட்டத்துக்குள் வந்து போனது. “உடுக்கையிழந்தவன் கைபோலாங்கே இடுக்கண் களைவதாம் நட்பு” என்ற குறள் வரிகளும் இங்கே முனைப்போடு முந்துகின்றன. உணர்வுகள், அன்பு எனும் கடலில் எழுப்புகின்ற ‘சுனாமி’ அலைகளை அறிவும் ஆற்றலும் கட்டுப்படுத்த இயலாமற் போகலாம்.

இந்தக் கதையில் வருகின்ற பாரதி என்ற பாத்திரம் பெண்மையின் தத்துவார்த்தம், பெண் சுதந்திரம் தொட்டு நிற்கின்ற உணர்வுகள் ஆகியவற்றிலிருந்து ஒதுங்கி, இந்திய சமூகம் தொன்றுதொட்டுக் கட்டிக்காத்து வரும் நம்பிக்கைகளில் ஒதுங்கி நிற்கும் கிராமத்துப் பெண்ணின் வார்ப்பு. உமையொரு பாகனைப்போல விஸ்வத்தில், அவள் கணவனில் சங்கமமாகிப் போனவள்.

எந்த முற்போக்குச் சிந்தனைகளும், புரட்சிகரமான பகுத்தாய்தலும் நுழைய முடியாத ஒருறவு உண்டு. அதுதான் வாழ்க்கை முழுவதும் நிறைந்து நிற்கின்ற இணைமையும் (togetherness); அன்பும், புரிதலும், தியாகமும் கலந்த் ஒரு தெய்வீகக் கலவை. அதிலிருந்து ஊற்றெடுக்கின்ற தாம்பத்திய உறவு அறிவைத் தொட்டு மட்டும் இயங்குவதில்லை.

ஒருவரோடு கூடி வாழ்ந்து அனைத்தையும் அவனோடு அல்லது அவளோடு பங்கிட்டு இணக்கங்களையும், பிணக்கங்களையும் கண்டு, ஊடலுக்கு பின்கூடலின்போது தெய்வீக இன்பம் கண்டு, ஏதோ ஒன்றிற்காக ஒருவரை மற்றவர் பாராட்டும்போது பாராட்டப்படுபவரின் அழகும் ஆற்றலும் பன்மடங்கு வளர்ந்து மிளிர்வதை கண்டு புளகாங்கிதமடைந்து நிற்கும் நிலையை இணையர்கள் தொடுகிறார்கள்.

இது ஒரு பக்கமிருந்தாலும் ஆயிரமாயிரம் ஆண்டுகளாக அழுத்தம் தந்து இறுக்கப்பட்டு வலுவேற்றப்பட்ட கலாச்சாரப் படிமங்கள், விழுமியங்கள் எளிதில் உடைக்க முடியாதவை தாம்.

நான் வாழ்ந்துகொண்டிருக்கின்ற மண்ணின் கலாச்சாரப் பட்டறையில் என் எளிய படைப்பாற்றலாகிய சம்மட்டியின் அடிகள் இந்தக் கதையின் புறத்தோற்றத்தை திரும்பத் திரும்ப மாற்றியமைத்திருக்கின்றன. என் இலக்கிய முப்பாட்டன்மார்களின் துணையையும் தேடிக்கொண்டிருக்கிறேன் — அடிகளில் பெரிய சறுக்கல்கள் நிகழாமலிருக்க — ஒரு பாதுகாப்புணர்வு.

'கற்பு' என்ற கருத்துணர்வு (concept) அல்லது மரபு ஒழுங்கு (convention) உடமையுணர்வு (possessiveness) மற்றும் இணையர் (தலைவன், தலைவி) இருவரும் ஒருவர் மற்றவர்மீது வைத்திருக்கும் மெய்ப்பற்றும், நம்பிக்கை (fidelity) பிறழாத்தன்மையும் நெய்தெடுக்கின்ற உணர்வே — சமூகத்தின் கலாச்சாரப் பரிணாமத்தால் உருவான சீர்மை. மனித குலம் தோன்றிய நாளிலிருந்து இதுவும்கூடப்பிறந்தது என்ற கருத்து ஒரு கற்பனையே.

மனிதன் உயிர் வாழ்வதற்கு இன்றியமையா அரும் பொருட்களை, விலை மதிப்பற்ற, புனிதமான அபூர்வப் பொருட்களை, கொழுந்து விட்டெரியும் கனலில் இட்டுச் சாம்பலாக்கும் செயலை அதன் உன்னதமான குறிக்கோளினை எண்ணிப் புனித செயலாக ஏற்றுக்கொண்டு அதன் முன் வணங்கி நிற்கிறோம்.

நான் இந்தக் கதைக்கு 'வேள்வி' எனப் பெயர் சூட்டுகிறேன்.

இந்த நூலினை நான் அமரர் திரு. 'துறைவன்' அவர்களுக்கு அர்ப்பணம் செய்துள்ளேன். இந்திய வானொலியில் உதவி 'டைரக்டர் ஜெனர'லாக பணியாற்றி ஓய்வு பெற்ற அந்தப் பெருந்தகை ஓய்வு பெற்ற பிறகு நாகர்கோவிலில் தங்கியிருந்தபோது அவருடைய வீட்டில் சந்தித்து உரையாடிக்கொண்டிருப்பேன். வயதிலும், அறிவிலும் ஆற்றலிலும் என்னை விட மிக முதியவரான அவர் என்னை, இருவருக்குமிடையே அறிவாற்றலிலிருந்த

இடைவெளியை நோக்காமலே மிக நெருக்கமாக நேசித்தவர்களுள் ஒருவர்.

தமிழ், ஆங்கிலம், மலையாளம் ஆகிய மூன்று மொழிகளில் புலமை பெற்றிருந்த அவர் ஒரு நல்ல கவிஞர். எழுத்தாளர். விமர்சகர், புரட்சிகரமான எண்ணங்கள்கொண்ட ஒரு சமூக சேவகர். அவருடைய பல நூல்களையும் மொழிப் பெயர்ப்புகளையும் 'சாகித்ய அக்காடமி' பெருமையோடு வெளியிட்டுப் பாராட்டியிருக்கிறது. மேலை நாட்டு இலக்கியங்களிலும் பிற மொழி இலக்கியங்களிலும் ஆழமான அறிவு பெற்றிருந்த அவர் முற்போக்கு எண்ணம்கொண்டவராக இருந்த போதிலும் கலாச்சார மரபுகளிலும் மிகுந்த நம்பிக்கைகொண்டவராயிருந்தார். ஒரு கருத்தில் அவருக்கிருக்கும் உடன்பாட்டையும் எதிர்மறைக் கருத்துக்களையும் முகம் பார்க்காமல் ஆனால் படைப்பாளியின் மனம் புண்படாதவாறு தெளிவாக விமர்சிக்கும் பழக்கத்தைக்கொண்டிருந்தவர்.

ஒரு திறன்மிக்க, பண்பட்ட விமர்சகர் என்ற முறையில் திரு. துறைவன் அவர்களிடம் என் நூலினைத் தந்து அவருடைய கருத்தினைப் பெற ஆசைப்பட்டேன். ஆனால் ஒருவகை அச்சம் என்னைத் தடுத்தது.

பெரிய தயக்கத்தோடு இந்த நூலினை அவரிடம் தந்து "ஒரு நூல் ஆக்கியிருக்கிறேன். நாவல் என்ற வகையில் இது என் கன்னி முயற்சி; படித்துக் கருத்துக் கூற வேண்டும்" எனக் கேட்டுக்கொண்டேன். நூலினைப் பெற்றுக்கொண்ட அவர் பத்து நாட்கள் கழித்து என்னைத் தொடர்புகொண்டார். நான் அவரைச் சந்தித்ததும் முதலில் "என் நெஞ்சார்ந்த பாராட்டுக்கள்" என்றார். பிறகு உங்கள் கதைக்கருவையும் எழுத்தாற்றலையும் பாராட்டுகிறேன். இதை ஒரு கன்னி முயற்சியாக ஏற்றுக் கொள்ள என்னால் முடியவில்லை. தொடர்ந்து எழுதுங்கள்" என்று கூறி எனக்கு ஊக்கமளித்தார். ஒரு மதிப்புரை தருவதாகவும் கூறினார். திடீரென நோய்வாய்ப்பட்டு மருத்துவமனையில் சேர்க்கப்பட்ட அவரைக் காலம் அழைத்துக்கொண்டது. அவருடைய மறைவைப் பேரிழப்பாக உணர்கிறேன். இந்த நூலை அவருக்குப் படைப்பதில் நிறைவடைகிறேன்.

சில எண்ணங்கள் ஏற்புடையவையல்ல எனப்படலாம்; குறிப்பாக முதற்பார்வையில் (Premafacia). ஆனால் அனைத்து எண்ணங்களும் எண்ணங்களின் முடிவற்ற, ஆற்றல் மிக்க தொடரோட்டத்திற்கு ஒளியாகவும், நீராகவும், ஆற்றலாகவும்

நிலமாகவும் இருந்திருக்கின்றன என்ற உண்மையை மறுக்க முடியாது.

கிளிஞ்சல்களைத் தொடமாட்டேன் என்றிருந்தால் முத்துகளையும் பவளங்களையும் நாம் அடைந்திருக்க முடியாது.

சாக்கடைப் பக்கமே போகமாட்டேன் என்றிருப்பவன் சந்தனத்தின் அருமையைப் புரிந்து அதன் சுகந்தத்தை ரசித்து நுகரவோ மாசுகளால் வரும் தீமைகளிலிருந்து தன் நோய் எதிர்ப்புச் சக்தியை (Immunity) வளப்படுத்திக் கொள்ளவோ முடியாமல் போய்விடலாம்.

மனித இன தோற்றத்திலிருந்து அவன் இதுவரை சாதித்துக் குவித்த அனைத்துக்கும் அடிப்படைக் காரணி எண்ணங்களும், அவற்றைத் தொட்டு வளர்ந்த இயக்கங்களுமே. ஒன்று தெளிவானது; அன்பும், சத்தியமும், தியாகமும், கடமை உணர்வும் அனைத்தையும் பின்னுக்குத் தள்ளி முந்தி நிற்கின்றன என்பதுதான் அது.

அத்தியாயம் - 1

"அன்பிலார் எல்லாம் தமக்குரியர் அன்புடையார்
என்பும் உரியர் பிறர்க்கு"
— குறள்

அறையில் மின்விசிறி விரைவாகச் சுழன்றுகொண்டிருந்தது; ஆனாலும் புழுக்கம் தணியவில்லை. ரகு சாய்வு நாற்காலியை வராந்தாவுக்கு இழுத்து வந்து அதில் சாய்ந்தான். காற்று, புழுக்கத்தினையும் சுமந்து வந்தது என்றாலும், கொஞ்சம் கொஞ்சமாகச் சூடு தணியத் தொடங்கியது. குளிர்ந்த காற்று வீசத் தொடங்கியது. ரகு கைக்கடிகாரத்தைப் பார்த்தான். மணி இரண்டு. பக்கத்தில் எங்கோ மழை பெய்துகொண்டிருப்பதாக எண்ணினான். இயற்கையோடு கைகோர்த்துக்கொண்டு மனப்புழுக்கமும் குறைந்துகொண்டிருப்பதை உணர்ந்தான். மனம் ஒரு குரங்கு. அது மேல் நோக்கியும் தாவலாம். தரையை நோக்கியும் குதிக்கலாம். சற்றுக் கண்ணயர்ந்த ரகு பக்கத்திலுள்ள சிவன் கோயில் மணியோசை கேட்டுக் கண் விழித்தான்.

ரகு சாய்வு நாற்காலியில் படுத்தபடியே தலையைச் சாய்த்துக் கீழே நோக்கினான். முந்திய நாள் பகல் பொழுது மக்கள் கூட்டத்தால், அவர்களுடைய செயல்பாடுகளால் அல்லோலகல்லோலப்பட்டுக்கொண்டிருந்த அந்த நகரம் இப்போது அமைதியில் மூழ்கிக்கிடந்தது. ஒன்றோ இரண்டோ பெட்டிக் கடைகளிலும் சிற்றுண்டிக் கடைகளிலும் விளக்கு எரிந்துகொண்டிருந்தது என்றாலும், நகரத்தின் பெரும்பகுதி நித்திரையில் ஆழ்ந்திருந்தது. வைகறை அமைதியின் ரம்மியத்தை நோக்கிக்கொண்டிருப்பதில் ஒரு அலாதியான இன்பத்தை ரகு உணர்ந்தான்.

'மனக்கொந்தளிப்பினையும் அமைதியையும் மனிதன்தானே ஏற்படுத்திக் கொள்கிறான்' என்ற சான்றோர் கருத்தின் உண்மையை உணர்ந்தான். மனத்தின் ஆளுமைக்குத் தன்னை முழுமையாக விட்டுத்தராமல் மனதைத் தன்னுடைய ஆளுமைக்குக் கொண்டு வரவேண்டும்தான். ஆனால் அது எப்படிக் கைகூடும் எனத் தெரியவில்லை. மனம், தன் வயப்பட்டுவிட்டால் இன்பமும் துன்பமும் இல்லாமலாகிவிடும். வாழ்க்கையில் நடந்து கடந்து போயிருந்த கசப்பான நிகழ்வுகளை நோக்கி மனம் ஓடிவிடாமலிருக்க மனத்தைக் கடிவாளமிட்டு வேறு திசைக்குத் திருப்ப முயன்றான்.

பகல் பொழுதெல்லாம் கடுமையாக உழைத்துச் சோர்ந்து போயிருந்த சில கூலித் தொழிலாளர்களும் சில அனாதைச் சிறுவர்களும் கை வண்டிகளிலும் கடைத் திண்ணைகளிலும் கிடந்து உறங்குகிறாாகள். வாழ்க்கையின் எல்லா வேதனைகளுக்கும், கொந்தளிப்புகளுக்கும் தூக்கம் விடுதலையளிக்கிறது. அது அனுபவ எல்லைக்கப்பால் நிற்கின்ற ஒரு விந்தையான அனுபோகம்.

அந்த சிறுவர்களில் பலருக்குக் குடும்பமே இல்லாமலிருக்கலாம். சமூகத்தால், மனித உறவுகளால் ஒதுக்கப்பட்டவர்களாகவோ அவற்றிலிருந்து ஒதுங்கி வாழ்பவர்களாகவோ இருக்கலாம். அவர்கள் வாழ்க்கை, சூரியன் உதிக்கும்போது தொடங்குகிறது. இரவு வந்து தூக்கத்தின் பிடியில் சிக்கும்போது வாடி விழுகிறது. அடுத்த நாளைப் பற்றி அவர்கள் சிந்திக்கலாம். மறுநாளுக்கு எண்ணங்கள் நீள்வதில்லை. சமூகம் அவர்களைப் புறக்கணிக்கிறது. சமூகத்தை அவர்கள் புறக்கணிக்கிறார்கள். பந்த பாசங்கள் அவர்களுக்கும் உண்டுதான். ஆனால் அவற்றின் நெளிவு சுளிவுகளைச் சாங்கோபாங்கமாக அலசிப் பார்க்க முயல்வதுமில்லை முடிவதுமில்லை. உள்ளங்களில் எண்ண அலைகள் ஆக்ரோஷமாக எழுவதுண்டு. தோன்றிய வேகத்தில் விழுந்து நொறுங்கி விடுகின்றன.

காலையில் திடீரெனக் குளிர் அதிகரிக்கத் தொடங்கியதால் அவர்களையறியாமல் அட்டைகளைப்போல் அவர்கள் சுருண்டார்கள். அவர்களையறியாமலேயே கைகள் செயல்பட்டன. மிகவும் அழுக்காகிப் போயிருந்து கந்தல் உடுதுணியை வலித்திழுத்து உடம்பைப் போர்த்தியிருந்தார்கள்.

கோயிலிலிருந்து ஒழுகி வந்த பூபாளராக கானத்தில் சிறிது லயித்துப் போனான் ரகு. அந்தப் பாட்டும், இளம் காற்றும், அமைதி நிறைந்த சூழலும் மனத்தை இதமாக வருடின. கடந்துபோன, நெஞ்சைக் கருக்கிய நிகழ்வுகள் மனதில் ஆழமான காயங்களை ஏற்படுத்திருந்தன. அவை ஏற்படுத்தியருந்த கொடிய

வலி கொஞ்சம் குறைந்தது போலிருந்தது. பட்டணத்தில் ஆங்காங்கே அவலக்கோடுகள் தென்பட்டாலும் அங்கு நிலவிய அமைதியில் இனம் புரியாத ஆன்மீகச் சுகம் உணர முடிந்தது. நாழிகை செல்லச் செல்ல நகரம் சலசலப்படையத் துவங்கியது. இன்னும் கொஞ்ச நேரத்தில் அந்த அமைதி குலைந்து போகும். எதையெதையோ தேடி எங்கெங்கோ அலைபாயும் மக்கள் கூட்டம் அந்த அமைதியை முழுமையாகக் குலைத்துவிடும். இப்போது இந்தப் பட்டணத்தைப் பார்க்க ஒரு கவர்ச்சியிருக்கிறது. அதைப் பார்த்துக்கொண்டேயிருக்க வேண்டுமென்று தோன்றுகிறது; தூக்கத்தில் சிரிக்கும் ஒரு பிஞ்சுக் குழந்தையின் முகத்தைப் பார்ப்பதுபோல. நாழிகை போகப்போக காட்சிகள் மாறின. வாழ்க்கைப் பிரச்சினைகளைச் சுமந்துகொண்டு எதற்காகவோ எதையெதையோ தேடி ஓடும் மனிதர்கள். எல்லாவற்றிலும் ஒரு அவசரம்.

மனிதன் அவசரம் காட்டாதது ஒன்றில் மட்டும்தான்; கடைசியாக கண்களை மூடிக் கொள்ள. பாரதியின் கவிதை வரிகளை ரகு எண்ணிப் பார்த்தான். எத்தனைக் கோடியின்பங்களை இறைவன் இங்கு வைத்திருக்கிறான். இழப்புகளையும், தோல்விகளையும் பார்த்துச் சராசரி மனிதர்களெல்லாம் துவண்டு போகத்தான் செய்கிறார்கள் என்றாலும் வாழ்க்கை இனிமையானது. “ஆசைகள் தாம் துன்பங்களுக்கு ஊற்றுக்கண்”. இது புத்தர் பெருமான் கூறிய பொன்மொழி. ஆனால் ஆசைகளில்லாமல் உலக இயக்கமும் இருக்க முடியாது. ஆசைகள் எப்படியோ மனதிற்குள் புகுந்துவிடுகின்றன. ஆசைகள் மனிதனை ஆட்டிப் படைக்கின்றன. வேதனைகளும், வெறுப்புகளும், வெற்றிகளும், சறுக்கல்களும், இயலாமைகளும், எதிர்பார்ப்புகளும் எல்லாம் வாழ்க்கையை இழுத்துச் செல்கின்றன.

நினைவுகள் ரகுவைப் பின்னோக்கி இழுத்துச் சென்றன. கண்களை மூடினான். பாவாடைப் பருவத்தில் இருக்கும்போது சுமதியும் அவள் தாய் தந்தையரும் வேறொரு தோட்டத்திலிருந்து மாற்றலாகி ரகுவின் தந்தை வேலை பார்த்து வந்த தோட்டத்திற்கு வந்தார்கள். அன்பானவர்கள்.

சுமதியின் முகத்தில் சுண்டியிழுக்கும் அழகோடு அன்பும் இருந்தது. எப்போதும் ஒரு புன்சிரிப்பும், மென்மையும், குழந்தைத் தன்மையும் அந்த முகத்திலிருந்தது. அவளைப் பார்த்தபோதே அவனுக்கு அந்த அழகில் ஒரு லயிப்பு ஏற்பட்டுவிட்டது. நாட்கள் பறந்தன. பாவாடையிலிருந்தவள் பாவாடை தாவணிக்கு மாறினாள். முகத்திலிருந்த வசீகரம் சுடர்விடத் தொடங்கியது. அவன் அவளைப் பார்த்துச் சிரித்தான். அவன் சங்கோசப்பிராணிதான்

என்றாலும் அவனுக்கு அவளிடம் நிறைய பேச வேண்டுமென்று ஆசை. ஆனால் தைரியமில்லை. அவளும் பேச வேண்டுமென்று நினைத்தாள். அவளாலும் முடியவில்லை. ஒருவாரமாக அவளை வெளியில் பார்க்க முடியவில்லை. இதயத்தில் ஏற்பட்ட துடிப்பை அவன் உணர்ந்தான். ஒருநாள் அவனுடைய அம்மாவும் சுமதியின் அம்மாவும் பேசிக்கொண்டதிலிருந்து அவள் வயதுக்கு வந்துவிட்டது தெரிந்தது.

'தினமணி, தினத்தந்தி, இந்து' என்று கூவியவாறு பக்கத்துக் கடையில் வந்து நின்ற பத்திரிகைச் சிறுவன் ரகுவின் சிந்தனைகளைக் கலைத்தான். ரகு மீண்டும் கண்களை மூடினான். அம்மாவையும், வீட்டையும் ஊரையும் நினைத்துப் பார்த்தான். ஊரை விட்டு வந்து மூன்று நாட்கள் தாம் ஆகியிருந்தன. தேயிலைத் தோட்டங்களுக்கு நடுவே ஒரு அழகான சிறிய வீடு. அவன்மீது, ஓயாது கொட்டும் அருவிபோல அன்பைப் பொழிந்துகொண்டிருக்கின்ற அம்மா... பாசமுள்ள பக்கத்து வீட்டுக்காரர்கள். தேயிலைத் தோட்ட கூலிகளுக்கான குடியிருப்புகளில் வசிக்கின்ற ஏழைத் தொழிலாளர்கள். 'பச்சைப்பசே'லென்ற தேயிலைத் தோட்டங்கள். மார்கழி தை மாதங்களில் தேயிலைச் செடித் தளிர்கள்மீது உதய சூரியனின் பிஞ்சுக் கரங்கள் பட்டு ஒளிரும் பனித்துளிகள். உடம்பைச் சிலிர்க்க வைக்கும் குளிர் காற்று. மலையடிவாரத்தில் சலசலக்கும் சிற்றோடை.

பத்திரிகைச் சிறுவனின் கனமான ஒலி மட்டும் குறுக்கிடாமலிருந்தால் எண்ணங்கள் அவனை எங்கோ இழுத்து சென்றிருக்கும். அவன் அதிகமான சஞ்சலத்திற்குள்ளாகியிருப்பான். ரகு, சொந்த ஊரையும், தாயையும் நினைத்தான். அவன் முகத்தில் கவலையின் கோடுகள் படர்ந்தன.

அத்தியாயம் - 2

"அன்பின் வழிய துயிர்நிலை யஃதிலார்க்
கென்புதோல் போர்த்த வுடம்பு"
- குறள்

ரகு, அலுவலக வேலையில் ஒன்றிப்போனான். அவனுக்கு அது ஒரு புது உலகம். பார்ப்பவர்களையெல்லாம் ஒரு வகையில் அல்லது இன்னொரு வகையில் அவன் கவர்ந்தான். மனிதர்களில்தாம் எத்தனை வகை! மனித மனங்களையும், அவர்கள் இயல்புகளையும் படிப்பதே மிகவும் கடினமான ஒரு கலைதான். மனிதர்களில் எத்தனையோ குறைபாடுகள், குணநலன்கள், சிந்தனைக் கோணல்கள், சபலங்கள்! இயற்கையின் படைப்பில் எத்தனையெத்தனை மாறுபாடுகள்! அதிசய முரண்பாடுகள்!!

அந்த சிறிய நகரமும் அதையொட்டிய கிராமச் சூழல் நிறைந்த பகுதிகளும் இயற்கையழகில் மயங்கும் மன இயல்புடைய ரகுவை வெகுவாகக் கவர்ந்தன. ஓய்வாகப் படுத்திருக்கும்போது அவன் மனம், அவன் வாழ்க்கையைக் கொடூரமாகத் தாக்கிய நிகழ்வுகளை மட்டும் நினைத்துக்கொண்டிருப்பதில்லை. எல்லாவற்றைப் பற்றியும் சிந்தித்தான். வறுமை, நோய், சமுதாய ஏற்றத்தாழ்வுகள், சுரண்டல்கள் எல்லாம் அவன் எண்ணங்களில் வந்து போயின. அலுவலகத்தில் இருக்கும்போது அவன் சுறுசுறுப்போடும் கடமையுணர்வோடும் செயல்பட்டான். அலுவலகச் செயல்பாடுகளில் குறைகள் இல்லாமலிருக்க வேண்டுமென்று விரும்பினான்.

இளமைத் துடிப்பும், அழகும் சுறுசுறுப்புமுடைய புதுமை விரும்பியான அந்த அதிகாரியை — ரகுவை — எல்லோரும் விரும்பினார்கள். அலுவலக ஊழியர்களோடு எந்தப்

பந்தாவுமில்லாமல் சகஜமாகப் பழகினான். அவர்கள் சுகதுக்கங்களில் உண்மையான அக்கறையோடு பங்கெடுத்துக்கொண்டான். மூன்று மாதங்களில் ஒரு நாளாவது அவனுடைய சொந்தச் செலவில் அவர்களுக்குத் தேநீர் விருந்து வைத்து அவர்களை உற்சாகப்படுத்தினான். அலுவலகத்தோடு தொடர்பு கொள்ளும் பொது மக்களிடம் மனிதாபிமானத்தோடும், பொறுமையோடும், நேர்மையோடும் நடந்துகொள்ள வேண்டுமென்று ஒரு சகோதரனைப்போல ஊழியர்களைக் கேட்டுக்கொண்டான்.

ஊழியர்கள் அவனை நேசித்தார்கள். வெளியில் புகழ்ந்து பேசினார்கள். அலுவலக உதவியாளர் கண்ணனுக்கு ரகுவிடம் அளவற்ற மதிப்பும் அன்பும் ஏற்பட்டது. அவர் பல அதிகாரிகளிடமும் வேலை பார்த்திருக்கிறார். அவர்களில் சிலர் இளைஞர்களாகவும், சிலர் நடுத்தர வயதினர்களாகவும், சிலர் முதியவர்களாகவும் இருந்திருக்கிறார்கள். ஆனால் இதுவரை எந்த அதிகாரியும் அவரை இந்த அளவுக்கு கவர்ந்ததில்லை. எல்லோரும் அவரவர் காரியங்களிலேயே குறியாக இருந்ததாக கண்ணன் நினைவு கூர்ந்தார்.

கண்ணன் எட்டாம் வகுப்போடு படிப்பை முடித்துக்கொண்டவர். வறுமை அவரை இளமையிலேயே வேட்டையாடத் தொடங்கியது. அவருக்குப் படிப்பும் வரவில்லை. வேலை வாய்ப்பு அலுவலகத்தில் பதிவு செய்தார். அவருக்கு இந்த அலுவலக உதவியாளர் பணி கிடைத்தபோது மிகவும் மகிழ்ச்சியடைந்தார். இதுநாள்வரையிலான வாழ்க்கை வறுமையும், துன்பங்களும் நிறைந்ததாகவே உருண்டது. ஒரு சிறிய வீட்டையும் அதையொட்டிய கொஞ்ச நிலத்தையும் தவிர வேறெந்த ஆஸ்தியுமில்லை. இந்த சிறிய வேலைதான் அவருக்கு ஒரே ஆதாரம். வேலையில் சேர்ந்து முப்பத்திரண்டு ஆண்டுகள் கடந்து போய்விட்டன. தீபாவளிகளும், பொங்கல் பண்டிகைகளும் வரும்போது மற்றவர்களைப்போல அவரும் அவற்றை எதிர்கொண்டார். கொஞ்சம் கடன் சுமையை அவர் தலையிலேற்றி வைத்துவிட்டு அவை கடந்து போயின. என்றாலும் ஒரே மகள் செல்லம்மாவைப் பிக்கல் பிடுங்கல் இல்லாத இடமாகப் பார்த்து ஒரு நல்ல இளைஞனுக்குத் திருமணம் செய்து கொடுத்துவிட்ட திருப்தி மட்டும் அவருக்குண்டு.

அதிகாரியான ரகு, தனக்கு அலுவலகத்திலும் சொந்த விஷயங்களிலும் உதவியாக இருந்த கண்ணனை ஒரு அலுவலக உதவியாளராக மட்டும் நடத்தவில்லை. தன் தந்தையின் அளவுக்கு வயதான அவரை மிகவும் அன்போடும், பண்போடும் நடத்தினான். முன்பெல்லாம் அதிகாரிகளுக்கு அலுவலகத்திலும் அவர்கள்

வீட்டிலும் எடுபிடி வேலை செய்த அனுபவம் கண்ணனுக்கு நிறையவே உண்டு. சில அதிகாரிகளின் மனைவிமார்களுக்கும் ஏன் உறவினர்களுக்கும்கூட எடுபிடி வேலை செய்ய வேண்டிய துரதிர்ஷ்டம் அவருக்கு ஏற்பட்டதுண்டு. ஆனால் இப்போது அதிகாரியாக வந்துள்ள ரகு அவரை ஒரு மூத்த சகோதரனைப்போல அக்கறையோடு நடத்தினார். அலுவலகச் சட்ட திட்டங்களும் நடைமுறைகளும் எந்த அளவுக்கு அனுமதித்ததோ அந்த அளவுக்கு அவருக்கு உதவினான். தனிப்பட்ட முறையிலும் அவருக்கு பொருளுதவி செய்தான்.

ரகு கூடுதலாக யாரோடும் பேசுவதில்லை. நேரடியாக அதிகாரியாக நியமனம் பெற்றுப் பொறுப்பை ஏற்ற காரணத்தால் அலுவலகத்தில் அனுபவம் மிக்க ஊழியர்களின் அறிவுரைகள் பல நேரங்களில் அவனுக்கு தேவைப்பட்டது. ஆனால் சட்டங்களையும், நடைமுறைகளையும் மிக விரைவாகவும் தெளிவாகவும் புரிந்துகொண்டான். அழகும், அன்பும், அமைதியும் தவழும் அவனுடைய முகத்தை பார்த்திருக்க யாரும் விரும்புவார்கள். அவனிடம் பொய் சொல்லவோ, அவன் வேலைக்குப் புதியவன் என்ற நிலைமையைப் பயன்படுத்திச் சலுகைகள் பெறவோ யாரும் முயலவில்லை.

புதிய அதிகாரியாக ரகு வந்த பிறகு கண்ணனுக்கும் அலுவலக நேரம் முடிந்ததும் வீடு திரும்ப முடிந்தது. சில நாட்களில் தவிர்க்க முடியாத சூழ்நிலை காரணமாக ஒன்றோ இரண்டோ மணி நேரம்அலுவலகத்தில் தங்க நேர்ந்தபோதெல்லாம் அவருக்கு சொந்தச் செலவில் தேநீரோ சிற்றுண்டியோ வாங்கித் தர ரகு தவறுவதில்லை. சில நாட்கள் மதிய உணவுகூட ரகுவோடு அருந்தினார். எல்லா அலுவலக ஊழியர்களிடமும் ரகு மனிதாபிமானத்தோடு நடந்துகொண்டான். அனைவரையும் அன்போடும் கண்ணியத்தோடும் நடத்தினான்.

மாலை வேளைகளில் அலுவலக வேலை முடிந்ததும் காலார நடக்கச் செல்வதை ரகு வழக்கமாகக்கொண்டிருந்தான். அலுவலகத்திலிருந்து வெளியில் வந்தால் அலுவலகத்திற்கு தெற்கு நோக்கிச் செல்லும் பாதை ரகுவுக்குப் பிடித்திருந்தது. அதிக மக்கள் நடமாட்டமில்லாத துப்புரவான பாதை. கொஞ்ச தூரம் நடந்தால் கிராமச் சூழல். கண்கள் தொடுகிற தூரம்வரை பரந்து கிடக்கின்ற வயல்வெளி, சிறிய குன்றுகள், தாமரைக் குளங்கள், வீதியின் இருமருங்கிலும் நிழல் மரங்கள், தென்னை மரங்கள், வளைந்து செல்லும் சிறிய ஆறு, சில இடங்களில் வெண்மணற் திட்டுகள். எல்லாம் அழகாயிருந்தன.

ஆற்றைக் கடக்க கட்டப்பட்டிருந்த சிறிய பாலத்தைக் கடந்தால் இயற்கையின் அழகு இன்னும் ரம்மியமாயிருந்தது. அதற்கப்புறம் விவசாயக் கூலித் தொழிலாளிகளின் குடிசைகள், சுதந்திரமாக மேய்ந்துகொண்டிருக்கின்ற கன்றுகாலிகள், அந்த அமைதியான சூழலுக்குச் சிறகடித்துச் சிலிர்ப்பூட்டிய புள்ளினங்கள். இரண்டு மூன்று கிலோ மீட்டர் நடக்கும்போது மனதின் பாரம் குறைவதுபோல் தோன்றும். உடலுக்குச் சற்றுக் களைப்புத் தோன்றினாலும் மனம் தெளிவடைவதை உணர்வான். மஞ்சள் வெயிலின் ஒளி மங்கத் தொடங்கும்போது திரும்பி நடப்பான். தெரு விளக்குகள் இல்லாத பாதையை இருட்டியபின் கடப்பது சிரமமாகிவிடும்.

அத்தியாயம் - 3

"இனைத்துணைத் தென்ப தொன்றில்லை விருந்தின்
றுணைத்துணை வேள்விப் பயன்"
- குறள்

மாலையில் நடந்துவிட்டுத் திரும்பும்போதெல்லாம் ஆற்றின் கரையையொட்டி அமைக்கப்பட்டிருந்த சிறிய சிற்றுண்டிக் கடையை ரகு கவனிக்கத் தவறுவதில்லை. மிக அழகான சூழலில் தென்னை மரங்களும் ஓரிரு மாமரங்களும், ஓர் அரச மரமும் புடை சூழ அந்தக் கடை அமைந்திருந்தது. பக்கத்தில் கருங்கல்லாலான பாலம். அதன்மீது வாலிபர்கள் அமர்ந்து புதிதாக வெளிவந்த திரைப்படங்களையோ, நடந்துகொண்டிருக்கின்ற கிரிக்கெட் விளையாட்டையோ பற்றி சர்ச்சை செய்துகொண்டிருப்பார்கள். படித்து முடித்துவிட்டு வேலை கிடைக்காமல் உடைந்துபோய் உட்கார்ந்திருப்பவர்களையும், பொழுதுபோக்க அரட்டையடித்துக்கொண்டிருக்கும் இளைஞர்களையும் பார்க்க முடியும். ஓலை வேய்ந்து துப்புரவாகப் பராமரிக்கப்பட்டு வந்த அந்தத் தேநீர்க் கடையில் ஒரு டீயோ காப்பியோ அருந்திவிட்டு ஒரு பீடியையோ, சிகரெட்டையோ புகைத்துக்கொண்டு சர்ச்சையில் மூழ்குவார்கள்.

சில நேரங்களில் சில இளைஞர்கள் தனியாக அமர்ந்து சிந்தனையில் மூழ்கியிருப்பதையும் காண முடியும். அரச மரத்தைச் சுற்றி ஒரு சிறிய சிமிட்டி மேடையிருந்தது. அந்தப் பட்டணத்தைச் சார்ந்த 'அரிமா சங்கம்' அமைத்துத் தந்தது அது என்பதைச் சிமிட்டிச் சுவரின் ஓரத்தில் பதிக்கப்பட்டிருந்த கற்பலகை விளம்பரப்படுத்திக்கொண்டிருந்தது. அதையொட்டி ஒரு கிணறு. ஒன்றோ, இரண்டோ பெண்கள் தண்ணீர்

இறைத்துக்கொண்டிருப்பார்கள். 'பகவதி விலாசம் ஹோட்டல் அன்ட் டீ ஷாப்' என்ற பெயர்ப் பலகை சிற்றுண்டிக் கடையின் முன்னால் தொங்கிக்கொண்டிருந்தது. மாலை ஆறுமணிவரை தேநீரோ சிற்றுண்டியோ அருந்த விரும்புவோர் வந்து போவார்கள். ஏழு மணியோடு அங்கு ஆட்கள் வருவது நின்றுவிடும். அந்தத் தனிமைச் சூழலும் இனிமையானதுதான்.

ஒரு நாள் நடந்துவிட்டுத் திரும்பிக்கொண்டிருந்த ரகு சற்றுக் களைத்துப் போயிருந்தான். அந்தச் சிற்றுண்டிக் கடையைத் திரும்பிப் பார்த்தான். கடைக்குள் ஆட்கூட்டம் இல்லை. ஒரு டீ குடித்தால் களைப்பு நீங்கும் போலிருந்தது. கடைக்குள் நுழைந்தான். ஒரேயொரு முதியவர் மட்டும் தேநீர் அருந்திக்கொண்டிருந்தார்.

சிவப்பான, சற்றுத் திடகாத்திரமான இளைஞனொருவன் ரகுவை நோக்கி விரைந்து வந்தான். "என்ன வேண்டும் சார்?" என வினவினான். "ஒரு 'டீ' வேண்டும். வேறென்ன இருக்கு?" என்று கேட்டான் ரகு. இரண்டே நிமிசம் இருந்தா சூடா தோசை வார்த்துக்கொண்டு வருகிறேன். தொட்டுக்கக் கடலைக் கறியும் சட்னியும் இருக்கு. கொண்டு வரவா சார்? என்று பணிவோடு கேட்டான் இளைஞன். ஒரு தேநீர் அருந்திவிட்டுச் செல்ல வந்த ரகு ஒரேயொரு நிமிடம் யோசித்தான். அந்தச் சிற்றுண்டிக் கடை ஓலை வேய்ந்ததாக இருந்தபோதிலும் சுத்தமாகப் பராமரிக்கப்பட்டிருந்த விதமும், சாம்பிராணிப் புகையின் மணமும் தின்பண்டங்களிலிருந்து வந்த வாசனையும் அவனைக் கவர்ந்தன. இரவு உணவை அப்போதே அங்கேயே முடித்துவிடலாம் என எண்ணினான். சூடான தோசையும், சட்னியும், கடலையும் பாகமாகப் பழுத்த நேந்திரப்பழமும், தேநீரும் விரும்பிச் சாப்பிட்டான்.

அவனுக்குத் திருப்தியாயிருந்தது. பட்டணத்தில் இதுபோலச் சாப்பிட முடியாது. அதோடு ஆள் கூட்டம் இல்லாத அந்தச் சிறிய சிற்றுண்டிக் கடையில் மிகவும் பணிவோடு, புன்முறுவல் தவழும் முகத்தோடு, என்னென்ன வேண்டுமென்று மிகுந்த அக்கறையோடு கவனித்துக்கொண்ட பணியாளர் ரகுவை மிகக் கவர்ந்தார். அவன் வீட்டில் தினமும் அவனுக்கு என்னென்ன வேண்டுமென்று கேட்டு, அதை அக்கறையோடு சமைத்துப் பக்கத்தில் அமர்ந்து அன்போடு பரிமாறுகின்ற தாயின் நினைப்பு வந்தது. வாழ்க்கையில் தனக்காக நிறைய துயரங்களை அனுபவித்தவர். இன்னும் அவற்றுக்கு விடிவு காலம் வந்தபாடில்லை.

சில நிமிடங்களில் தன்னைச் சுதாகரித்துக்கொண்டு "காசு எவ்வளவு?" எனக் கேட்டான் ரகு. கொடுக்க வேண்டிய காசு

எவ்வளவு என்று தெரிந்து ரகு மிக ஆச்சரியப்பட்டுப் போனான். அவன் எதிர்பார்த்ததிலும் மிக குறைவான தொகை. கடையிலிருந்து வெளியிலிறங்கும்போது வேலைக்காரன் பணிவாகக் கேட்டான் "ஐயா பட்டணத்திலே ஆப்பீஸ் வேலையா?" ஒரு புன்னகையோடு தலையாட்டிப் பதிலளித்துவிட்டு ரகு இறங்கி நடந்தான்.

அன்போடு, பணிவோடு, முகமலர்ச்சியோடு, வியாபார நோக்கில்லாது உபசரித்த அந்த இளைஞன் ரகுவின் உள்ளத்தில் பாசப்பதிவுகளை ஏற்படுத்திவிட்டான்.

அத்தியாயம் - 4

"தந்தை மகற்காற்று நன்றி யவையத்து
முந்தி யிருப்பச் செயல்"
— குறள்

அன்று விடுமுறை நாள். விடுமுறை நாட்களில் தன்னுடைய சொந்த விஷயங்களைக் கவனிப்பதற்காக கண்ணன் அலுவலகத்திற்கோ தன் அறைக்கோ வர வேண்டாமென்று ரகு அடிக்கடி சொல்வதுண்டு. என்றாலும் அவர் தவறாமல் ரகுவினுடைய அறைக்கு வருவார். தன் வீட்டு அவசியங்களைக் கவனித்துவிட்டுத்தான் அலுவலகத்திற்கு வருவதாகவும் தனியாக இருக்கும் அதிகாரியுடைய சௌகரியங்களைக் கவனிக்க வேண்டியது தன்னுடைய கடமையென்றும் கூறுவார். மாநில அலுவலகங்களுக்கு விடுமுறை வரும் நாட்களில் தபால்துறைக்கு வேலை நாட்களாக இருந்தால் கண்ணன் அலுவலகத்திற்குச் சென்று அங்கு வந்துள்ள கடிதங்களை எடுத்து வந்து ரகுவிடம் தருவார். எப்படியும் கண்ணனின் அருகாமை ரகுவுக்கு பெரிய ஆறுதல். சில விடுமுறை நாட்களில் அவரை தன்னோடு ஓட்டலுக்கு அழைத்துச் சென்று ரகு உணவருந்த வைப்பான்.

அன்று சனிக்கிழமை. அலுவலக விடுமுறை நாள். அலுவலகத்திற்கு வந்திருந்த கடிதங்களை எடுத்து வந்து ரகுவிடம் கண்ணன் தந்தபோது அவற்றில் தனக்கு வந்திருந்த ஒரு கடிதத்தை ரகு எடுத்தான். ஊரிலிருந்து அம்மா எழுதியிருந்தார்கள். அவசர அவசரமாகக் கடிதத்தைப் பிரித்தான். இரண்டு நாட்களாகத் தனக்கு உடம்புக்கு முடியாமலிருந்ததாகவும், அடுத்த விடுமுறை நாளில் வீட்டிற்கு வர வேண்டுமென்றும் கேட்டிருந்தார். அம்மாவை நினைத்தபோது ரகுவின் கண்கள் பனித்தன.

அன்பே உருவான அந்தத் தாய், மகன் எப்போதும் தன் அருகில் இருக்க வேண்டுமென்று விரும்பினாள். கடந்த நான்கு வருடங்களுக்கு மேலாக மனதளவில் பாதிக்கப்பட்டவனாக மனநலம் குன்றியவனாக — அன்றாட வேலைகளில் அக்கறையற்றவனாக — யாரிடமும் பேச விரும்பாதவனாக, தனிமை விரும்பியாக நடைப்பிணமாக உலவிக்கொண்டிருந்த மகனை நினைத்து அந்தத் தாய் அழுது புலம்பாத நாட்களே இல்லை. மகனின் நலனுக்காக அவர் வேண்டாத தெய்வங்களே இல்லை. தினமும் பூஜை அறையில் சில மணி நேரங்களைக் கழிக்கும் அந்தத் தாய் தன் மகன் உடல்நலம் தேறிச் சகஜ நிலைக்கு வர வேண்டுமென்று துடித்தார். மகனை ஒரு சிறு குழந்தையைப்போலக் கவனித்துக்கொண்டார். மகனுக்காகப் பல இரவுகள் கண் தூங்காமல் விழித்திருக்கிறார். பல மொழி புத்தகங்களையும் படிக்கும் பழக்கமுடைய ரகு, ‘கேசவ தேவ்’ என்ற மலையாள நாவலாசிரியர் தன் நூலில் எழுதியிருந்த ஒரு வாசகத்தை பல சந்தர்ப்பங்களில் நண்பர்களிடம் கூறுவது வழக்கம். “எந்தக் குற்றத்திற்கும் மன்னிப்புத் தருகின்ற நீதிமன்றம் உண்டு என்றால் அது தாயுள்ளம்தான்”.

வேலைக்கான உத்தரவு வந்ததும், தூர இடத்தில் வேலைக்குப் போக வேண்டாம் என்று அந்தத் தாய் மகனிடம் கூறினாள். “சின்ன வேலையானாலும் பக்கத்தில் கிடைத்தால் போகலாம். நமக்கு வசதியா வாழத் தேவையானதையெல்லாம் அப்பா உழைச்சுச் சேர்த்து வெச்சிருக்காரு. நீ தனியா தூர இடத்துக்குப் போயி ஏன் சிரமப்படணும்?” என்று தடுத்தார். ஆனால் ரகுவைப் பார்க்க வந்த அவனுடைய நண்பர்கள் வேலைக்கான உத்தரவைப் பார்த்து மகிழ்ச்சியையும் பாராட்டையும் தெரிவித்தார்கள். “வேலை கிடைப்பது குதிரைக் கொம்பாகவுள்ள இந்தக் காலத்தில் மிகவும் சிறப்பான ஒரு வேலை கிடைத்திருப்பது மிகவும் மகிழ்ச்சியடைய வேண்டிய விஷயம். இது ரகுவின் திறமைக்கும், உழைப்புக்கும் கிடைத்த பரிசு. ரகுவுக்காக உன்னதமான எதிர்காலம் காத்திருக்கு. அவர் மிக உயர்ந்த பதவிகளை அடைய முடியும். இந்த வேலை அவருக்கு மிகவும் பிடித்துப் போகும். மனம் சஞ்சலமுற்றிருக்கும் நிலையில் அவருக்கு இந்த வேலை அவருடைய மன உளைச்சல் குறைய உதவும். புதிய நண்பர்களும், சூழலும் அவருக்கு இனிய வாழ்க்கை அமைய உதவியாக இருக்கும்” என்றெல்லாம் கூறி அந்த அம்மாவைச் சம்மதிக்க வைத்து ரகுவை அன்போடு ரயில் நிலையம்வரை வந்து வழியனுப்பி வைத்தார்கள்.

மகனோடு புறப்பட்டு வந்து, மகனுக்கு உதவியாக இருக்க அந்த தாய் விரும்பினாள். ஆனால் ஊரிலுள்ள வீட்டையும் நிலபுலன்களையும் கவனிக்க வேண்டியிருந்ததால், இரண்டு மாதங்களில் அவற்றைக் கவனிக்க பொறுப்பான ஒருவரை ஏற்பாடு செய்துவிட்டு மகனோடு அவன் வேலை பார்க்கும் இடத்திற்கு வருவதாகத் தாய் கூறினாள். அடிக்கடி வந்து அம்மாவைப் பார்த்துக் கொள்வதாக ரகுவும் தாயை அமைதிப்படுத்தினான். 'அம்மாவுக்கு உடல் நலமில்லை' என்ற செய்தி அவனை வெகுவாக வருத்தியது. அவன் மன அமைதி இழந்தான். அலுவலக வேலையைச் சரிவரக் கவனிக்க முடியவில்லை. 'சின்ன ஜுரம்தான். இப்போது சரியாகிவிட்டது' என்று அம்மா எழுதியிருந்தார்கள். ஒரு வேளை தன்னைப் பார்க்க வேண்டுமென்ற ஆவல் காரணமாகவும் இப்படி எழுதியிருக்கலாம் எனத் தன்னைத் தேற்றிக்கொண்டான் ரகு.

அன்று மாலை ரகு அலுவலகத்திலிருந்து தன் அறைக்குச் செல்லாமல், நடப்பதற்காகப் புறப்பட்டான். வழியில் 'பகவதி விலாசம்' ஓட்டலிலிருந்து தேநீர் அருந்திச் செல்லலாம் என திரும்பினான். அன்று கடைக்கு விடுமுறை நாள். ஓட்டலின் முன் வாசல் பாதி சாத்தப்பட்டிருந்தது. ஓட்டல் பணியாளரான வாலிபன் கடையிலிருந்தான். அவன், கடைக்கு முன்னின்று கடையை உற்று நோக்கிய ரகுவைப் பார்த்ததும் எழுந்தான். "சார் இன்று மதியத்திற்குப் பிறகு கடை திறக்கலே. நீங்க கொஞ்சம் இருந்தா டீ போட்டுத் தருவேன். பால் இருக்கு" என்றான். ரகுவுக்கு அவனை மிகவும் பிடித்துப் போயிற்று. இதுபோன்ற ஊழியர்கள்தாம் ஒரு நிறுவனத்தின் வெற்றிக்குக் காரணம். சிரித்த முகத்தோடு வாடிக்கையாளர்களை வரவேற்கவும், பொறுமையோடு அவர்கள் தேவைகளைக் கேட்டுத் தெரிந்து கொள்ளவும் அவர்களிடம் பண்போடு பழகவும் செய்கின்ற ஊழியர்கள் ஒரு நிறுவனத்தின் வளர்ச்சிக்கு முக்கிய பங்காற்றுகிறார்கள் என ரகு எண்ணினான்.

அமைதியான சூழலிலமைந்த அந்தக் கடையில் கொஞ்ச நேரம் உட்காரவும் அந்த வேலைக்கார வாலிபனோடு கொஞ்சம் உரையாடவும் வேண்டும் போலிருந்தது. மாலை நேரத்திலும் வெயில் வெப்பம் தணியவில்லை. அந்தக் கடையமைந்திருந்த இடம் தென்னை மரங்களாலும், ஆல், வேம்பு போன்ற மரங்களாலும் சூழப்பட்டிருந்ததால் தென்னங்கீற்றுகளால் வேயப்பட்டிருந்த அந்தக் கடைக்குள் வெப்பம் தெரியவில்லை. பக்கத்து ஆற்றைத் தழுவி வந்த இளம் காற்று இதமாக இருந்தது.

அந்த வாலிபன் 'டீ'க்காக வைத்த தண்ணீர் சூடாகும்போது ஒரு இலையில் 'மிக்ச'ரும் முறுக்கும்கொண்டு வந்தான். "இன்று

நேந்திரம் பழம் காலியாப் போச்சு சார்" என்றான். ரகு ஒரு புன்முறுவலோடு அதை ஏற்றுக்கொண்டான்.

தேநீர்க் கோப்பையை ரகுவின் முன்கொண்டு வைத்தவன் ரகுவை நோக்கி கேட்டான்,

"சார் ரம்ப தூரம் நடப்பீங்களா?"

"இல்லை. களைப்டையும்வரை நடப்பேன்" என்றான் ரகு.

"இந்த ஆத்தோரமா ஒரு மைல் நடந்தா ஒரு சிறிய மலை தெரியும். அதிலெ ஏறியிருக்கீங்களா?" என அந்த வாலிபன் கேட்டான்.

"இல்லை" என்றான் ரகு.

"அந்த மலையடிவாரத்திலெ ஒரு தாமரைக் குளமும், மலைக்கு மேலே ஒரு முருகன்கோயிலும் இருக்கு சார்" என்றான் அந்த வாலிபன்.

"நான் ஓட்டலை அடைத்துவிட்டு வீட்டுக்குப் புறப்பட இருக்கும்போதுதான் நீங்க வந்தீங்க. நானும் உங்ககூட வரவா?" அந்த இளைஞன் வினவினான்.

"நீங்ககூட வருவது எனக்கு ரம்ப சந்தோஷம். பேச்சுத் துணைக்கு ஆள் ஆச்சே" என்றான் ரகு.

இரண்டு பேருமாக நடக்கத் தொடங்கினார்கள். சற்றுத் தூரம் ரோடு வழியே நடந்துவிட்டு ஆற்றின் கரையையொட்டிய பாதை வழியே நடக்கத் தொடங்கினார்கள். நடப்பது உற்சாகமாயிருந்தது. ஆற்றில் தண்ணீர் குறைவாகவே இருந்தது. தெளிந்த நீர் பாறையிடுக்குகள் வழியாகவும், ஆற்றையொட்டி வளர்ந்திருந்த நாணல் மற்றும் செடிகளைத் தழுவியபடியும் ஓடிக்கொண்டிருந்தது மிகவும் அழகாக இருந்தது. ஆற்றின் கரையையொட்டி வளர்ந்திருந்த தென்னை மரங்களும், மாமரங்களும், புன்னை மரங்களும் பரப்பிய நிழல் வெயிலை மறைத்தது.

"ஒன்றும் பேசாமல் நடக்கிறோமே, உங்க பெயரைச் சொல்லலையே" என்று பேச்சைத் தொடங்கினான் ரகு. "பேரு விஸ்வநாதன் சார். எல்லோரும் விஸ்வம்னு கூப்பிடுவாங்க" என்றான் விஸ்வம். விஸ்வத்தின் வேலை பற்றியும், சம்பளம் பற்றியும், குடும்பம் பற்றியும் சற்றே தெரிந்துகொண்டான் ரகு.

"என் பெயர் ரகு" என்று ரகுவும் தன்னை அறிமுகப்படுத்திக் கொண்டான்.

விஸ்வம் இதுபோன்ற விஷயங்கள் பற்றி ரகுவை எதுவும் கேட்காதது அவனுடைய அடக்கத்தையும்,பண்பையும் காட்டுவதாக ரகு நினைத்துக்கொண்டான். அவர்கள் குன்றின் அடிவாரத்தை நெருங்கிவிட்டார்கள். குன்றின் அடிவாரத்தையொட்டிய தாமரைக்குளம் மிக அழகான இயற்கைக் காட்சி!. பக்கத்துப் புல்வெளியில் ஆடு மாடுகள் மேய்ந்துகொண்டிருந்தன. ஒன்றிரண்டு ஓலைக் குடிசைகள், ரம்மியமான இயற்கைக் காட்சிகள் எல்லாம் மனத்தை மயக்கின.

"கோயிலுக்குப் போகப் பாதையெப்படி?"

ரகு விஸ்வத்தைக் கேட்டான்.

"அந்தப் பெரிய பாறையைத் தாண்டினா ஒரு ஒத்தையடிப் பாதையிருக்கு சார்" என்றான் விஸ்வம்.

அவர்கள் பாறையைக் கடந்து அந்த ஒற்றையடிப் பாதை வழியாக மேலே ஏறத் தொடங்கினார்கள். சில இடங்களில் வழி அகலமாகவும், சில இடங்களில் புதர் மண்டிக் குறுகலாகவும் இருந்தது. சில இடங்களில் கற்களை ஒழுங்காக அடுக்கி படியமைத்திருந்தார்கள். இருவரும் கோவிலை அடைந்தார்கள். குன்றின் அடிவாரத்தில் இருந்து பார்த்தபோது மிகச் சிறியதாக தெரிந்த கோயில் இப்போது சற்றுப் பெரியதாக தெரிந்தது. கோயிலின் முன் ஒரு திறந்தவெளியும் அதன் ஓரமாக ஒரு சிறிய கூரை வேய்ந்த, கற்களால் எழுப்பப்பட்ட தளமும் இருந்தன. அதன் ஓரமாக ஒரு அரச மரம். அதையொட்டி ஒரு கிணறு. சற்றுப் பெரிய நீர்த் தொட்டி போன்ற ஒரு தெப்பக்குளம். பெரிய பாறையொன்றைக் கொத்தி அந்த குளத்தை அமைத்திருந்தார்கள்.

கோடைக் காலங்களில் கிணற்றிலிருந்து மோட்டார் வைத்து நீர் நிரப்புவார்களாம். அதில் மீன்கள் வளர்த்து வந்தார்கள். அதில் கைகால்களையும், முகத்தையும் சுத்தம் செய்துவிட்டு ரகுவும், விஸ்வமும் கோயிலுக்குள் நுழைந்தார்கள். முருகன் கோயில். — சிறிய முருகன் சிலை — அர்ச்சகர் தீபாராதனை முடித்து சூடத் தட்டை நீட்டியபோது இருவரும் அதைக் கண்களில் ஒற்றிக்கொண்டார்கள். சாமி கும்பிட்டுவிட்டுக் காணிக்கையும் செலுத்திவிட்டுக் கொஞ்ச நேரம் அங்கு அமர்ந்திருந்தார்கள். இயற்கையழகு கொட்டிக் கிடந்தது. பிறகு அடிவாரம் நோக்கி நடக்கத் தொடங்கினார்கள்.

இதன்பிறகு விஸ்வத்திற்கு வாய்த்தபோதெல்லாம் அவனும் கோயிலுக்கு வரத் தொடங்கினான்.

ரகுவுக்கு விஸ்வத்தையும், விஸ்வத்துக்கு ரகுவையும் மிகவும் பிடித்துப் போயிற்று.

ஒரு மாலைப்பொழுது. நடந்து கொண்டிருக்கும்போது ரகு, விஸ்வத்திடம் தனக்கு இந்த இடம் மிகவும் பிடித்துப் போய்விட்டதாகவும், ஒரு வசதியான அறை கிடைத்தால் அங்கு வந்து தங்க விரும்புவதாகவும் கூறினான். காலையிலும், மாலையிலும் உணவை விஸ்வம் வேலை பார்க்கும் கடையில் வைத்துக் கொள்ளலாம் என்றும், மதிய உணவை வழக்கமாக உணவருந்தும் பட்டணத்து ஓட்டலில் பார்த்துக் கொள்ளலாம் என்றும் சொன்னான். அந்தத் திட்டத்தை விஸ்வமும் ஆமோதித்தான்.

தன்னுடைய புதிய நண்பனுக்காக ஒரு தங்குமிடம் தேடும் முயற்சியில் விஸ்வம் தீவிரமாக ஈடுபடத் தொடங்கினான்.

சு. கிருஷ்ணன்

அத்தியாயம் - 5

"குணம்நாடிக் குற்றமும் நாடி யவற்றுள்
மிகைநாடி மிக்க கொளல்"

— குறள்

அலுவலக நடைமுறைகளிலும் செயல்பாடுகளிலும் ரகு கண்டிப்பாக நடந்துகொண்டான். அலுவலக டைப்பிஸ்ட் வசந்தி எப்போதும் மற்றவர்களோடு சண்டையிடும் குணமுடையவள். தன்னிடம் நிறைய வேலையைத் திணிப்பதாகத் தலைமை எழுத்தரிடம் குறை கூறுவாள். சந்திரசேகரன் தொடர்ந்து இருபது வருடங்களாக இளநிலை உதவியாளராகவே இருந்து வருகிறார். பதவி உயர்வுக்கான தேர்வுகள் எழுதுவதில் அவர் அக்கறை எடுத்துக்கொள்ளவில்லை. குடும்பச்சுமை ஏறிக்கொண்டிருந்ததால் எப்போதும் எரிச்சலுடன் நடந்து கொள்வார். மற்றவர்களைக் குறை கூறுவார். மற்றவர்களோடு எரிந்து விழுவார். எல்லா விஷயங்களிலும் கையூட்டு எதிர்பார்ப்பார். வீட்டில் மனைவி, குடும்பத் தேவைக்ளுக்காகத் தன்னை நச்சரிப்பதாக நெருங்கிய நண்பர்களிடம் அங்கலாய்த்துக் கொள்வார். தலைமை எழுத்தர் மற்ற பணியாளர்களைத் துன்புறுத்துவதில் இன்பம் காண்பார். அலுவலக விஷயங்களில் மற்றவர்களுக்கு உதவிடும் குணம்கொண்டவராகவோ, அறிவுரை வழங்கும் திறமை படைத்தவராகவோ இல்லாவிட்டாலும் எப்போதும் மற்றவர்களைக் குறை கூறிக்கொண்டேயிருப்பார்.

அலுவலகத்தில் சச்சரவு ஏற்படும்போது ரகு ஒவ்வொருவரையும் தனியே அழைத்து அறிவுரை கூறுவான். அலுவலகத்திலுள்ள அனைவரும் ஒரு குடும்பத்தினரைப்போல் பழக வேண்டுமென்று விரும்பினான். அலுவலகத்தில் ரகு பொறுப்பேற்ற ஒன்றிரண்டு

மாதங்களுக்குள் அவனுடைய செயல்பாடுகளை விரும்பாத அலுவலக ஊழியர்களும் இருந்தார்கள். அவர்களும் ரகுவைச் சில மாதங்களில் நன்கு புரிந்துகொண்டு உள்ளார்ந்த அன்போடு பழகத் தொடங்கினார்கள். என்றாலும், வசந்திக்கும், சந்திரசேகரனுக்கும் ரகுவைப் புரிந்து கொள்ள முடியவில்லை. இவர் பெரிய மகாத்மாவா? இவர் இந்த நாட்டைச் சீராக்கிவிடுவாரா? ஒவ்வொரு மனிதனுக்கும் எவ்வளவோ துன்பங்கள் இருப்பது இவருக்கு தெரியுமா? என்றெல்லாம் குறை கூறினார்கள். என்றாலும் மற்ற ஊழியர்களிடம் இவர்களுடைய குற்றச்சாட்டுகள் எடுபடவில்லை.

அலுவலகத்திற்கு எதிரேயுள்ள பெட்டிக்கடையைத் தொட்டு ஒரு ஆலமரம். அலுவலக வேலையாக வரும் பொதுமக்கள் அந்த மரத்தடியில் கூடி உரையாடிக்கொண்டிருப்பது வழக்கம். அலுவலக நேரம் கடந்த பிறகும் அங்கு மக்கள் கூடுவார்கள். பெட்டிக்கடையிலிருந்து வெற்றிலை பாக்கோ, பீடியோ, சிகரெட்டோ, பழமோ வாங்குவார்கள். கொஞ்ச நாளாக அந்தப் பெட்டிக்கடைக்காரர் ஒரு சிறிய அடுப்பை வைத்து தேநீர் தயாரிக்கத் தொடங்கியிருந்தார். முறுக்கு, பன், போன்ற தின்பண்டங்களும் வைத்திருந்தார். அந்தப் பொருட்களும் விற்றுப் போகவே கடைக்காரர் கடையை ஒரு டீக்கடையாக விரிவுப்படுத்திருந்தார்.

அன்று வசந்தியும், சந்திரசேகரனும் அலுவலக நேரத்திற்கு முன்னாலேயே வந்திருந்தார்கள். அவர்களுக்கிடையே தவறான உறவிருந்தது அலுவலகத்தில் எல்லோருக்கும் தெரிந்ததுதான். அலுவலகத்தின் ஒரு பகுதியில் நின்று இருவரும் உரையாடிக்கொண்டிருந்தார்கள். அவர்களுக்கு ரகுவின் கட்டுப்பாடும் அறிவுரைகளும் பிடிக்கவில்லை. அலுவலகத்திலுள்ள ஊழியர்களில் ஒன்றிரண்டு பேரைத் தவிர அனைவரும் ரகுவைப் பாராட்டத் தொடங்கியிருந்ததால் அலுவலகத்திற்குள் வைத்து அதிகாரியான ரகுவைப் பற்றி அவர்கள் ஏதும் கூறமாட்டார்கள். மற்றவர்கள் அவர்களைக் கண்டிப்பார்கள் என்ற உறுத்தலும், அவை ரகுவின் கவனத்திற்கு சென்றுவிடுமோ என்ற அச்சமும் இருந்தது. ஆனால் ரகு அனைவரிடமும் அன்பாகவே நடந்துகொண்டான். அலுவலக வேலைகளில் அக்கறையோடும் வெளியாட்கள் குறை கூறாத வகையிலும் நடந்து கொள்ள வேண்டுமென்பதே அவனுடைய கொள்கையாயிருந்தது. குறைகள் கண்டாலும் ரகுவிடமிருந்து கடுமையான கண்டனங்கள் வருவதில்லை. அன்பான ஆனால் கண்டிப்பான அறிவுரைகள் மட்டுமே வரும்.

முந்தைய நாள் மாலையில் அலுவலக ஊழியர்கள் சிலரோடு சண்டையிட்டுக்கொண்டிருந்த வசந்தியை ரகு அலுவலக உதவியாளர் மூலமாகத் தன் அறைக்கு அழைத்துக் கண்டித்திருந்தான். இதைப் பார்த்த மற்ற ஊழியர்கள் அடக்கிச் சிரித்தார்கள். இது வசந்திக்குப் பொறுக்கவில்லை என்றாலும் அதிகாரியான ரகுவிடம் வாக்குவாதத்தில் ஈடுபட முடியுமா? ரகு வழங்கிய அறிவுரைகளை அமைதியாகக் கேட்டுக்கொண்டு பணிவோடு வெளியேறித் தன் இருக்கையில் வந்து அமர்ந்துகொண்டாள். கொஞ்ச நேரம் தட்டச்சு இயந்திரத்தில் கை வைக்கவில்லை. 'உம்' என்றிருந்தாள். ரகுவின் கண்டிப்பால் எரிச்சலடைந்திருந்த அவள் அவனுடைய நல்ல எண்ணங்களைப் புரிந்து கொள்ளவில்லை. அதைப்பற்றிதான் இன்று சந்திரசேகரனோடு பிரலாபித்துக்கொண்டிருந்தாள்.

"சந்திரன் சார், நீங்க பாத்துக்கிட்டுதானே இருந்தீங்க. என்னிடம் ஆபீசர் கடுமையா ஏதும் பேசலே. கோபப்படவும் இல்லை. எங்கிட்டெ 'அட்வைஸ்' பண்ணத்தான் செய்தார். ஆனால் எனக்கது பிடிக்கல்லெ. எனக்கிட்ட என்ன குறையெ கண்டிட்டாரு இவரு. சமாதானமா பேசினதாலே நானும் அடங்கிப் போயிட்டேன். அவரு கடுமையாப் பேசியிருந்தா ஆபிசருன்னு பாக்கமெ நானும் பதிலுக்குப் பேசியிருப்பேன். என் மனச வேதனைப்படுத்தின யாரும் உருப்பட்டதில்லை. செறுப்பக்கார ஆளா இருக்காரு. கோவப்பட்டு பேசி என்னை மடக்கணும்னு நெனச்சா அது நடக்காது. வேறெ யாரெயாச்சும் பாக்கட்டும். தளுக்கி மினுக்கி பேசறதுக்கு இங்கெ வேறெ பொம்பளைங்க இருக்காங்களே" என்ற வசந்தி தன்னிடம் இல்லாத நற்குணங்களைப் பிரகடனப்படுத்திக் கொண்டாள். கொஞ்ச நாளாக சந்திரசேகரனுக்கும் வசந்தியின் போக்குப் பிடிக்கவில்லை. அவன் அவளோடு சுற்றுவதையும் குறைத்துக்கொண்டான். அதனால்தான் அவனோடு பேசிச் சமரசம் செய்து கொள்வதற்காகச் சந்திரசேகரனை நேரத்தோடு அலுவலகம் வர வசந்தி முந்தைய நாள் சொல்லியிருந்தாள். "நீயும் ரொம்ப அளக்காதெ வசந்தி. இதுக்கு முன்னாலெ இருந்த ரண்டு ஆபீசர்களையும் தளுக்கி மினுக்கி கையிலெ போட்டுக்கிட்டு எவ்வளவு ஆடினெ. அது ரண்டும் வழுக்கைத் தலைக் கிழங்க. அப்பவெல்லாம் உனக்கு நான் பொருட்டே இல்லாமெ போயிட்டேன்" என்றான் சந்திரசேகரன்.

வசந்திக்குக் கோபம் வந்துவிட்டது. சேகரன் உண்மையைத்தான் சொன்னான். வசந்தியின் நடவடிக்கைகள் அலுவலக ஊழியர்களுக்கு மட்டுமல்லாமல் அந்தப் பெட்டிக்கடையில் பதிவாக வந்து கூடும் வெட்டிப் பேச்சுக்காரர்களுக்கும் தெரிந்ததுதான் என்றாலும்,

சந்திரசேகரனின் வெளிப்படையான இந்தக் குற்றச்சாட்டு அவளை எரிச்சலடையச் செய்தது. என்னதான் தவறானவளானாலும் குற்ற உணர்வோடு பணிந்து போகும் குணம் வசந்திக்கில்லை. தன்னை பத்தினித் தெய்வமாக காட்டிக் கொள்வதில் ஒரு திருப்தி. அவளை மற்றவர்கள் குறிப்பிடும்போது 'ரேணுகா' என குறிப்பிடுவார்கள். ரேணுகா ஜமதக்னி முனிவரின் தர்மபத்தினி.

அவளுடைய ஆத்திரம் இப்போது சந்திரசேகரனின் பக்கம் திரும்பியது. "வர வர நீங்களும் அந்தத் துரோகிகளை மாதிரி மாறிட்டு வறீங்க. நீங்க பழயது மாதிரியாவறதுதான் உங்களுக்கும் எனக்கும் நல்லது. நான் யாருக்கும் எந்தத் துரோகமும் செய்யலெ. என்னை இப்படி அழவெக்கறது உங்களுக்கு நல்லதல்ல. நான் உங்க பின்னாலெ சுத்தினது உண்மைதான். மறுக்கலெ. அதுக்காக என்னை எப்படியும் இழிவா பேசலாம்ணு நினைக்காதீங்க. ரெம்பவும்தான் துள்ளாதீங்க. நான் மனசெரிஞ்சா அது உங்களுக்குத்தான் கேடு. உங்க மனைவிக்கும் குழந்தைக்கும் உண்மையா நடந்துக்கிட்டுப் போங்க. யாரு வேணாங்கறா..." என வசந்தி பொரிந்து தள்ளினாள்.

"சரி சரி. நீ பெரிய கண்ணகிதான். நான் ஒத்துக்கிறேன். சொற்பொழிவைக் கொஞ்சம் நெறுத்தறியா" சந்திரசேகரன் அவளிடம் கோபமாகப் பேசினார்.

"நான் எதுக்கு நிறுத்தணும்?" வசந்தியும் அடங்கிப் போவதாயில்லை.

"அப்படீன்னா மேஜை மேலெ ஏறி நிண்ணு பேசு. எல்லொரும் கேக்கட்டும். கற்புக்கரசி கண்ணகி கோபத்திலெ குமுறிக் கண்ணை முறைச்சப்போ மதுரை மாநகரே எரிஞ்சு சாம்பலாயிட்டாம். நீ நெனச்சா இந்த பழய கோப்புகளையாவது எரிக்க முடியும். காலம் காலமா கெட்டிக்கிடக்குது" சந்திரசேகரன் கோபமாகப் பேசினான்.

"ரம்ப துள்ளாதீங்க. ஒங்களுக்குத்தான் பேசத் தெரியுமா?" வசந்தி கொஞ்சமும் அடங்கிப்போகாத ரகம். பதிலுக்குப் பதில் எவ்வளவு பேசினாலும் அவளுக்குத் திருப்தி வராது. அலுவலக நேரம் நெருங்கிக்கொண்டிருந்தது. சந்திரசேகரனுக்கு தர்மசங்கடமாப் போய்விட்டது. முன்பெல்லாம் இது தினசரிக் கூத்துதான். ஆனால் ரகு அங்கு வந்த பிறகு ரண்டுபேரும் சற்று அடங்கிப் போயிருந்தார்கள்.

"ஏம்மா நான் உன்னிடம் தோத்துப்போயிடறேன். காளியப்பன், வாசு எல்லாம் வந்துக்கிட்டிருக்காங்க. ஆபிசரும் வர்ற நேரமாச்சு.

பெட்டிக்கடையிலெ வந்துகூடற பசங்களும் இங்கெ பாக்கறாங்க. உனக்கு ஆயிரம் கும்பிடு தாயே. கொஞ்சம் நிறுத்தறயா?" என்று அவளை அடக்கினான் சந்திரசேகரன்.

வசந்தி அமைதியானாள். தினமும், யாரோடாவது மோதாவிட்டால் அவளுக்கு தூக்கம் வராது. அவளுடைய முக்கியத்துவம் குறைந்துவிட்டதாக நினைத்துக் கொள்வாள். தன்னிடம் இருக்கும் சீரழிவுகளை அவள் ஒத்துக் கொள்வதில்லை. மனிதன் தன்னைச் சுயசோதனைக்கு ஆட்படுத்திக்கொண்டால் தன்னைக் கொஞ்சமாவது மேம்படுத்திக் கொள்ள முடியும். கோபதாபங்களைக் குறைத்துக் கொள்ள முடியும், மற்றவர்களோடு ஏற்படுகின்ற காழ்ப்புணர்ச்சியையும், பழிவாங்கும் உணர்ச்சியையும் ஒரு நிலைக்குக்கொண்டு வர முடியும். அதை யார் செய்கிறார்கள்? தன்னையும், தன்னுடைய உயர்வையும் மட்டும் சிந்திக்கவே அவனுக்கு நேரம் கிடைக்காதபோது 'சத்தியசோதனை' நடத்த அவன் மஹாத்மாவா என்ன?

அத்தியாயம் – 6

"மனமே! எப்போதும் ஒரே மாதிரி செயல்பாடா?
சலிப்புத் தட்டாதா உனக்கு?
இனிய நிகழ்வுகளைப் பளிங்கில் பொறித்து வை
துன்ப நிகழ்வுகளை நீரில் எழுதிவிடு
வேலைப்பளுவைக் குறைத்துவிடு"
— ஆசிரியர்

கடந்த ஒரு வாரமாக மழை கொட்டிக்கொண்டிருந்தது. காற்றில் ஈரமும் குளிரும் கலந்திருந்தன. அலுவலகக் கட்டிடத்தின் ஒரு சில இடங்களில் நீர்க் கசிவு. வெளியில் சென்றுவிட்டு அலுவலகத்திற்குள் நுழைந்தவர்கள் குடைகளை அலுவலகத்திற்குள் கொண்டு வைத்ததாலும் நனைந்த செருப்புகளோடு அலுவலகத்திற்குள் நுழைந்ததாலும் சிமிட்டித் தரை மிகவும் ஈரமாகியிருந்தது. பார்வைக்காக வந்த கோப்புகளின் தாள்கள் ஈரக்காற்றால் மொறு மொறுப்பை இழந்து போயிருந்தன. தாள்களைத் திருப்புவதே சிரமமாக இருந்தது. அலுவலகத்திற்குள் தாமதமாக வரும் ஊழியர்கள் மழையைத் தாமதத்திற்குக் காரணம் காட்டியபோது ஏதும் எதிர்த்துக் கூறமுடியவில்லை. அலுவலக வேலைகளே ஒழுங்காக நடக்கவில்லை.

ரகு தலைமை எழுத்தரை அழைத்து ஒழுகிக்கொண்டிருந்த கூரை ஓடுகளை மாற்றிவிட்டுக் கசியாத ஓடுகள் அமைத்துச் சரி செய்யச் சொன்னான். கோப்புகளைப் பாதுகாப்பான இடங்களில் அடுக்கி வைக்க ஏற்பாடு செய்தான்.

முந்திய நாள் மதியத்திற்குப் பிறகு மழை முற்றிலுமாக நின்று நல்ல வெயில் காயத் தொடங்கியது. வானம் மேகமேயில்லாது பளீரென்று மின்னியது. ஒரு வாரத்திற்குப் பிறகு ரகு வேலைகளை

முடித்துவிட்டு நடப்பதற்காக வெளியிலிறங்கினான். வீதிகள் துடைத்து வைத்தாற்போலப் 'பளிச்'சென்றிருந்தன. தொடர்ந்து பெய்த மழை குப்பைக்கூளங்களை அடித்துச் சென்றிருந்தது. இரண்டு நாள் கடுமையாக வெறித்ததால் வீதிகள் காய்ந்து போயிருந்தன. சில இடங்களில் மட்டும் நீர் தேங்கி நின்றிருந்தது.

கடந்த ஒரு வாரமாகக் கொட்டிக்கொண்டிருந்த மழை நின்று, வானம் தூங்கி விழித்து புன்னகை பூக்கின்ற ஒரு மழலையின் முகம்போல் தெளிவாகத் தெரிந்தது. பகலெல்லாம் வெயில் கொளுத்தியபோதும் மாலைப்பொழுது இதமாக இருந்தது.

வெளியிலிறங்கும்போது அலுவலக உதவியாளர் கண்ணன் "இன்னிக்குப் பகலெல்லாம் நல்ல வெயில் கொளுத்தினதாலெ இரவு மழையிருக்கலாம் சார்" என்றார். "இல்லை கண்ணன் இன்னிக்கு மழையின் அறிகுறியேயில்லை. நான் கொஞ்ச தூரம் நடந்துவிட்டு வருகிறேன்" என்று வீதியில் இறங்கி நடந்தான்.

மழை நின்று தெளிந்த வானத்தைப்போல ரகுவின் மனமும் இனம் புரியாத உற்சாகத்தில் தெளிவடைந்திருந்தது. இந்த உற்சாகத்திற்குக் குறிப்பிடத்துக்க காரணமேதும் இருக்கவில்லை. உற்சாகமும், மனக்குழப்பமும், மகிழ்ச்சியும் இனம்புரியாத சோகமும் ரகுவை அவ்வப்போது தொற்றிக் கொள்வதுண்டு. அதற்கான காரணத்தைத் தேடி அவன் மனதை அலட்டிக் கொள்வதில்லை.

அந்தி வெயிலுக்குச் சூடில்லை. அந்த வெயில்பட்டு மண்ணும், மரங்களும், நெற்கதிர்களும் ஆற்று நீரும் மின்னின. தென்னங்கீற்றுக்களைத் தொட்டுக் கொஞ்சியபடியே வீசிய தென்றலில் ஈரப்பதமிருந்தது. ரகு உற்சாகமாக நடந்தான். உடலும் மனமும் லகுவாகியிருந்ததால் காற்றில் மிதப்பது போன்ற உணர்வு. 'பகவதி விலாசம்' ஓட்டலிலிருந்து ஏதாவது சாப்பிட வேண்டுமென்று நினைத்தான். விஸ்வம்தான் சிரித்த முகத்தோடு இலையில் வடைகளை வைத்துவிட்டு டீக்கோப்பையை நீட்டினான். "ஒருவாரமா வானம் இடிஞ்சு விழுந்த மாதிரி கொட்டிக்கிட்டிருந்த மழை நேத்தைக்கும் இன்னைக்கும் கொஞ்சம் ஓஞ்சிருக்கு சார். ஆனாலும் ரெம்ப தூரம் நடக்க வேண்டாம். இந்த மழையை நம்ப முடியாது. திடீருண்ணு வானம் கறுத்து மழை கொட்டத் தொடங்கிவிடும். இங்கெதானே டிபன் சார்?" என்று கேட்டான். ரகு தலையசைத்தான். "இண்ணக்கி வெள்ளையப்பம். உருளைக்கிழங்குக் கறி. நேந்திரங்காய் நல்லா பழுக்கல்லெ. ஆனாலும் சாப்பிடலாம்" என்றான்.

ரகு 'சரி' என்று சொல்லிவிட்டு டீக்கடைக்கு வெளியிலிறங்கி நடந்தான். வயல் வெளிகளில் நீர் தேங்கிக் கிடந்தது. ரோட்டோரக்

காட்டுச் செடிகள் இளந்தளிர்களோடு மினுமினுத்தன. வெள்ளை வெளேரென்ற கொக்குகள் வயல் வரப்புகளில் உட்கார்ந்திருந்தன. மாமரங்களில் தளிரிலைகள். தென்னை மரங்களிலும், பாக்குமரங்களிலும் குருத்துக்கள். இயற்கையணங்குத் தன்னை முழுமையாக அலங்கரித்துக்கொண்டிருந்தாள். கொஞ்ச தூரம் நடந்து ரகு தாமரைக்குளத்தை நெருங்கிவிட்டான். அந்தக் குளத்துக்குச் சற்று தூரத்தில் ரோட்டிலிருந்து ஒதுக்குப்புறமாக ஒரு பாறை. அதில் அமர்ந்து, தாமரைக் குளத்தைப் பார்ப்பது ரகுவுக்குப் பிடித்திருந்தது. எப்போதாவது அதில் அமர்ந்து கொஞ்ச நேரம் குளத்தை நோக்கியிருப்பான். குளத்திற்கும் தோப்பிற்கும் நடுவில் ஒரு கிணறிருந்தது. பஞ்சாயத்துக்குச் சொந்தமானது. மழைக்காலங்களில் நிறைய பேர் நீர் இறைக்க வருவதில்லை. சில பெண்கள் தாம் வருவார்கள்.

உற்சாகத்தோடு நடந்து சென்றுகொண்டிருந்த ரகு மின்னலையால் தாக்கப்பட்டவன்போல 'திடீ'ரென்று நின்றுவிட்டான். ஒரு பலவீனம் ஏற்பட்டதை உணர்ந்தான். கால்கள் இடறின. நாடித்துடிப்பு வேகமடைந்தது. அந்தக் கிணற்றினை நோக்கி அவன் விழிகள் அசையாது நின்றன.தான் காண்பது கனவோ என அதிர்ந்தான். அவனுடைய சுய நினைவையும் மீறி அவன் வாயிலிருந்து வார்த்தைகள் கொட்டின. "சுமதீ! என் தங்கமே!". சுய உணர்வுக்கு வர சில நிமிடங்களாயின ரகுவிற்கு.

அதே முகம்! அதே கண்கள்!! உயரம், நிறம், உடல்வாகு எல்லாம் சுமதியை முன்னால் நிறுத்தின. ரகுவின் முகத்திலும் கழுத்திலும் வியர்வை தோன்றி வழிந்தது. வீதியில் ஆட்கள் இல்லை. அவன் தளர்ந்து, அந்தச் சாலையோர தடுப்புச் சுவரிலமர்ந்தான். கிணற்றிலிருந்து வாளியில் நிர் இறைத்துக்கொண்டிருந்த அந்தப் பெண்ணை மீண்டும் நோக்கினான். கனவு காண்பது போன்ற பிரமை.

தன்னுடைய வாழ்க்கையோடும், உணர்வுகளோடும், உயிரோடும் கலந்து ஐக்கியமாகிப் போன சுமதி, தன்னைப் பார்ப்பதற்காக அந்தத் தேயிலைத் தோட்டத்தின் ஒதுக்குப்புறமான இடத்துக்கு, சில பாறைகளும், புதரும் மண்டிக் கிடந்த பகுதிக்கு வந்த சுமதி, ஒரு கருப்பு அரவம் தீண்ட அலறியடித்து ஓடும்போது உணர்விழந்து தளர்ந்து வீழ்ந்தாள். எதுவும் பேசத் திராணியின்றி வீழ்ந்த அவளை ரகு தாங்கியெடுத்தான். அவளைத் தோளில் தாங்கிக்கொண்டு ஓட்டமும் நடையுமாக வீட்டுக்குக்கொண்டு வந்தான்.

மருத்துவர்கள் கூட்டி வரப்பட்டார்கள். சிகிச்சை பயனளிக்கவில்லை. ரகுவின் வாழ்க்கையில், உணர்வும்,

உயிருமாய் வலம் வந்த அந்தத் தேவதை நிரந்தரமாக அவனை விட்டுவிட்டுப் பறந்து சென்றுவிட்டாள். அந்த நிகழ்ச்சிகளெல்லாம் சில மணித்துளிகளுக்கு முன் நடந்த சம்பவங்கள்போல அவன் மனக்கண் முன் தெளிந்தன. தன் வாழ்க்கையில் ஒரு வானவில்லாய், அழகு தேவதையாய், வலம் வந்தவள், தன் வாழ்க்கைக்கு ஒலியும், ஒளியும், பொலிவுமாய் நின்றவள் உயிரற்றுக் கிடக்கிறாள்.

அந்த வனதேவதையின் களங்கமற்ற நீலக்கண்கள் நிரந்தரமாக அடைந்துவிட்டன என்று மருத்துவர்கள் சொன்னபோது, அவள் தன்னைத் தவிக்க விட்டுவிட்டு சென்றுவிட்டாள் எனக் கேட்டபோது ரகு உயிருள்ள பிணமாக மாறிப் போயிருந்தான். 'ஓ'வென அலறினான். அவளுடைய தளிர்மேனியை அக்கினியின் இரத்தவெறிகொண்ட ஜுவாலைகள் விழுங்கிக்கொண்டிருந்தபோது அவனைத் தாங்கிப் பிடித்திருந்த நண்பர்களின் கைகளிலிருந்து தரையில் சாய்ந்தான். பிரக்ஞையற்று விழப்போனவனை அவன் நண்பர்களும் தந்தையும் தாங்கி வீட்டுக்குகொண்டு வந்தார்கள். நினைவு திரும்பியபோது அவன் ஏங்கியேங்கி அழுதான். போனவள் போனவள்தான். அவள் அவனுடைய நினைவுகளிலும் கனவுகளிலும் மட்டுமாக ஒதுங்கிக்கொண்டாள். கைகளால் தொடமுடியாத, வாயினால் அன்போடு அழைக்க முடியாத ஒரு தேவதையாக மாறிப்போயிருந்தாள்.

தன்னுடைய வாழ்க்கை முழுவதும், கடந்து செல்ல முடியாத ஒரு பாலைவனமாக மாறிவிட்டதை உணரவே அவனுக்கு ஒரு வாரத்துக்கு மேலாகிவிட்டது. கடந்து போன நிகழ்வுகள் மனதில் மிதந்து வந்தன. அவள் அவனைத் தன் மடியில் படுக்கவைத்துப் பாடச் சொல்லுவாள். 'ஓமர் கயா'மின் கவிதை வரிகளையும் அதை இன்பத் தமிழ்த் தேனில் குழைத்து தமிழர்களுக்குத் தந்த கவிமணியின் கவிதை வரிகளையும், அவளுக்குச் சொல்லி இரண்டு பேரும் புல்லரித்துப் போவார்கள். பாரதியின் கவிதைகளை, பட்டுக்கோட்டையாரின் கவிதைகளைப் பாடச் சொல்லி மயங்கிக் கிடப்பாள். சில கவிதைகளை அவன் பாடும்போது ஆயிரம் தங்க வளையல்கள் பளிங்குத் தரையில் வீழ்ந்து ஒலியெழுப்புவதைப்போல் அவள் சிரிப்பாள். சுற்றியுள்ள வானத்தில் நூறுநூறு வானவில்கள் தோன்றுவதுபோல் அகன்ற விழிகளை உருட்டி அவனைப் பார்க்கும்போது "என்னைக் கொல்லாதே சுமதி" என்பான் அவன். அவள், அவன் இதழ்களை வளைக்கரத்துப் பூவிரல்களால் பொத்துவாள். "நல்ல வார்த்தைகளைச் சொல்லுங்கள்" என்பாள்.

அவள் மரணத்திற்குப் பிறகு "அவளை நானே கொன்றுவிட்டேன்" என புலம்பிக்கொண்டிருந்தான் ரகு.

அவள் தன் மடியில் படுத்திருக்கும்போது இரண்டுபேரையும் அரவம் தீண்டியிருந்தால் இரண்டு பேரும் ஒன்றாகப் போயிருப்போமே என்று உருகுவான்.

அந்தக் கோர நிகழ்வு கனவுகளாக வந்து கருநாகங்கள் தன் உடலிலும் உணர்விலும் ஊர்ந்து தலையை நோக்கி ஏறுவது போன்ற பிரமையில் பிடைத்தெழுந்த இரவுகள் பல.

தன்னை மறந்த நிலையில் கண்களை மூடி அந்தத் தடுப்புச்சுவரில் எவ்வளவு நேரம் இருந்தான் என்பது அவன் கண் திறந்து பார்த்தபோதுதான் தெரிந்தது.

சூரியன் மறைந்து போயிருந்தான். மேற்குத் திசையில் செவ்வானம் பல்லிளித்துப் பயமுறுத்தியது. அந்தக் கிணற்றுப் பக்கம் பார்வையைத் திருப்பினான். அங்கு யாருமில்லை. இதயத்தின் கனம் ஏறியிருந்தது. எழுந்து நின்றான். கால்களுக்கு உடம்பைத் தாங்கும் சக்தி இருக்கவில்லை. தள்ளாடிய நிலையில் கால்களைத் தரையில் பதித்தான். மெள்ள நடந்து சாலையை அடைந்தான். நேரம் இருட்டிக்கொண்டு வந்தது. ஒரு ஆட்டோ பிடித்து அறையை அடையும்போது வியர்வையில் குளித்திருந்தான். பதிவாக எடுத்துக்கொள்வதை விட இரண்டு மடங்கு தூக்கமாத்திரைகளை விழுங்கிவிட்டு இரண்டு கோப்பைத் தண்ணீர் குடித்தான். நெஞ்சு வலித்துக்கொண்டிருந்தது. வாசற்கதவைக்கூட அடைக்காமல் தூங்கிப்போனான்.

தூக்கம் என்ற ஒன்றை இயற்கை படைக்கவில்லையென்றால் எத்தனையோ உயிர்கள் நாளும் நாளும் துடித்து செத்துக்கொண்டிருக்கும். இயற்கைக்கும் கருணையிருக்கிறது. காலையில் இருளின் கருமை பயமுறுத்திக்கொண்டிருந்த நேரத்தில் விழிப்புத் தட்டியது. திறந்து கிடந்த வாசல் வழியாகத் தெருவிளக்கின் ஒளி அறைக்குள் நுழைவதைப் பார்த்தான். எழுந்து சென்—று வாசலை அடைத்துவிட்டு மீண்டும் படுக்கையில் சாய்ந்தான். இனி தூக்கம் வராது. கண்களை மூடியபோது சுமதியின் எண்ணற்ற முகங்கள் தன்னைச் சுற்றிச் சுழன்றுகொண்டிருந்தன. எல்லா முகங்களின் கண்களிலும் நீர் முட்டி நிற்பதைப் பார்த்தான். நிரந்தரமாகத் தொலைந்துபோன நிம்மதியை எங்கே தேடுவது? சுமதியின் ஆயிரம் முகங்களுக்கிடையில் தன் முகத்தைத் தேடியலைந்தான்.

வேதனை தேங்கி நின்ற மனதில் கடந்த கால நினைவுகளின் சாபங்களிலிருந்து விமோசனம் தேடி அவன் கண்ணடைத்துக் கிடந்தான்.

அத்தியாயம் – 7

"உயர்வுகள், தாழ்வுகள், பேதங்கள், பந்தங்கள் அனைத்தும்
உலர்ந்து, கரிந்து சாம்பலாகிச் சங்கமிக்கின்றன;
உடமைகள் உதிர்கின்றன; உறவுகள் பிரிகின்றன;
கனல், கர்வங்களைக் கருக்குகிறான்; நண்பர்களைப் பிரிக்கிறான்;
காணக்கிடைக்காத ஆன்மீகக் கலாசாலையன்றோ மயானம்."

– மகாகவி குமாரனாசான்

ரகுவின் மனதில் பெரிய கொந்தளிப்பை ஏற்படுத்திய அந்த நிகழ்வுக்குப் பிறகு, ஒரு மாதத்திற்குள் அந்தப் பெண்ணை அவன் ஓரிருமுறை பார்க்க நேர்ந்தது. ஒரு மாலைப்பொழுது. குளித்துவிட்டு ஈரத்துணியால் உடம்பை மறைத்தபடி நெருக்கமாக வளமாக நீண்டு வளர்ந்திருந்த தலைமுடியைக் கைகளால் கோதியபடி நடந்து சென்றுகொண்டிருந்த அவள் தன் பக்கம் வழியாகச் சென்றபோதும் இன்னொரு நாள் ஆற்றில் குளித்துக்கொண்டிருக்கும்போதும் அவன் அவளைப் பார்த்தான். நல்ல அழகும், அமைதியும் குடும்பப்பாங்கும் கொண்ட ஒரு பெண்ணாக அவள் தோன்றினாள். முகவெட்டிலும், உடலமைப்பிலும் நடையிலும் சுமதியைப்போலவே இருந்தாள். சுமதியை விடவும் சற்று உயரம் குறைவாகவும், கூந்தல் சுமதியின் கூந்தலைவிட நீளமாகவும் இருப்பதைக் கவனித்தான். பக்கத்தில் நடந்து சென்றபோது, யதேச்சையாக அவள் ரகுவை ஏறிட்டபோது அவனுடைய உடல் சற்று நடுங்குவதை உணர்ந்தான். அந்தக் கண்கள் சுமதியின் கண்களை விடச் சற்றுப் பெரியவையாக இருந்தன. சுமதியின் கண்களைப்போலவே கவர்ச்சியான, அன்பைப் பொழிகின்ற கண்களாக இருந்தன. சுமதியை விடச் சற்று மங்கலான நிறத்தைக்கொண்டிருந்தாள் அவள்.

அவள் ஏழைக் குடும்பத்தைச் சேர்ந்த பெண் என்பதனை அவள் உடுத்தியிருந்த உடைகள் காட்டின. அவள், சுமதியின் பதிப்புப்போல் தோன்றவே அவனுடைய மனதில் ஒரு கொந்தளிப்பையும், பாச உணர்வையும் மாய்க்க முடியாத பதிவையும் ஏற்படுத்தினாள்.

அந்தப் பெண்ணை முதல்முறையாக, எதேச்சையாகப் பார்த்த பிறகு ரகு விஸ்வத்தோடு பலமுறை நடப்பதற்கு போயிருக்கிறான். அந்தப் பெண்ணைப் பற்றி விஸ்வத்திடம் கேட்டுத் தெரிந்துகொள்ள ரகுவுக்கு ஆவலாகவும் இருந்தது. அது சிறிய கிராமமாக இருந்ததால் ஒருவரைப் பற்றிய தகவல்கள் மற்றவருக்கு தெரியாமலிருக்க வாய்ப்பில்லை என்றாலும் ஒரு பெண்ணைப் பற்றி விஸ்வத்தோடு கேட்பது இங்கிதமாக இருக்காது என்று ரகு கருதினான். மேலும், அந்தப் பெண்ணைப் பற்றித் தெரிந்து என்ன ஆகப்போகிறது. அந்தப் பெண் சுமதியின் நெருங்கிய உறவினளாக இருக்க வாய்ப்பில்லை. சுமதியின் சொந்த ஊர், நெருங்கிய உறவினர்கள் பற்றிய விவரங்கள் எல்லாம் ரகுவுக்குத் தெரிந்தவைதான். சுமதியின் குடும்பத்தினரும் ரகுவின் குடும்பத்தினரும் நெருக்கமாகப் பழகியவர்கள். அவள் பெரியவளான பிறகும் சில வருடங்களாக அவளோடு பேசிப் பழகி, அவளோடு விளையாடி, சண்டை போட்டு, மீண்டும் சினேகமாகி இருவர் வீட்டு பலகாரங்களை ஒருவருக்கொருவர் பரிமாறி ஒருவர் வீட்டுச் சுகதுக்கங்களை மற்ற வீட்டினர் பகிர்ந்துகொண்டு பழகிய நெருக்கமான உறவு இருந்து வந்தது.

ஒருவர் வீட்டில் விருந்தினரோ, நண்பர்களோ வந்தால் அடுத்த வீட்டுக்காரர்களுக்கு அறிமுகம் செய்து வைப்பார்கள். சில நேரங்களில் அடுத்த வீட்டுக்குக் கூட்டிச் சென்று அவர்களோடு உணவருந்தி மகிழ்வதும் உண்டு. சுமதிக்கும் ரகுவுக்குமிடையே ஏற்படுகின்ற பிணக்குகள் சில மணி நேரங்களில் காணாமல் போய்விடும். பிறகு ஒருவர்மீது மற்றவர் இன்னும் அதிகமாகப் பாசம் பொழிவார்கள். ஒருவரின் குறைகளை மற்றவர் கரிசனத்தோடு கண்டிப்பார்கள். அவர்களிடையே காதல் தளிர்விட்டபோது அதற்கு மிக உறுதியானதாய் வேராக அந்த நீண்டநாள் பழக்கமும் நல்ல புரிதலும் அமைந்தன.

ரகுவுக்கும் சுமதிக்குமிடையே இருந்த நெருக்கத்தை ரகுவின் அம்மாவும், சுமதியின் அம்மாவும் கவனிக்கத் தொடங்கினார்கள். எல்லாவகையிலும் ஒருவருக்கொருவர் பொருத்தமானவர்கள்; ஒருவரையொருவர் புரிந்துகொண்டவர்கள்; இரு குடும்பத்தினரும் உள்ளத்தளவில் இணங்கிப் பழகுகிறவர்கள்; இரு குடும்பத்தாரும் அவர்கள் காதலுக்குத் தடைபோடவில்லை. ‘சாதி’ என்ற

வேறுபாடு ஏற்படுத்திய மண்சுவர் கொஞ்சம் கொஞ்சமாகச் சரியத் தொடங்கியிருந்தது. ஆனால் அது நெருக்கமான நட்பா அல்லது காதலா என்பதை இரு வீட்டாராலும் புரிந்து கொள்ள முடியவில்லை. அதை வெளிப்படையாகக் கேட்டுத தெரிந்து கொள்ளவுமில்லை. இரவுகளும், பகல்களும் தோன்றி மறைந்தன.

இருவரும் பள்ளிகளிலும், கல்லூரிகளிலுமாக அறிவையும் தகுதியையும் வளர்த்துக்கொண்டார்கள். பண்போடும், அன்போடும் பழகினார்கள். ஊரோ உலகமோ அவர்களைப் பற்றிக் குறையோ குற்றமோ காணும் அளவுக்கு நடந்து கொள்ளவில்லை. தாய் தந்தையர்கள் வெறுப்போ வேதனைகளோ அடையவில்லை.

*

ஓருநாள் சுமதியைப் போலிருந்த அந்தப் பெண்ணைக் கிணற்றடியில் பார்க்க நேர்ந்தபோது ரகுவின் நினைவுகளில் சுமதி மிதந்து வந்தாள். ரகுவின் மனதில் பழைய நினைவுகள் மலர்ந்தன. அவளுடைய தாய் தந்தையர் தோன்றினார்கள். மனைவியோடும் ஒரே மகளான சுமதியோடும் தொலைத்தூரக் கேரளக் கிராமத்திலிருந்து ஒரு மெக்கானிக்காக வேலையில் சேர வந்த சுமதியின் தந்தை ரகுவின் வீட்டை ஒட்டியிருந்த பெரிய தேயிலைத் தோட்டத்தில் வேலைக்குச் சேர்ந்து, ரகுவின் வீட்டுக்குப் பக்கத்திலிருந்த தோட்டக் குடியிருப்பில் குடியேறிய நாளை நினைத்துப் பார்த்தான். அப்போது சுமதிக்குப் பத்தோ பதினொன்றோ வயதிருக்கலாம். கொழுகொழுவென்று சிவப்பாக, அழகாகப் ‘பிராக்’ அணிந்து கவர்ச்சியான கண்களோடு, காண்பவரைக் கவர்ந்திழுக்கும் குழந்தையாக இருந்தாள். அப்போது முற்றத்தில் செடிகளுக்கு நீர்பாய்ச்சிக்கொண்டிருந்த ரகுவின் அம்மாவைப் பார்த்து சுமதியின் அம்மா புன்னகைத்தாள். அது முதல் அறிமுகம். விடுமுறையில் ஊருக்குப் போகும்போது வீட்டுச் சாவியை ரகுவின் அம்மாவிடம் தந்துவிட்டுப் போவார்கள். ஊரிலிருந்து வரும்போது பலாப்பழம், மிளகு எல்லாம்கொண்டு வந்து ரகுவின் அம்மாவிடம் தருவார்கள். ஓய்வு நேரங்களில் வீட்டின் மதில் சுவரின் இருபக்கமும் நின்றோ அல்லது ஒருவர் வீட்டு வராண்டாவில் மற்றவர் சென்று அமர்ந்தோ பேசிக்கொண்டிருப்பார்கள்.

ஒரே மகளுடைய மறைவால் அந்தக் குடும்பம் அடியோடு ஆடிப்போய்விட்டது. தாய், தந்தையர் நடைப்பிணமாகிப் போனார்கள். மகளுடைய மரணம் எப்படி நடந்தது என்பது அவர்களுக்குத் தெரிந்திருந்தது. ஆனால் அதை வைத்து

ரகுமீது குற்றம் காணவோ, ரகுவின் வீட்டாரோடு வைத்திருந்த தொடர்பைக் குறைத்துக் கொள்ளவோ இல்லை. தினமும் ஒரு முறையாவது ரகுவின் தாய் அவர்கள் வீட்டுக்குச் சென்று சுமதியின் அம்மாவுக்கு ஆறுதல் சொல்வாள். சோகமிகுதியால் சில நாட்கள் அவர்கள் சமைப்பதே இல்லை. அப்போதெல்லாம் ரகுவின் அம்மா வீட்டிலிருந்து உணவு வகைகளை அந்த வீட்டிற்கு எடுத்துச் சென்று அவர்களைக் கட்டாயப்படுத்திச் சாப்பிட வைத்துவிட்டு வருவார். சுமதியின் மரணம் பற்றி ரகுவின் தாய் தந்தையரோ, அவளுடைய தாய் தந்தையரோ ரகுவிடம் எதுவும் பேசவில்லை. ஒரு மாதத்திற்குள் வேலையை ராஜினாமா செய்துவிட்டு அந்தக் குடும்பம் சொந்த ஊருக்குப் புறப்படத் தயாராகிக்கொண்டிருந்தது. ரகுவின் அம்மாவும் அப்பாவும் அவர்கள் வீட்டிற்குச் சென்று ஒத்தாசை செய்தார்கள். ரயில் நிலையத்திற்குப் போக ரகுவின் அப்பா சென்று ஒரு 'டாக்சி' கொண்டு வந்தார்.

கன்னங்கள் வழியே வழிந்தோடிய கண்ணீரோடு குமுறிக் குமுறி அழுதபடியே அவர்கள் விடை பெற்றபோது, அவர்களைவிட ரகு உடைந்துபோனான். ரகு அங்கு செல்லவில்லை. அங்கு செல்ல அவனுக்குத் தைரியம் வரவில்லை. ரகுவின் வீட்டைக் கடந்து காரில் ஏறச் சென்றவர்கள் ஒரு நிமிடம் நின்றார்கள். ரகுவின் வீட்டைப் பார்த்தார்கள். ரகுவின் வீட்டை நோக்கி நடந்து வந்தார்கள். சுமதியின் அப்பா ரகுவைக் கட்டித் தழுவினார். ரகுவும் அவரும் 'ஓ'வென அழுதுவிட்டார்கள். அவர் காலடியில் சுருண்டு விழ இருந்த ரகுவை அணைத்துக்கொண்டு ஆறுதலாக முதுகில் தட்டிக் கொடுத்தார். ஆறுதலுக்காக யாரிடமிருந்தும் எந்த வார்த்தையும் வெளிவரவில்லை. சுமதியின் அம்மா — நடமாடும் பிணம்போல மாறியிருந்த அந்தத் தாய் ரகுவின் தலையில் வருடுவதை அவன் உணர்ந்தான். மீண்டும் அழுகை பீறிட்டது. ரகுவின் அப்பாவும் அம்மாவும் ரகுவையும் அவர்களையும் தேற்றினார்கள். ரகுவின் அப்பா இரண்டு நாள்கூட இருந்துவிட்டுப் போகலாமென்றார். அவர்கள் கேட்கவில்லை. ரயிலுக்கு நேரமாகிவிட்டது என்றார் ரகுவின் அப்பா. அந்தச் சம்பவத்தை இப்போது நினைத்தாலும் ரகுவுக்கு நெஞ்சு வெடித்துவிடும் போலிருந்தது.

சு. கிருஷ்ணன்

அத்தியாயம் – 8

''புழுதியாலான நிலம் எனக்குப் பூப்படுக்கை
அனைத்தையும் மறந்து துயிலக்கிடைக்கின்ற சிறிய இடைவெளி
இன்பப்பேரூற்றின் கருவறை.''

– கௌதமபுத்தர்

ரகு, புத்தரில்லையே. மனப்புழுக்கத்தால் வெந்து கொண்டிருக்கின்ற ஒரு சாமானிய இளைஞர். இருந்தாலும் இரவில் தலை சாய்க்க இடமொன்று வேண்டும்.

'பகவதி விலாசம்' சிற்றுண்டிக் கடையில் கூட்டமாக ஆட்கள் வந்தும் போயுமிருந்தார்கள். விவசாயக் கூலி வேலைக்குச் சென்றுவிட்டுத் திரும்பும் மனிதர்கட்கும், படித்துவிட்டு வேலையில்லாமல் திரிகின்ற இளைஞர்கட்கும்கூட மாலையின் ஒரு கோப்பைத் தேநீர் தவிர்க்க முடியாத ஒரு தேவை. பக்கத்திலுள்ள ஓலை வேய்ந்த சிறிய அறையின் முன்னால் ஒரு பலகை கோணலாகத் தொங்கிக்கொண்டிருந்தது. அதில் கோணலான எழுத்துக்களால் 'ஜீவா படிப்பகம்' என்று எழுதியிருந்தது. இரண்டு பழைய பெஞ்சுகள், நடுவில் மாமரப்பலகையால் செய்யப்பட்ட ஒரு மேஜை. ஒடிந்து போயிருந்த அதன் கால்களைக் கயிற்றால் கட்டி அதை நிற்க வைத்திருந்தார்கள். மேஜையில் தாறுமாறாக விரிந்து கிடந்த இரண்டு தமிழ்த் தினசரிகள். இரண்டு வார ஏடுகள். அங்கு வருபவர்கள் பத்திரிகை படிப்பதற்காக மட்டும் வருவதில்லை. உட்கார்ந்து சொந்த விஷயங்கள் பேசுவதற்கும், பீடி குடிப்பதற்கும், அந்த இடம் வசதியாக இருந்தது. வேலையில்லாத இளைஞர்கள் வேலை வாய்ப்புகள் பற்றியும், அரசியல் பற்றியும், அலசுவார்கள். புதிதாக வெளிவந்த சினிமாப்படங்கள் பற்றிய விமர்சனத்தில் ஈடுபட்டுப் பொழுதைக் கழிப்பதற்கும் வருவார்கள். நடிகைகளின் சொந்த வாழ்க்கை பற்றிய ரகசியங்களை அங்கு 'கிசுகிசு'த்துச் சிரித்து மகிழவும் வருவார்கள்.

ரகு டீக்கடைக்குள் நுழைந்தபோது, அவன் பக்கத்தில் வந்தான் விஸ்வம். சூடான மசால் வடையும், மோதகமும் தட்டில் வைத்துகொண்டு வந்தான். ரகு ஒரு வடையை எடுத்து சாப்பிடத் துவங்கியபோது விஸ்வம் அவன் பக்கத்தில் வந்து, "சாரே, இங்கு தங்கறதுக்கு ஓரிடம் பாத்து வெச்சிருக்கேன்" என்று சொன்னான். "டீ சாப்பிட்டுவிட்டு கொஞ்சம் 'வெயிட்' பண்ணுங்க" என்றான்.

உடனே வெளியில் இறங்கி 'ஜீவா படிப்பக'த்துக்கு ஓடினான். பீடி குடித்துக்கொண்டிருந்த ஒரு நபரைப் பார்த்து, அவரிடமும், "ஓரண்டையும் போகலையே அண்ணாச்சி, நேத்திக்கு சொல்லியிருந்தேனே அந்தச் சார் வந்திருக்காரு? டீ சாப்பிட்டுக்கிட்டிருக்காரு, நீங்க கொஞ்ச நேரம் இங்கையே இருங்க" எனக் கூறிவிட்டுக் கடைக்குத் திரும்பினான்.

கொஞ்ச நேரத்தில் கடையில் சிற்றுண்டிக்கும் தேநீர் அருந்துவதற்கும் வருவோரின் கூட்டம் குறையத் தொடங்கியது.

கடைக்காரரிடம் சொல்லிவிட்டு விஸ்வம் ரகுவையும் அழைத்துக்கொண்டு வெளியிலிறங்கினான்.

"சார், நான் பாத்திருக்கிற இடம் ஒரு செறிய கட்டிடத்தின் மாடி. ரண்டு அறைகளும், ஒரு வராந்தாவும் இருக்கு. கக்கூசும், குளியலறையும் கீழெயிருக்கு. நல்ல காத்தோட்டமான இடம், குளியலறைக்குப் பக்கத்திலே கிணறிருக்கு. கோடையிலும் நல்ல தண்ணியிருக்கும். வாடகை அறுபது ரூபா." விஸ்வம் அறையைப் பற்றிய எல்லா விவரங்களையும் விளக்கினான்.

"வீட்டுச் சொந்தக்காரருக்குப் பழக்கமானவரு இந்த வாசிப்புச் சாலையிலெ இருக்காரு. அவரையும் அழைச்சிக்கிட்டு சாருக்கு வசதியிருந்தா வீட்டுக்குச் சொந்தக்காரரோட போயி அறையைப் பாக்கலாம். சாருக்குப் புடிச்சிருந்தா முடிவைச் சொல்லிச் சாவியை வாங்கிடலாம்" என்றான் விஸ்வம்.

மூன்று பேருமாக வீட்டின் சொந்தக்காரரைத் தேடிப்போனார்கள். ரகுவை வீட்டின் சொந்தக்காரர் பணிவோடு உபசரித்தார். வீட்டை ரகுவுக்கு வாடகைக்கு விடச் சம்மதித்தார். "விஸ்வம் தம்பி வாடகை பத்தி சொல்லியிருப்பாரே?" என்று கேட்டார். "உங்க வசதிப்படி ஏதாவது அட்வான்ஸ் குடுங்க" என்றார். மாடி அறைக்கான சாவியை உடனே கொடுத்துவிட்டார். விஸ்வத்தோடு வந்தவரிடம் அறையைச் சுத்தப்படுத்தி வெள்ளையடித்து எல்லா வசதிகளையும் செய்து தரச் சொன்னார். "ஏதாவது தேவைண்ணா என்னிடம் சொல்லுங்க" என்றார். அவர்களுக்குத் தேநீர் தந்து ரகுவைப் பற்றிய விவரங்களைக் கேட்டறிந்து, அன்போடு வழியனுப்பி வைத்தார்.

அந்தக் கட்டிடம் விஸ்வம் வேலை பார்த்துக்கொண்டிருந்த ஓட்டலுக்கு மிக அருகிலேயே, பஞ்சாயத்து ரோட்டிலிருந்து கொஞ்சம் விலகி அமைதியான இடத்தில் அமைந்திருந்தது. கட்டிடத்தின் பக்கவாட்டில் கட்டப்பட்டிருந்த படிகளில் ஏறிக் கதவைத் திறந்து மூன்று பேரும் வராந்தாவுக்குள் நுழைந்தார்கள். அறைக்கதவை திறந்தான் ரகு. அறை முழுவதும் தூசி படிந்திருந்தது. கூரையில் சிலந்திகள் வலை பின்னியிருந்தன. “பல மாசங்களா புழக்கமில்லாம அடச்சு வெச்சிருந்ததாலெ இவ்வளவு தூசி. நாளைக்கே ஆளைவெச்சு தூசி தட்டி, கழுவிச் சுத்தம் பண்ணிடலாம். வெள்ளையடிக்கவும் ஏற்பாடு செஞ்சிடலாம்” என்றார்கூட வந்த மனிதர். விஸ்வம் “புதுசா ‘பல்பு’ எல்லாம் மொதலாளி வாங்கி மாட்டித் தருவாரு” என்றான். இரண்டு அறைகளையும் சுற்றிப் பார்த்தார்கள். விசாலமான அறைகள். பெரிய ஜன்னல்கள். தரையில் தரை ஓடு பதித்திருந்தது. வராண்டாவில் உட்கார்ந்து இளைப்பாற வசதியாக இருந்தது.

வராண்டாவிலிருந்து நோக்கினால் சற்றுத் தூரத்தில் வளைந்து வளைந்து ஓடும் சிறிய ஆறும், பச்சைப் பட்டு விரித்ததுபோல பரந்து கிடக்கின்ற வயல்வெளியும் தெரியும். கட்டிடத்தைச் சுற்றித் தென்னை மரங்களும், பாக்கு மரங்களும் மாமரங்களும் வளர்ந்திருந்ததால், மர நிழல் கண்ணுக்குக் குளிர்ச்சியாக இருந்தது.

மூன்று பேருமாகப் படியிறங்கி வந்து கழிவறையையும், குளியலறையையும் பார்த்தார்கள். கொஞ்சம் அழுக்கடைந்திருந்ததேயொழிய எல்லாம் கச்சிதமாக இருந்தன. கிணற்றைப் பார்த்தார்கள். பத்தடி ஆழத்தில் நல்ல தெளிந்த தண்ணீர்.

“இந்தக் கட்டிடத்தின் சொந்தக்காரர் கருப்பண்ணன் இந்த ஊரிலெ வசதியான மனிதர். நல்ல மனிதர். முன்பு இந்த மாடியறைகளை அவரே பயன்படுத்தி வந்தார். விருந்தினர் வந்தால் தங்குவார்கள். கீழே ஒருவர் மளிகைக் கடை நடத்தி வந்தார். இப்போ அதை மூடிவிட்டார். பண்ணையாரைப் பாக்க நம்ம போயிருந்த புதிய வீடு அவர் இப்ப கட்டினது. பழைய வீடு கொஞ்ச தூரத்திலிருக்கு” என்றான் விஸ்வம்.

“அட்வான்ஸா நான் மூணு மாச வாடகையை விஸ்வத்திட்டெ கொடுத்துவிடுகிறேன். மாசாமாசமுள்ள வாடகையையும் விஸ்வத்திடமே ஒவ்வொரு மாசமும் மூன்றாம் தேதிக்குள்ளால குடுத்திடுவேன்” என்றான் ரகுகூட வந்தவரிடம். அன்று நடக்கப் போகவில்லை. ரகு பட்டணத்திலுள்ள அவனுடைய அறைக்குத் திரும்பினான்.

/|\

அத்தியாயம் - 9

"இணைத்துணைத் தென்பதொன் றில்லை விருந்தின்
துணைத்துணை வேள்விப் பயன்"
- குறள்

அடுத்த சனிக்கிழமை மாலையில் ரகு புதிய இடத்துக்குத் தங்குமிடத்தை மாற்றினான். அதற்குள் அந்த வீடு சுத்தம் செய்யப்பட்டு வெள்ளையடிக்கப்பட்டது. கதவு, ஜன்னலுக்கெல்லாம் 'வண்ணம்' அடித்திருந்தார்கள். கழிப்பறையில் புதிதாக 'டைல்ஸ்' ஒட்டியிருந்தார்கள். ஒரு அறையில் ஒரு புதிய மின் விசிறியும் 'டியூப்' லைட்டும் மாட்டியிருந்தார்கள். சாமான்களை அங்கு மாற்றுவதற்கு முந்திய நாள் ரகு வந்து பார்த்துத் திருப்தியடைந்தான். சில வசதிகள் அவன் கேட்காமலேயே செய்யப்பட்டவை.

முன்னால் தங்கியிருந்த பட்டணத்து அறையிலிருந்து கட்டில், மெத்தை, ஒரு மேஜை, நாற்காலிகள், ஒரு 'டேபிள் ஃபேன்' கொஞ்சம் புத்தகங்கள் இன்னும் சில சிறிய சாமான்கள் எல்லாம் ஒரு 'மினி லாறி'யில் ஏற்றிக்கொண்டு வந்தார் கண்ணன். இன்னும் இரு நண்பர்களும் கூலியாட்களும் உதவினார்கள். 'மினி லாறி'யில்கொண்டு இறக்கப்பட்ட பொருட்களை மாடிக்குகொண்டு சென்று ஒழுங்காக வைப்பதற்கு விஸ்வம் மிகவும் உதவியாக இருந்தான். கண்ணனுக்கு ரகு, விஸ்வத்தை அறிமுகம் செய்து வைத்தான்.

"புது இடம் எப்படியிருக்கு?" என்று ரகு, கண்ணனிடம் கேட்டான். "இது வசதியாக இருக்கு சார். அமைதியான இடம். உங்களுக்குக் கிணற்றுத் தண்ணீரிலோ, ஆற்றிலோ விருப்பம்போலக் குளிக்கலாம்; காலாற நடக்கலாம்; நல்ல காற்று;

இடம் குளுமையாகவும் இருக்கும்” என்ற கண்ணன் “சாப்பாட்டு வசதி எப்படி?” என்று கேட்டார்.

விஸ்வம்தான் பதிலளித்தான். “பக்கத்திலே ஓட்டலிருக்கு. சின்ன ஓட்டல்தான். காலையும் மாலையும் சாருக்கு நல்ல ‘டிபன்’ கிடைக்க வசதி செய்யலாம். நான் அங்கெதான் வேலை பாக்கிறேன். மதியம் டவுணில் வழக்கமா சாப்பிடற இடத்திலெ சாப்பிடறேன்னு சார் சொன்னாங்க”. அதனாலென்ன பிரச்சனை ஏதுமில்லைன்னு சொன்னான் விஸ்வம். “சில நேரம் இரவு கரண்டு கட்டாயிடும். அப்ப கொளுத்தி வைக்க ஒரு லைட் வாங்கணும்” என்று விஸ்வம் ஞாபகப்படுத்தினான்.

பக்கத்தில் வசதியாக கிணறு இருந்தது என்றாலும் ரகு ஆற்றில் குளிப்பதை விரும்பினான். கிணற்றிலிருந்து தண்ணீர் இறைக்கவும் அறையைப் பெருக்கிச் சுத்தம் செய்யவும் ஒரு சிறுவனை விஸ்வம் ஏற்பாடு செய்தான். சில நேரங்களில் ஓட்டலிலிருந்து தேநீரோ, டிபனோ எடுத்து வரவும் அந்தச் சிறுவன் உதவினான். விடுமுறை நாட்களில் ரகு அலுவலகத்திற்குச் செல்லாமல் அறையிலேயே இருக்கும்போது ஓட்டலிலிருந்து அவனுக்குச் சாப்பாடு கொடுத்தனுப்பினான் விஸ்வம். எளிய ஆனால் சுத்தமான சாப்பாடு. சாப்பாடும், சிற்றுண்டி வகைகளும் ரகுவுக்கு மிகவும் பிடித்துப்போயிற்று.

தண்ணீர் இறைப்பதையும், அறையைச் சுத்தம் செய்வதையும்தானே செய்து கொள்வதாக ரகு சொன்ன போதிலும், “போகப்போக சிரமமாகிடும் சார். ஒரு ஆப்பீசரு அந்த வேலையெல்லாம் செய்யலாமா? இந்தப் பையன் படிச்சிட்டு இருக்கான். ரொம்ப ஏழைக்குடும்பம், ரெம்ப காசெல்லாம் எதிர்பாக்க மாட்டான்” என்று விஸ்வம் எடுத்துச் சொல்ல ரகு ஒப்புக்கொண்டான். ஓரிரு நாட்களிலேயே ராஜுவை ரகுவுக்கு மிகவும் பிடித்துப் போய்விட்டது. சிறுவன் ராஜு எப்போதும் சிரித்த முகத்தோடும், அன்போடும் ரகுவிற்குத் தேவையான எடுபிடி வேலைகளைச் செய்தான். அவனுக்குப் பேசியிருந்த சம்பளத்துக்கு அதிகமாக காசுகொடுத்தும், புத்தகங்கள் வாங்கிக் கொடுத்தும் ரகு அவனிடம் அதிக அக்கறை காட்டினான். சில நாட்கள் அவனுக்கும் உணவு வாங்கித் தந்தான். ராஜுக்கு பாடங்களில் சந்தேகங்கள் தோன்றினால் ரகுவிடம் தயங்கித் தயங்கிக் கேட்பான். ரகு அவனுக்கு தைரியமூட்டிச் சந்தேகங்களை அன்போடு சொல்லித் தந்தான்.

ஒரு நாள் ரகு, ராஜுவிடம் அவன் பள்ளித் தேர்வுகளில் பெற்ற மதிப்பெண்கள் பற்றியும், பாடங்களில் அவனுக்கிருந்த

ஆர்வம் பற்றியும் கேட்டறிந்து திருப்தி அடைந்தான். ரகு அவனிடம் "ராஜு உனக்குச் சொல்லித்தர எனக்கு நேரம் இருக்காது. ஆனாலும் என்னை உன் அண்ணன்போல நெனச்சு உனக்கிருக்கிற சந்தேகங்களைத் தைரியமா கேட்கணும். உனக்கு 'டியூசன்' சொல்லித்தர யாராவது இருந்தாச் சொல்லு. அதுக்கான கட்டணத்தை நானே தரலாம்" என்று சொன்னான். அந்தச் சிறிய ஊரில் ஆசிரியர்கள் யாரும் கிடைக்காததால் ராஜு அதுபற்றி ஏதும் சொல்லவில்லை. மேலும் 'டியூசன்' இல்லாமலே நல்ல மாணவனாகப் படித்து வந்தான். அந்தப் புதிய இடத்துக்கு வந்தபிறகு, அலுவலக நேரம் முடிந்ததும், உடனே அறைக்குத் திரும்ப வேண்டும் என்று ரகுவுக்குத் தோன்றியது. அவனுடைய மனதில் உற்சாகமும், உடம்பில் சுறுசுறுப்பும் ஏறியது.

நல்ல தங்குமிடம். நல்ல உணவு, தினமும் காலையிலோ, மாலையிலோ தவறாமல் நடப்பதற்கான வசதி, அன்பான விஸ்வம், மிகுந்த ஒட்டுதலோடு பழகிய ராஜு எல்லாம் அவனுக்கு மிகவும் பிடித்துப்போயின. அவ்வப்போது கண்ணனும் வந்து போனார். காலையிலும், மாலையிலும் அலுவலகத்திற்கு நடந்து போகவே ரகு விரும்பினான். அலுவலகம் அவ்வளவு தூரத்தில் இல்லை. என்றாலும் சில நாட்கள் பேருந்திலேயே சென்றான்.

ஒரு புதன்கிழமை காலையில் அலுவலகத்திற்குப் புறப்படுவதற்காக உடையணிந்து தயாரான நேரத்தில் விஸ்வம் அறைக்குள் நுழைந்தான். அவன் பணிவோடு ஒதுங்கி நின்றான். ஏதோ தன்னோடு சொல்வதற்கு விஸ்வம் வந்துள்ளான் என்பது புரிந்தது. "என்ன விஸ்வம் இன்று கடைக்குப் போகலியா"? என்று ரகு விசாரித்தான். "எங்கிட்டெ ஏதாவது பேசணுமா?" என்று கேட்டான்.

"அப்படி ஒண்ணுமில்லெ சார்" என்று விஸ்வம் தயங்குவதை ரகுவால் புரிந்து கொள்ள முடிந்தது. "இண்ணைக்கு மத்தியானம் பதிவா பட்டணத்தில சாப்பிடற ஓட்டல்லதானே சாப்பாடு?" என்று கேட்டான் விஸ்வம். "ஆமாம்" என்றான் ரகு. "இண்ணைக்கு மத்தியானம் ரூமுக்கு வர வசதிப்படுமா?" என்று விஸ்வம் விசாரித்தான்.

"என்ன விஷயம்னு விஸ்வம் சொல்லலியே" என்று ரகு விசாரித்தான்.

"இண்ணைக்கு என் குழந்தைக்கு பிறந்தநாள் சார். முதல் பிறந்த நாளுக்கு அவன் உடம்புக்குக் கொஞ்சம் முடியாம படுத்திருந்தான். இண்ணைக்கு மத்தியானம் சாப்பாட்டை ரூமுக்குகொண்டு

வருவேன். சாருக்காக நான் ரூமிலே காத்திருப்பேன். கண்டிப்பா வரணும்” என்றான் விஸ்வம்.

“கண்டிப்பாக வருவேன். இதைவிட மகிழ்ச்சியான விஷயம் வேறென்ன இருக்கு. கொஞ்ச நாளா நாம் நெருங்கிப் பழகியும் நான் விஸ்வத்தின் அப்பா அம்மாவையோ மனைவியையோ, குழந்தையையோ பாத்ததில்லை. உங்க வீடு எங்கு என்று தெரியாது. நான் கேட்கவும் இல்லை. விஸ்வம் சொல்லவும் இல்லை. வீடு எங்கேண்ணு சொல்லுங்க. நான் வீட்டுக்கே வந்திடுவேன். ரூமுக்கெல்லாம் சாப்பாடுகொண்டு வர வேண்டாம். பிறந்தநாள்கொண்டாடுகிற குழந்தையை நான் பாக்க வேணாமா?” ரகு மகிழ்ச்சியோடு வீட்டிற்கான வழி பற்றி விசாரித்தான். “சாரு வீட்டுக்கெல்லாம் வர வேணாம்.” விஸ்வம் தயங்கியவாறே சொன்னான். “நான் சிறிய ஓலைக் குடிசையிலெ தங்கியிருக்கேன் சார். சாப்பாட்டை ரூமுக்கேகொண்டாந்திருவேன்” என்றான்.

“அது முறையில்லை விஸ்வம். நான் விஸ்வத்துக்க குழந்தையைப் பார்த்ததில்லை. குழந்தையை நான் பார்க்கக்கூடாதா? குடிசையிலும் மனுசங்கதானே இருக்குறாங்க. அதுவும் நல்ல மனசுள்ளவங்க வாழும் குடிசை மாளிகையை விட சிறப்பானது. விஸ்வம் தங்கற குடிசைக்கு வாறதும், குழந்தையை பாக்கறதும் உங்களோடெயிருந்து சாப்பிடுவதும் எனக்கு ரொம்ப சந்தோஷமான விஷயம் விஸ்வம்” என்றான் ரகு.

“நான் சாரை எதிர்பாத்து ரூம் பக்கத்திலேயே நிற்பேன்” என்றான் விஸ்வம்.

“அப்படீண்ணா ரெம்ப வசதியாப் போச்சு. சாவியை நீங்களே வெச்சுக்குங்க. ரூமைத் திறந்து உள்ளேயே இருங்க” என்று சொல்லி சாவியை ஒப்படைத்துவிட்டு நடக்கத் தொடங்கியவன் விஸ்வத்திடம் திரும்பி என்ன குழந்தை என்று கேட்டுத் தெரிந்துகொண்டு அலுவலகத்திற்கு புறப்பட்டுச் சென்றான்.

அன்று விஸ்வம் கடைக்குப் போகவில்லை. அவனுடைய குடிசைக்கு விருந்துண்ண ஒரு சிறப்பு விருந்தாளி வருகிறார். அவன் பக்கத்து வீடுகளிலிருந்து ஒரு மேசையும் இரண்டு நாற்காலிகளும் வாங்கி குடிசைக்குள் வைத்தான். அவனுடைய குடிசையை அவன் மனைவி எப்போதும் சாணி கரைத்து மெழுகிச் சுத்தமாக வைத்திருப்பாள். அதை இன்னும் துப்புரவாக்கினாள். வீட்டு முற்றத்தைத் துப்புரவாக்கினாள்.

புதிய விருந்தாளியை வரவேற்பதில் அவன் மனைவியும் அதிக அக்கறை காட்டினாள். பல பிரிவுபச்சார விருந்துகளிலும்,

திருமண விருந்துகளிலும் ஒரு சமையற்காரனாகவும், உணவு பரிமாறுபவனாகவும் கலந்துகொண்ட அனுபவம் விஸ்வத்துக்கு உண்டு. மேஜைமீது சலவை செய்த ஒரு ஒற்றை வேட்டியை எடுத்து விரித்தான். வாழை இலையை நன்றாகக் கழுவித் துடைத்து வைத்தான் சாம்பிராணி மணம் அந்த வீட்டில் நிறைந்து நின்றது. பட்டணத்துக்குச் சென்று இனிப்புகளும், சில பதார்த்தங்களும், பழங்களும் வாங்கி வந்தான். மனைவியிடம் என்னென்னவோ அறிவுரைகள் வழங்கினான். அவளுக்குக் காலும் ஓடவில்லை, கையும் ஓடவில்லை.

காலையிலேயே மகனைக் குளிப்பாட்டி தானும் குளித்துப் புதிதாகச் சலவை செய்த 'சாரி'யோடு கோயிலுக்குச் சென்று அர்ச்சனை நடத்திவிட்டு வந்தவள், சமையல் வேலையில் கணவனுக்கு ஒத்தாசை செய்தாள். முகம் கைகால்களைக் கழுவி புதிதாகப் பொட்டிட்டுக்கொண்டாள். தூங்கிக்கொண்டிருந்த குழந்தையை ஓரமாக ஒரு பாயில் படுக்க வைத்தாள். தட்டுமுட்டுச் சாமான்களையும் துணிகளையும் ஒழுங்கு படுத்தினாள். கூரை ஓலைகளுக்கிடையில் திருகி வைத்திருந்த பத்திரிகைகளை எடுத்து அடுக்கி வைத்தாள். விருந்தாளியை எதிர்நோக்கி பாரதி 'படபட'ப்போடு காத்திருந்தாள். ரகுவை அழைத்துவர விஸ்வம் ரகுவின் அறையை நோக்கி நடந்தான்.

ரகு, அவனுடைய அறைக்கு ஒரு ஆட்டோவில் வந்திறங்கினான். கையில் இரண்டு மூன்று பைகள். விஸ்வமும் ரகுவுமாக ஆட்டோவில் ஏறி விஸ்வத்தின் குடிசைக்கு பக்கத்தில் சென்று இறங்கினார்கள். ரகுவின் கையிலிருந்த பைகளில் குழந்தைக்கான பட்டு உடுப்புகள், விளையாட்டுச் சாமான்கள், இனிப்பு வகைகள் எல்லாம் இருந்தன.

"சார் ரொம்ப அலைஞ்சு கஷ்டப்பட்டு இதையெல்லாம் வாங்கியிருக்கிங்க. நீங்க குழந்தைக்கு ஆசி தந்தாலேபோதுமாயிருந்தது" என்றான் விஸ்வம்.

"எனக்கு இண்ணைக்கு மகிழ்ச்சியான நாள். நான் ஒரு மருமகனைப் பார்க்கப் போறேன் விஸ்வம். இதை விட எனக்கு என்ன சந்தோஷம் வேணும்? எங்கம்மா என்னோடெ இருந்திருந்தா அவங்களையும் கூட்டியாந்திருப்பேன். குழந்தைகளோடு விளையாட விரும்புவாங்க" என்றான் ரகு.

அவர்கள் இருவரும் விஸ்வத்தின் குடிசையை நோக்கி நடந்தார்கள். விஸ்வத்தின் மனதில் ஏற்பட்ட மகிழ்ச்சிக்கு அளவேயில்லை. ஒரு அபூர்வ விருந்தாளியை வீட்டிற்கு அழைத்துச்

செல்வதில் ஏற்பட்ட மகிழ்ச்சி. விஸ்வத்தின் குடிசைக்குள் கணவனோடு நுழைந்த ரகுவை விஸ்வத்தின் மனைவி பாரதி கரங்கள் கூப்பிப் பணிவோடு வரவேற்றாள்.

அன்பும், பணிவும், மகிழ்ச்சியும் கலந்து வந்த அந்த வரவேற்பை ஏற்றுக் கொள்ள ரகு இரண்டு கைகளையும் தூக்கினான். ஆனால் ஓரிரு வினாடிகளில் அவனுடைய உடலில் மின்சாரம் பாய்ந்தது போன்ற உணர்ச்சி. புன்னகையோடு அந்த வரவேற்பை ஏற்றுக்கொள்ள முடியவில்லை. எதிர்பாராத ஒன்று நிகழ்ந்து விட்ட உணர்வு அவனுடைய சகஜநிலையை உலுக்கியது. நெற்றியில் வியர்வை தோன்றியது. முகம் வெளிறிப் போயிற்று. மனம் பழைய நிலைக்கு வர சில வினாடிகளாயின. அவன் திரும்பவும் கைகளால் வணக்கம் தெரிவித்தான். கைக்குட்டையால் முகத்தைத் துடைத்தான். கையும், முகமும் அலும்புவதற்காக விஸ்வத்தின் மனைவிகொண்டு வந்து நீட்டிய பாத்திரத்தை வாங்கி கையும் முகமும் கழுவினான். பதற்ற நிலையிலிருந்து முற்றிலுமாக விடுபட முடியவில்லையென்றாலும் பதற்ற நிலைக்கு தளர்வு வந்தது.

தன்னுடைய மனக்குழப்பத்தையும் அதனால் கலவரமடைந்த நிலையினையும் விஸ்வமோ அவன் மனைவியோ கவனித்திருக்க மாட்டார்கள் என்று நினைத்து ரகு சமாதானமடைந்தான்.

“ஏன் சார் தலையை வலிக்கிறதா?” என்று விஸ்வம் ரகுவைப் பதற்றத்தோடு விசாரித்தான். பனை ஓலையில் செய்த விசிறியொன்றைகொண்டு வந்து ரகுவுக்கு விசிறினான். வெளியே ஓடிச் சென்று கடையிலிருந்து இளநீரொன்று வாங்கி வந்து குடிக்கச் செய்தான்.

“இண்ணைக்கு வெயில் ரொம்ப சார். அங்கெயிருந்து மத்தியான வெயில்லெ இவ்வளவு தூரம் வந்தீங்களா, உடம்புக்கு ஒத்துக்கலெ. கொஞ்ச நேரத்திலே சரியாயிடும்” என்றான் விஸ்வம்.

“இப்ப எல்லாம் சரியாப்போச்சு. முதல்லெ குழந்தையைப் பாக்கணும். தூங்கறானா?” என ரகு விசாரித்தான்.

“பாரதி குழந்தையை எடேன். சார் பாக்கணுமாம்” என்று சமையலறையில் கை வேலையாயிருந்த பாரதியைக் கூப்பிட்டான் விஸ்வம். பாயில் தூங்கிக்கொண்டிருந்த குழந்தையை எழுப்பி கைகளில் பிடித்துக்கொண்டு பாரதி வந்தாள். அந்தப் பிஞ்சுக் குழந்தையின் முகத்தில் தூக்கக் கலக்கம் முற்றிலுமாக மாறவில்லை. தாயைப்போலவே குழந்தை அழகாக இருந்தான். அவனை ரகுவின் அருகில் தள்ளிவிட்டபோது அவன் தாயின் கால்களைப் பற்றிக்கொண்டு போக மறுத்தான். ரகு அவனுடைய கைகளைப்

பற்றித் தன் பக்கத்துக்கு இழுத்துக் கைகளில் தூக்கினான். அவனை அணைத்தபடியே இருக்கையில் அமர்ந்தான். பாரதி விசிறியை எடுத்து வீசினாள். "வேண்டாம் அம்மா" என்று ரகு தடுத்தான். "இங்குப் புழுக்கமேயில்லை. நல்ல காத்து வருது" என்றவன் பாரதியை ஏறிட்டான்.

பாரதியின் அழகும் முகத்தில் மின்னிய வசீகரப் புன்னகையும் சுமதியை ஞாபகமூட்டியது. கள்ளங்கபடமில்லாத முகம். பகட்டில்லாத கிராம அழகு. எந்தப் பகட்டும் சேர்க்காத கவர்ச்சி — எளிய உடை, அன்பு சுரக்கின்ற கண்கள். உடம்பில் நகைகளில்லை. மூக்கில் ஒரு ஒற்றைக்கல் மூக்குத்தி. காதில் இரண்டு சிறிய கம்மல்கள். கழுத்தில், மாங்கலியத்தைச் சரடில்தான் கட்டியிருந்தாள். கைகளில் கண்ணாடி வளையல்கள், காலில் வெள்ளிக்கொலுசு, மெட்டி இவ்வளவுதான். இந்தத் தங்கச்சிலைக்கு நகை எதுக்கு என்று மனதுக்குள் கூறிக்கொண்டான் ரகு.

குழந்தை அணிந்திருந்த சட்டையை மாற்ற பொத்தான்களை அகற்றப் போனவன் நிறுத்திவிட்டு பாரதியை நோக்கினான். "நான்கொண்டு வந்த சட்டையைப் போடட்டுமா—?" என்று கேட்டான். அவள் சிரித்துக்கொண்டே தலையசைத்து அதை ஆமோதித்தாள்.

சுமதியின் அதே சிரிப்பு. அது இதயத்தைச் சிலிர்க்க வைக்கவில்லை. அவனுடைய நினைவுகள் சில வருடங்களைப் பின்னிட்டுச் சென்றன. சுமதி பக்கத்தில் நின்று சிரிக்கும்போது அவன் செல்லமாக அவள் கன்னத்தைக் கிள்ளுவான். அவள் சிரிக்கும்போது கன்னத்தில் விழுகின்ற குழி அவனை இன்ப உலகத்துக்கு இழுத்துக்கொண்டு போவதாகச் சொல்வான். அந்தச் சிரிப்பை அவன் இனி ஒரு நாளும் பார்க்கப்போவதில்லை. அவளுடைய அரவணைப்பில் அவன் மயங்கும் இனிய பொழுதுகள் இனி வரப்போவதில்லை. அவளுடைய அழகான மூக்கைக் கிள்ளி எவ்வளவோ தடவை மூக்கு ரத்தச் சிவப்பாகச் சிவந்து போனதுண்டு. அந்த நாட்கள் இனி வரப்போவதில்லை. அவை நினைவுகளும், கனவுகளுமாகப் பொய்த்துப் போய்விட்டன. ஆனால் இந்தப் பெண் அசப்பில் சுமதியைப்போலவே இருக்கிறாள். அவளைப்போலவே சிரிக்கிறாள். அங்க அமைப்பில் சிறிய வித்தியாசங்கள் இருந்தபோதும் அவள் சுமதியைப்போலவே இருந்தாள்.

"நேரமாச்சே. இலைபோடவா சார்?" என்ற விஸ்வத்தின் குரல் அவனை பழைய சம்பவங்கள் பற்றிய நினைவுகளிலிருந்து இழுத்து வந்தது.

சு. கிருஷ்ணன் ✦ 51

ரகுவின் மடியில் அமைதியாக உட்கார்ந்திருந்த குழந்தை புதிதாக அணிவிக்கப்பட்ட பட்டுடைகளில் அசத்தினான். தலையைச் சாய்த்து பட்டுடுப்புகளைப் பார்த்துப் பூரித்தான். அவனுக்கு ரகு வாங்கி வந்திருந்த விளையாட்டுப் பொருட்களையும், இனிப்புகளையும் வழங்கினான். ரகுவிடமிருந்து விஸ்வம் குழந்தையை வாங்கினான். கையலம்பிவிட்டுச் சாப்பிட அமர்ந்த ரகு மேஜையில் ஒரு இலை மட்டும் போடப்பட்டிருந்ததைப் பார்த்ததும் விஸ்வமும்கூட அமர வேண்டுமென்று கட்டாயப்படுத்தினான். பருப்பு பிசைந்த முதல் உருண்டையை எடுத்து குழந்தைக்கு ஊட்டினான். குழந்தையைப் பாயில் உட்காரவைத்துவிட்டுப் பாரதி இருவருக்கும் விளம்பினாள். பணிவும், பாசமும் கலந்த உபசரிப்பில் ரகு திணறிப் போனான். தொடக்கத்தில் சற்றுச் சஞ் சலமடைந்திருந்த அவன் மனம் குளிர்ந்து போயிற்று. சாப்பிட்டு முடித்துவிட்டு எழும்பி கையலம்பினான்.

புறப்படுவதற்கு முன் ரகு குழந்தையின் நெற்றியிலும் கைகளிலும் கன்னத்திலும் முத்தம் கொடுத்தான். குழந்தை லஜ்ஜையால் தரையை நோக்கித் தலை கவிழ்ந்தான். அவன் தலையை உயர்த்தி அவன் கண்களில் அன்போடு கூர்மையாகப் பார்த்தபடியே "கெட்டிக்காரன். பள்ளிக்கூடத்துக்குப் போகப் பிடிக்குமா?" என்று குழந்தையைக் கேட்டான். குழந்தை சிரித்தான். "அங்கெ உன்னை மாதிரி நெறைய குழந்தைங்க இருப்பாங்க. நிறைய பொம்மைகளும் விளையாட்டுச் சாமான்களும் இருக்கும். குழந்தைகளோடு சேர்ந்து விளையாடலாம். அங்கெ டீச்சரம்மா நிறைய கதைகள் சொல்லுவாங்க. பாட்டுப் பாடுவாங்க. கொஞ்சநாள் கழிச்சு போறியா? நானும்கூட வருவேன். உனக்குப் புடிக்குமா?" என்று கேட்டான் ரகு. குழந்தையின் முகத்தில் தேங்கி நின்ற வெட்கம் மறைந்தது. அவன் தலையை அசைத்து தன் விருப்பத்தை தெரியப்படுத்தினான். ரகு குழந்தையைத் தரையில் நிறுத்தினான். அவன் கபடமற்ற கண்களை உயர்த்தி ஆவலோடும், அன்போடும் ரகுவை நோக்கினான். அவன் அப்பாவின் கால்களைப் பற்றியபடி ஒதுங்கி நின்றான். புதிய விருந்தாளியை அவனுக்குப் பிடித்துப் போய்விட்டதை அவனுடைய ஒவ்வொரு அசைவும் காட்டியது. விஸ்வம் அவனைக் கைகளில் தூக்கினான். "கண்ணா சாருக்கு ஆபிசுக்கு போகணும். அங்கெ நெறய வேலை இருக்கு" என்று கூறி அவனைத் தன் பக்கத்துக்கு இழுத்து அவனுக்கு ஊட்டத் தொடங்கினாள் பாரதி.

கூட்டுகளும், பாயாசமும் மிக நன்றாக இருந்ததாக ரகு பாராட்டினான். "யாருடைய சமையல்? விஸ்வமா? குழந்தைக்க

அம்மாவா?" என்று விசாரித்தான். "இரண்டு பேருமாத்தான்" என்று சொன்னபோது, "இண்ணைக்கு ஓட்டலில் சாப்பிடுவதைப்போல இரண்டு பங்கு சாப்பிட்டுவிட்டேன். ரூமுக்கு போய் கொஞ்சம் 'ரெஸ்ட்' எடுத்துவிட்டுப் போகணும்" என்றான். தானும்கூட வருவதாகக் கூறி விஸ்வம் புறப்பட்டபோது ரகு தடுத்தான். "அம்மா சாப்பிடவேண்டாமா நீங்க வரவேண்டா"மென்று தடுத்தான்.

அந்த நாள் ரகுவின் வாழ்க்கையில் ஒரு மிக முக்கியமான நாளாக அமைந்து போயிற்று. இந்த நிகழ்வுக்குப் பிறகு பல தடவை ரகு விஸ்வத்தோடு அவனுடைய குடிசைக்குச் சென்றிருக்கிறான். போகும்போதெல்லாம் குழந்தைக்காக ஏதாவது வாங்கிச் சென்றான். பாரதியோடு உரையாடியிருந்திருக்கிறான். பல தடவை அவள் கொடுத்த காப்பி பலகாரங்களைச் சாப்பிட்டிருக்கிறான். ரகு உடம்புக்குச் சரியில்லையென்று படுத்திருந்தபோதெல்லாம் பாரதி 'கஷாயம்' தயாரித்துக் கணவனிடம் கொடுத்தனுப்பியிருக்கிறாள்.

உணர்வாலும், அன்பாலும் ரகு அந்த குடும்பத்தில் ஓர் உறுப்பினர்போலாகிவிட்டான்.

பாரதியோடு பேசிக்கொண்டிருக்கும்போது அவளுடைய இனிமையான குரல் சுமதியை அவனுக்கு ஞாபகப்படுத்தியது. இப்போதெல்லாம் பாரதியைப் பார்க்கும்போது ரகுவின் மனம் படபடப்பதில்லை.

ரகுவுக்குப் பிடித்தமான, வத்தக்குழம்பு, மாங்காய் ஊறுகாய், ஏத்தங்காய்ப் பொரியல், அவியல், மீன் பொரித்தது போன்ற உணவுப் பொருட்களை அவ்வப்போது தயாரித்து ரகுவுக்காகப் பாரதி கணவனிடம் கொடுத்தனுப்பினாள். ரகு, அடிக்கடி விஸ்வத்தின் குடிசைக்குப் போவதைத் தவிர்த்தான். அவர்களுக்குச் சிரமம் தரக்கூடாதென்று நினைத்தான். ஆனால், சில நேரங்களில் ரகுவுக்கு ஏதாவதுகொண்டு கொடுப்பதற்காகப் பாரதி ரகு தங்கியிருந்த இடத்திற்கு வந்தாள்.கொண்டு வந்த பொருட்களை வெளி வராந்தாவில் நின்றபடியே ரகுவிடமோ, ரகுவுக்கு உதவியாக வந்துகொண்டிருந்த சிறுவனிடமோ தந்துவிட்டுப் போய்விடுவாள். பாரதி தனக்காகச் சிரமப்பட வேண்டாமென்று ரகு அவளோடும் விஸ்வத்தோடும் கேட்டுக்கொண்டான். கணவனோ, மனைவியோ அங்குவரும்போது குழந்தையையும் அழைத்து வர ரகு கேட்டுக்கொண்டான்.

ரகு அவ்வப்போது குழந்தைக்கு இனிப்புகளோ, உடைகளோ, விளையாட்டுப் பொருட்களோ வாங்கித் தந்தான். குழந்தையோடு கொஞ்ச நேரம் விளையாடுவது அவனுக்கு உற்சாகத்தைத்

தந்தது. குழந்தைக்காக நிறைய காசு சிலவு செய்வதை விஸ்வமும் பாரதியும் விரும்பவில்லை. ஆனால், "நான் குழந்தைக்குத்தானே வாங்கியாரேன். அதை வேண்டாம்னு சொல்வது எனக்கு வேதனையாயிருக்கு" என்று ரகு அவர்களைக் கடிந்துகொண்டான்.

நாட்கள் உருண்டன. ரகுவுக்கு அந்தக் குடும்பத்தோடு ஏற்பட்ட அன்பும் நெருக்கமும் வளர்ந்தன. அவர்கள் குடும்ப விஷயங்களில் ரகு மிகுந்த அக்கறை காட்டத் துவங்கினான்.

அத்தியாயம் - 10

"தந்தை மகற்கு ஆற்றும் நன்றி அவையத்து
முந்தி இருப்பச் செயல்"
- குறள்

ஒரு மாலை நேரம். விடுமுறை நாள். அன்று விஸ்வத்துக்கும் விடுமுறை. விஸ்வமும், ரகுவும் எதையெதையோ பேசிக்கொண்டிருந்தார்கள். விஸ்வத்தின் குழந்தை ரகுவின் மடியில் அமர்ந்திருந்தான். ரகுவுக்காக வீட்டில் தயாரித்துக்கொண்டு வந்திருந்த பலகாரங்களைத் தந்துவிட்டு பாரதியும் வராந்தாவையொட்டி நின்றுகொண்டிருந்தாள்.

குழந்தையைத் தன்னோடு அணைத்துக்கொண்டே ரகு கேட்டான். "இவனுக்கு இபபோ ரெண்டு வயசு முடிஞ்சாச்சு. அடுத்த வருசம் மூணாயிடும். ஏதாவது நர்சரிப் பள்ளியிலெ சேக்கணும். இங்கெ அதுக்கான வசதியில்லெ. பட்டணத்துக்குத்தான் அனுப்பி வெக்கணும்" என்றான் ரகு.

"இல்லெ சார். அஞ்சு வயசானப்புறம் பள்ளிக்கூடத்திலெ சேக்கணும். எழுதப்படிக்கத் தெரிஞ்ச பிறகு ஓட்டல் வேலையிலெ பழக்கணும். அதிலெ அவன் கெட்டிக்காரனா வரணும்" என்றான் விஸ்வம்.

இதைக்கேட்டு ரகு அதிர்ந்து போனான். "என்ன விஸ்வம் உங்களுக்கேன் இந்த எண்ணம். குழந்தையை நல்லாப்படிக்க வெச்சு பெரியவனாக்கணும்கிற ஆசை இல்லையா? ஒரு தகப்பன் என்ற முறையில் நீங்க செய்ய வேண்டிய கடமைகளைத் தட்டிக் கழிக்கக் கூடாது. அவனை நிறைய படிக்கவெக்கணும். அவன் கெட்டிக்காரனா வரணும். இதுதானே எல்லாத் தாயும் தகப்பனும்

ஆசைப்படறது. அவன் முகத்தைப் பாருங்க. அதிலெ பெரிய ஆளா வருவாங்கற களையிருக்கே" என்றான்.

"அவனை நல்லாப் படிக்க வைக்கணும்ணு எனக்கும் பாரதிக்கும் ஆசைதான் சார். ஆனா நம்ம நிலமையை வெச்சுத்தானே ஆசைப்படணும். எனக்கு ஓட்டல்லெ கிடைகிற கொஞ்ச சம்பளம் வாய்க்கும் வயித்துக்கும் சரியாப்போயிடும். அவனும் எழுதப்படிக்கத் தெரிஞ்சிக்கணும். அதுபோதும். நாலாம் வகுப்புவரையாவது படிக்க வெக்கணும்" என்றான் விஸ்வம்.

"நிறைய ஆசைப்படணும் விஸ்வம். மகன் ரெம்பப் பெரிய மனுசனா வரணும்ணு ஆசைப்படணும். அதுக்காக நீங்க ரெண்டு பேரும் ரெம்பக் கஷ்டப்பட்டு உழைச்சு அவனை படிக்க வெக்கணும். நியாயமான ஆசை வெக்கிறது தப்பில்லையே. ஆசைப்படறதுக்குப் பணம் வேண்டாமே. நான் இப்ப ஒண்ணு சொல்லட்டுமா? உங்க மகனைப் பெரியவனா ஆக்கணும்ணு ஆசைப்படுங்க. அதுக்கு என்னோட உதவி எப்பவும் உண்டு" என்றான் ரகு.

விஸ்வத்திற்கு ஓட்டலில் மிகக்குறைவான சம்பளம்தான் தருகிறார்கள். ஆனால் விஸ்வம் கடுமையாக உழைக்கிறான். மனைவி பாரதியும் கணவனுக்கு உதவியாக இருக்கிறாள். இரண்டு பேருடைய உழைப்புக்குக் கிடைக்கும் கூலி சிக்கனமா குடும்பத்தை நடத்துவதற்கே போதுமானதாக இல்லை.

அவர்கள் தங்கள் வறுமை நிலையை மற்றவர்களோடு பகிர்ந்து கொள்வதில்லை. மற்றவர்களிடம் சொல்லிப் புலம்புவதுமில்லை. வறுமையில்லாத ஒரு குடும்பம்போல அவர்கள் மகிழ்ச்சியோடு வாழக் கற்றிருக்கிறார்கள். விஸ்வமும், பாரதியும் வறுமையில் வாழ்ந்தவர்கள் தாம். வறுமையும் இல்லாமையும் அவர்களுக்குப் புதியவையல்ல. எந்தத் துன்பங்களையும் மனம் தளராமல், அங்கலாய்ப்புகளில்லாமல் எதிர்கொள்ள வேண்டுமென்பதைக் கணவனும் மனைவியும் ஒருமித்த கருத்தோடு ஏற்றுக்கொண்டிருக்கிறார்கள். அவர்களுடைய கஷ்டங்களைச் சொல்லி ரகுவிடமோ மற்றவர்களிடமோ அவர்கள் எந்த உதவியும் கேட்டதில்லை. அழகும், அன்பும், பொறுமையும் நிறைந்த மனைவி, அழகான குழந்தை. வறுமையிலும் விஸ்வம் நிறைவையும் மகிழ்ச்சியையும் கண்டுகொண்டான்.

/l\

அத்தியாயம் - 11

"தாயிற் சிறந்த கோயிலுமில்லை"

அன்று ரகுவுக்கு அவன் அம்மாவிடமிருந்து ஒரு கடிதம் வந்திருந்தது. அதில் தனக்கு உடம்பு சரியில்லாமல் நான்கு நாட்களாகப் படுத்திருந்ததாக எழுதியிருந்தார். அந்தக் கடிதத்தைப் படித்த பிறகு ரகு மன நிம்மதியிழந்தான். விடுப்பில் செல்வதாகத் தலைமையலுவலகத்திற்குத் தந்தியடித்தான். அலுவலகப் பொறுப்புகளை அலுவலக மேலாளரிடம் ஒப்படைத்துவிட்டு இரவு ரயிலில் ஊருக்குப் புறப்படுவதென முடிவு செய்தான்.

ஒரு வாடகைக்கார் அமர்த்தி அறைக்கு வந்து, துணி மணிகள், காசு, அம்மாவுக்காக வாங்கி வைத்திருந்த கம்பளி 'ஷால்' எல்லாவற்றையும் ஒரு பெட்டிக்குள் திணித்து மூடினான். ரகு விஸ்வம் வேலைபார்க்கும் சிற்றுண்டிச்சாலைக்கு வந்து விஸ்வத்தைத் தேடினான். அவன் அங்குத் தென்படவில்லை. ரயில் நிலையத்திற்குப் போவதென்றால் அரைமணி நேரமாகும். இரயிலுக்கு நேரமாகிக்கொண்டிருந்ததால் விஸ்வத்தின் வீட்டிற்கு அவனைத் தேடிச்சென்றான் ரகு. விஸ்வத்திடம் சொல்லாமல் போவது அவனுக்குச் சங்கடத்தை ஏற்படுத்துமென்று ரகு கருதினான். அவனுடைய குடிசையை நெருங்கும்போது கணவனும் மனைவியும் பேசுவது ரகுவின் காதில் விழுந்தது.

"பாரதீ!" என விஸ்வம் மனைவியை அழைத்தான். "கொஞ்சம் பழைய சாதமும் சாம்பாரும் ஹோட்டலில் இருக்கு. எடுத்திட்டு வரட்டுமா? இன்னைக்கு அது போதாதா?" எனக் கேட்டு முடிப்பதற்குள் ரகு குடிசை வாசலில் நின்று விஸ்வத்தை அழைத்தான்.

விஸ்வம் குடிசைக்குள்ளிருந்து ஓடி வந்தான். மடித்துக் கட்டியிருந்த கைலியை அவிழ்த்து விட்டான். "ஏன் சார் தேடிக்கிட்டு வந்திருக்கீங்க?" என விசாரித்தான். "ஊரிலிருந்து அம்மாவுக்கு உடம்பு சரியில்லைன்னு கடிதாசி எழுதியிருக்காங்க. போயிப் பாத்துட்டு வரணும். மூணு நாள் ரூமுக்கு வரமாட்டேன்" என்றான் ரகு.

"ரயிலிலையா போறீங்க?"

ஆமாம் விஸ்வம். ரயிலடிக்கு டாக்சியிலெ போகிறேன்"

"ரயிலடிக்கு நான்கூட வரேன் சார்".

"வேணாம். நானே போயிடுவேன். கையிலெ ரெண்டு பைகள்தானே இருக்கு. நீங்க சிரமப்பட வேண்டாம்" என அவனைத் தடுத்தவன் "ஒரு வேளை விடுப்பு அதிகமா தேவைப்பட்டா உங்களுக்குத் தெரியப்படுத்துறேன்" என்றான்.

ரகுவின் தாயின் உடம்புக்கு சரியில்லை என்று சொன்னதும் விஸ்வத்தின் முகத்தில் கவலைக் கோடுகள் தெரிவதையும் பாரதியின் முகத்தில் கலவரம் தென்படுவதையும் ரகு கவனிக்காமலில்லை. ரகு எவ்வளவோ மறுத்தும் அதைப் பொருட்படுத்தாமல் விஸ்வம் ரகுவோடு ரயிலடிக்கு வந்தான்.

பாரதியும் கவலையோடு நோக்கி நிற்பது தெரிந்தது. ரெயில் நிலையத்துக்குச் சென்றுகொண்டிருக்கும்போது அம்மாவை நினைத்து தனக்கு ஏற்பட்டிருந்த கவலையோடு விஸ்வத்தின் வறுமை நிலையை எண்ணியும் ரகு கவலைப்பட்டான். வறுமையையும் கஷ்டங்களையும் சிரித்த முகத்தோடு பொறுத்துக்கொண்டு அமைதியாக வாழும் அந்தக் குடும்பத்தை எண்ணிப் பார்த்தான். அந்தக் கஷ்டங்களிலும் புன்னகை மாறாத முகத்தோடு தன்னுடைய, சிரமங்களையும், துன்பங்களையும் பங்குபோட்டுக் கொள்ளும் அந்தத் தம்பதிகளை நினைத்தபோது வேதனையாக இருந்தது. கார் நிற்கும் இடம்வரை கணவனோடு நடந்து வந்த பாரதியின் முகத்திலும் கலவரம் நிறைந்திருந்ததை ரகு கவனிக்கத் தவறவில்லை.

"வயதான அம்மா தனியாக இருக்காங்க. உங்களைப் பார்க்கமெ அவங்களுக்கும் நிம்மதியில்லெ. அவங்களைப் பாக்காமெ உங்களுக்கும் அமைதியில்லெ. உங்களெப் பாக்கணும்கற கவலையும்தான் அவங்க மனசையும் உடம்பையும் படுத்துது" என்றான் விஸ்வம்.

"உண்மைதான் விஸ்வம். அவங்க உடம்புக்கு கொஞ்சம் ஏதாவது வந்தாலும் என்னை நினைச்சு ரெம்ப அலட்டிக்கிறாங்க.

என்னோட வந்திருக்கச் சொன்னாலும் கேக்கலெ. இன்னும் ஆறு மாசத்துக்குள்ளாலெ எப்படியும் அழைச்சுக்கிட்டு வந்திரணும்" என்றான் ரகு. "கவலைப்படாம போயிட்டு வாங்க சார். உங்களைப் பார்த்ததும் அம்மாவுக்கு எல்லாம் சரியாயிடும்" என்று ஆறுதல் கூறினான் விஸ்வம். ரயில் வாறதுவரை அங்கேயே இருந்து ரகுவை ரயிலிலேற்றி வைத்துவிட்டு விஸ்வம் திரும்பிப் போனான்.

அத்தியாயம் - 12

"உடுக்கை யிழந்தவன் கைபோல ஆங்கே
இடுக்கண் களைவதாம் நட்பு"
— குறள்

ரகு அன்று இரவே வீட்டை அடைந்தான். தாய் மகனை எதிர்பார்த்திருந்தார். பக்கத்து வீட்டு அலமேலு பாட்டி உடனிருந்தார். ரகு பயந்ததுபோல எதுவும் இல்லை என்றாலும் இதய நோயாளியான அம்மா, அதுவும் கடந்த சில வருடங்களாகக் குடும்பத்தில் நிகழ்ந்த பேரிழப்புகளால் ஆடிப்போயிருந்தவர் மேலும் சின்ன அதிர்ச்சியைக்கூடத் தாங்க முடியாத நிலையிலிருந்தார். கால நிலை கொஞ்சம் மாறுபட்டாலே அவரால் தாங்கிக் கொள்ள முடியவில்லை.

ரகு விடுப்பை ஒரு வாரத்திற்கு நீட்டினான். அம்மா இப்போது நன்றாக இருப்பதாகவும், ஆனால் நாலைந்து நாட்கள்தான் கூட இருக்க விரும்புவதாகவும் அதனால் கவலைப்பட வேண்டாமென்றும் விஸ்வத்துக்குத் தந்திச் செய்தி அனுப்பினான். நாலைந்து நாட்களில் ரகுவின் அம்மா பழைய நிலைக்கு வந்துவிட்டார். வீட்டு வேலைகளைத் தானாகக் கவனித்துக்கொண்டார். ரகு உதவுவதாகச் சொன்னபோதும் ஏற்றுக் கொள்ள வில்லை. மகனுக்கு விருப்பமானவற்றைச் சமைத்துத் தந்து மகிழ்ந்தார். அவருடைய கலகலப்பைப் பார்த்து ரகுவும் உற்சாகமானான். நண்பர்களைச் சென்று பார்த்து வந்தான். நண்பர்களை வீட்டுக்கு அழைத்துவந்து அவர்களோடு உணவருந்தி மகிழ்ந்தான். அடுத்த வீட்டுச் செல்லம்மா ரகுவின் அம்மாவுக்கு வீட்டு வேலைகளிலும் சமையல் வேலைகளிலும் உதவினாள்.

மகன் நண்பர்களைக் கூட்டிக்கொண்டுவந்து அவர்களோடு உற்சாகமாக உணவருந்தி மகிழ்வதைக் கண்டு அந்தத் தாய் சந்தோஷப்பட்டாள். விடுப்பு முடிந்ததும் வேலைக்குப் போகத் தாய் மகனை அனுமதித்தாள். மகன் தங்குமிடத்தில் உள்ள வசதிகள் பற்றியும் நல்ல உணவு கிடைப்பது பற்றியும் கேட்டு மகிழ்ந்தாள்.

"ஒரு நல்ல அரசாங்க வேலை கிடைக்கிறது இப்போ பெரிய விஷயம் கண்ணா. கிடைத்த வேலையைக் காப்பாத்தணும். மனசுக்கும் கொஞ்சம் நிம்மதி வரட்டும். நமக்கு நல்லகாலம் பொறக்கும். கடவுள் கண் திறப்பார். எனக்கு ஒன்னைப் பாக்கணும்னு தோணித்தான் கடிதாசு எழுதினேன். நான் ஒரு பைத்தியக்காரி. நீ அந்தக் கடிதாசியைப் பார்த்து எவ்வளவு பயந்து போயிட்டே. இப்போ போயிட்டு வா அப்பா" என்று மகனை வழியனுப்பினார். "உடம்பை நல்லா கவனிச்சுக்க எனக்குக் காசெல்லாம் அனுப்ப வேண்டாம். நீ அனுப்பற காசை நான் அப்படியே வங்கிலெதான் போடறேன். நீ நல்லா சாப்பிட்டு சந்தோஷமா இருக்கணும். அதைத் தவிர எனக்கு வேறு என்ன கவலை?" என்று அம்மா மகனுக்குத் தைரியம் சொன்னாள்.

ரகு, தாயாரிடம், தான் புதுசாகத் தங்கியிருக்கும் இடத்தைப் பற்றி நிறையவே சொல்லியிருந்தான். விஸ்வத்தைப் பற்றி, அவனுடைய மனைவி பாரதியைப் பற்றி, சின்னக் குழந்தையைப் பற்றி நிறையவே சொல்லியிருந்தான். அவர்கள் ரெம்ப அன்பானவர்கள் என்றும் தன்னை ஒரு சகோதரனைப்போல் கவனித்துக் கொள்கிறார்கள் என்றும் சொல்லக் கேட்டபோது அந்த தாய்க்கு ஆறுதலாயிருந்தது. மகனுடைய உயர்வான குணநலன்கள் பற்றி அந்தத் தாய்க்கு அசைக்க முடியாத நம்பிக்கை! "நல்லவங்களுக்கு எங்கு போனாலும் பகவான் நல்லவங்களைக் காட்டிக் கொடுப்பாரு" என்று நினைத்துக்கொண்டாள். எல்லாவற்றைப் பற்றியும் விரிவாகச் சொன்ன ரகு, சுமதியும், பாரதியும் உருவத்தில் ஒன்று போலிருந்ததை ஏனோ சொல்லவில்லை. விசுவத்தையும் அவன் குடும்பத்தையும் பார்க்க ஆசைப்படுவதாகவும் அவர்களை ஒரு தடவை அழைத்து வா என்றும் ரகுவின் அம்மா மகனைக் கேட்டுக்கொண்டார்.

ஊரிலிருந்து திரும்பி வந்த ரகு உற்சாகமில்லாமல் காணப்பட்டான். அக்கறையோடு அம்மாவைப் பற்றி விசாரித்த விஸ்வத்தோடும் அவன் மனைவியோடும் அம்மா மகிழ்ச்சியோடிருப்பதாகச் சொன்னான். இதைக் கேட்டு கணவனும் மனைவியும் சந்தோஷப்பட்டார்கள்.

“உங்க ரெண்டுபேரைப் பத்தியும் அம்மாவிடம் நெறையச் சொன்னேன். குழந்தையைப் பற்றி இன்னும் நிறையச் சொன்னேன். அம்மா ரெம்பவும் சந்தோஷப்பட்டாங்க” என்றான்.

இதையெல்லாம் ரகு சொன்னபோது விஸ்வமும் மனைவியும் புல்லரித்துப் போனார்கள். அம்மாவைப் பார்க்கத் தங்களுக்கிருந்த ஆவலைச் சொன்னார்கள். “அம்மா உங்க எல்லோரையும் பாக்க ஆசையா இருக்காங்க. உங்களை ஊருக்குக் கூட்டி வரச் சொல்லியிருக்காங்க” என்று சொன்னான் ரகு.

ஊருக்குச் சென்று வந்த பிறகு சுமதியைப் பற்றிய நினைவுகள் ரகுவின் மனதைத் தீவிரமாக முற்றுகையிடத் தொடங்கின. மறக்க நினைக்கும்போதெல்லாம் இன்னும் தீவிரமாக அந்த நினைவுகள் அவனை வேதனைப்படுத்தின.

ரகு, புது இடத்துக்கு வந்து ஒரு வருடம் ஓடிவிட்டது. எல்லோரிடமும் அன்பும், கருணையும்கொண்ட ரகு புது இடத்துக்கு வந்த பிறகு பாதுகாப்புணர்வும் மகிழ்ச்சியும் அவனைக் கொஞ்சம் கொஞ்சமாக மாற்றிக்கொண்டிருந்தது. எந்த இக்கட்டு வந்தாலும் உடன் பிறந்தவர்களை விட அக்கறையோடு தனக்கு உதவவும் உடனிருந்து கவனித்துக் கொள்ளவும் விஸ்வமும் அவனுடைய மனைவியும் இருக்கிறார்கள் என்ற நம்பிக்கை கொஞ்சம் கொஞ் சமாக வேரூன்றி அது விருட்சமாக வளர்ந்திருந்தது.

எந்தப் பிரதிபலனையும் எதிர்பார்க்காமல் அவர்கள் வளர்த்த இந்த பாசப் பிணைப்பு அவனுடைய அடிமனதில் ஒரு நெருடலையும் ஏற்படுத்திக்கொண்டிருந்தது. ரகுவிடம் விஸ்வம் எந்த உதவியையும் எப்போதும் கேட்டதில்லை. அவர்களுக்குத் தாராளமாக உதவ வேண்டுமென்று ரகுவின் மனம் துடித்தபோதும் விஸ்வம் ஒதுங்கியே இருந்தான். ஆனால் இரு பக்கத்திலும் அன்பும் அன்னியோன்னியமும் உறுதிப்பட்டன. என்ன உதவி வேண்டுமென்றாலும் தன்னிடம் மனம் திறந்து சொல்ல வேண்டுமென்றும் தன்னை ஒரு வேற்று மனிதனாக நினைக்கக்கூடாதென்றும் விஸ்வத்திடம் ரகு பலமுறை சொல்லியிருக்கிறான். ஆனால் விஸ்வத்திடமிருந்து எந்தக் கோரிக்கையும் வரவில்லை. மற்றவர்களுடைய உதவியை நாடுகின்ற இயல்பு அவனிடமில்லையென்று புரிந்து கொள்ள முடிந்தது. ரகு தனக்காக ஏதாவது செய்யச் சொன்னால் அதற்கான காசைத் தரும்போது விஸ்வம் பெற்றுக்கொண்டான். ஆனால் அதற்கான செலவை மட்டும்.

ஒரு உடன்பிறப்பு வறுமையிலிருக்கும்போது உதவ முடியவில்லையென்றால் அந்த உறவுக்கு அர்த்தமில்லாமல் போய்விடும். அவர்களுக்கு உதவ வேண்டும். அது அவர்களுடைய வாழ்க்கையில் நிரந்தர முன்னேற்றத்துக்கு வழிவகுப்பதாகவும் இருக்க வேண்டும் என்று ரகு எண்ணத் துடங்கினான்.

அந்தச் சந்தர்ப்பத்தில்தான் ரகு தன்னுடைய கல்லூரி நண்பனான ஒரு பொறியாளரை வெகு நாட்களுக்குப் பிறகு சந்திக்க நேர்ந்தது. ரகுவின் அலுவலகத்திற்குத் தேடி வந்த பொறியாளரை ரகு இன்ப அதிர்ச்சியோடு வரவேற்றான். அலுவலக நேரம் முடியும்வரை காத்திருந்த அந்த நண்பரோடு இருவரும் வெளியில் வந்தார்கள். ஒன்றாகச் சிற்றுண்டியருந்தினார்கள். பக்கத்திலுள்ள சின்னப் பூங்காவில் அமர்ந்து மலரும் நினைவுகளில் மூழ்கினார்க.ள ஏழெட்டு வருடங்களுக்கிடையில் இருவரும் ஒருவரையொருவர் சந்தித்துக் கொள்ளவில்லை. அன்றிரவு அந்தப் பழைய நண்பர் ரகுவோடு தங்கினார். அவர் அங்கிருந்து சுமார் பத்துக் கிலோ மீட்டர் தொலைவிலுள்ள ஒரு அணைக்கட்டில் வேலை பார்த்துக்கொண்டிருந்தார். ஒரு விடுமுறை நாளில் அங்குச் செல்ல வேண்டுமென்று ரகுவை அழைத்துவிட்டுச் சென்றார்.

ஒரு ஞாயிற்றுக் கிழமை காலை ரகுவின் அறைக்கு வந்து அந்த நண்பர் தன்னுடைய 'ஜீப்பில்' ரகுவை அணைக்கட்டுக்கு அழைத்துச் சென்றார். அணைக்கட்டையும் பக்கத்து வனப்பகுதியையும் இருவருமாகச் சுற்றிப் பார்த்தார்கள். அணைக்கட்டிலிருந்து இரண்டு கிலோ மீட்டர் தூரத்தில் ஒரு சிறிய சந்திப்பும் மாலை நேரச் சந்தையும் இருந்தன. பக்கத்தில் 'டென்ட்' அடித்துநிறைய கட்டுமானத் தொழிலாளிகள் தங்கியிருந்தார்கள். பக்கத்துக் கிராம மக்களும் அந்தச் சந்தைக்கு வந்துதான் பொருட்கள் வாங்கிச் சென்றார்கள். அங்கு ஒருவர் தேநீர் விற்பதற்காகஒரு சிறிய கடை நடத்திக்கொண்டிருந்தார். பட்டணத்துக்குப் போக வேண்டுமென்றால் பத்துக் கிலோ போக வேண்டும். அதனால் அந்த மாலை நேர அங்காடியில் கூட்டம் நாளுக்கு நாள் அதிகரித்துக்கொண்டிருப்பதாக அந்த நண்பர் சொன்னார். பேச்சுவாக்கில், அந்தச் சந்திப்பில் இன்னும் ஒன்றிரண்டு நடுத்தர ஓட்டல்களும் மளிகைக் கடையும் வந்தாலும் நல்ல வியாபாரம் இருக்குமென்று நண்பர் சொன்னார். இன்னொரு சிற்றுண்டிக்கடை பூட்டிக்கிடக்கு. அதை அந்தக் கடைக்குச் சொந்தக்காரர் நடத்திக்கொண்டிருந்தார். அவர் வெளிநாட்டில் வேலை தேடிக்கொண்டு சென்றுவிட்டதாகச் சொன்னார்கள் என்று அந்த நண்பர் கூறினார்.

“பக்கத்தில் தொட்டு தொட்டு நிறைய வீடுகள் இருக்கு. சிறிய சிறிய ஓலைக்குடிசைகளும் இருக்கு. எல்லோரும் கூலி வேலை செய்து வாழ்கின்ற அன்றாடம் காய்ச்சிகள். அமைதியாக வாழும் சாதுவான மக்கள். சுத்தி மலையும் காடுகளும் இருந்தாலும் மக்களும் பரவலாக வாழ்கிறார்கள். எந்தச் சண்டை சச்சரவுகளுமில்லாமல் வாழும் மக்கள். கூலி வேலைக்குச் செல்கிறவர்கள். குடிப்பழக்கமுள்ளவர்கள் என்றாலும் எந்த சச்சரவுக்கும் போகாதவர்கள். மற்றவர்களுக்குத் தொந்தரவு தராமல் வாழ்கிற மக்கள்” என்றார் பொறியாளர்.

ரகு, எதையோ தீவிரமாக யோசித்துக்கொண்டிருப்பதுபோல் அவருடைய நண்பரான பொறியாளருக்குத் தோன்றியது. “என்ன? யோசனையிலெ மூழ்கிட்டீங்க. ஏதாவது வியாபாரம் செய்ய உத்தேசமா?” என்று நண்பரைக் கேலி செய்தார் பொறியாளர். “செய்யக்கூடாதா என்ன? தெரிஞ்சவர் ஒருவர் இருக்கிறார். ஓட்டல் வேலை நல்லாத் தெரிஞ்சவரு. அவரு ஓட்டல் நடத்தினா முன்னுக்கு வர முடியும்தானே?” எனக் கேட்டான் ரகு.

அன்று நண்பரோடு தங்கியருந்த ரகு மறுநாள் அலுவலகத்திற்குப் போக வேண்டுமென்று சொன்னான். நண்பருடைய குடியிருப்பில் தங்கியிருந்த அந்த இரவு முழுவதும் ரகு விஸ்வத்தையும் அவனுக்காக அந்தக் கடையை ஏற்பாடு செய்து தருவது பற்றியும் சிந்தித்துக்கொண்டே படுத்திருந்ததால் தூக்கம் பிடிக்கவில்லை. இரவு வெகுநேரத்திற்குப் பிறகுதான் தூங்கினான். காலையில் நண்பர் எழுப்பி தேநீர் அருந்தச் சொன்னபோதுதான் விழித்தான். “ரம்ப நேரம் தூங்கி விட்டேன். நேரமாகிவிட்டதே” என்று கூறிவிட்டு வாரிச்சுருட்டிக்கொண்டு எழுந்தான்.

“நேற்று நீங்கள் நல்லாத் தூங்கல்லெ. புரண்டு புரண்டு படுத்தீங்க. ரெம்ப நேரம் கழித்துத்தான் தூங்கினீங்க. புது இடம். சிலருக்கு இடம் மாறினால் தூக்கம் வராது. கலவரப்படாதீங்க. இந்த ஊரு தண்ணி ஒத்துக்காது. அதனாலெ வெந்நீர் போட்டு வெச்சிருக்கு. முதல்ல டீயைச் சாப்பிடுங்க. அவசரப்படாம குளிச்சிட்டு, டிபன் சாப்பிட்டுவிட்டுப் புறப்படலாம். நானே ஜீப்பில் ஆபிசுக்குக்கொண்டு விட்டுடறேன்” என்றார் நண்பர்.

அந்தச் சம்பவத்திற்குப் பிறகு ரகு இருமுறை அந்த இடத்திற்கு வந்து அடைத்துக் கிடந்த கடையின் சொந்தக்காரரைப் பற்றியும் அங்கு ஒரு சிறிய ஓட்டல் நடத்துவதிலுள்ள சாத்தியக்கூறுகள் பற்றியும் ஒரு சிலரை விசாரித்தான். இதற்கு முன்பு அந்த ஓட்டலை அதன் சொந்தக்காரர் இலாபகரமாக நடத்திக்கொண்டிருந்ததாகவும் அவர் ரொம்பக் குடிகாரனும், செலவாளியுமாயிருந்ததாலெ

கொஞ்சம் கடன் வந்திட்டது என்றும் அவருக்கு வெளிநாட்டில் சித்தாள் வேலை கிடைச்சதாலெ ஒரு நாள் இரவு கடையைப் பூட்டிவிட்டு வெளிநாட்டுக்குப் புறப்பட்டுப் போய்விட்டார்" என்றும் அந்த நபர் கூறினார்.

"அவருடைய மனைவியும் தகப்பனாரும் பக்கத்துக் கிராமத்துல இருக்காங்க. அவங்ககிட்ட கேட்டா வாடகைக்கு விடுவது பத்தின விவரம் தெரியும் கண்டிப்பாக வாடகைக்கு விடுவாங்க" என்று அந்த நபர் கூறினார்.

"ஒரு ஓட்டலுக்குத் தேவையான தட்டுமுட்டுச் சாமான்கள் எல்லாம் இருக்கு. நீங்க ஒருநாள் நேரத்தோட வந்து இதுல நிக்கிற யாரையாவது கூப்பிட்டுக் கேட்டா வீட்டுக்குக் கூட்டிட்டிப் போவாங்க. விசாரிச்சுப் பாருங்க" என்று மேலும் அடுக்கினார்.

அங்குப் பீடி குடித்துக்கொண்டிருந்த ஒரு தொழிலாளியை இரண்டு தடவை விசாரித்ததிலிருந்து தேவையான தகவல்கள் அனைத்தும் திரட்ட முடிந்தது. இனிமேல் விஸ்வத்தை கலந்து ஆலோசித்து அவனைக் கூட்டி வந்துக் காட்ட வேண்டும்.

கடைக்காரர் வீட்டுக்குப் போகும்போது தானும்கூட வருவதாக பொறியாளர் நண்பர் சொல்லியிருந்தார். வாழ்க்கையில் மிக முக்கியமான ஒரு நல்ல காரியம் செய்ய வாய்ப்பு ஏற்பட்டதாக நினைத்து ரகு மகிழ்ந்தான்.

அத்தியாயம் - 13

ஒரு ஞாயிற்றுக் கிழமை. விஸ்வத்தையும் பாரதியையும் ரகு தன் அறைக்கு அழைத்தான். அவர்களோடு முக்கியமான சில விஷயங்கள் பற்றிப் பேச வேண்டுமென்றும் சற்று நேரம் அவர்களோடு பேச வேண்டியிருப்பதால் குழந்தையையும் உடன் அழைத்துவர வேண்டுமென்றும் கூறினான். அவர்கள் வந்ததும் வராந்தா வாசலைத் தாழிட்டுவிட்டு வந்து ரகு சில வினாடிகள் புன்னகையோடு இருவரையும் நோக்கினான். பிறகு விஸ்வத்தை நோக்கி "உக்காருங்க விஸ்வம். நீங்களும் உக்காருங்கம்மா" என்று இருவரையும் நோக்கிக் கூறினான். "விஸ்வம்! வாழ்க்கைபூரா இப்படி பிறத்தியார் கடையிலெ வேலைக்காரனா இருந்தாப்போதுமா?" என்று கேட்டான்.

"கடவுள் கண்திறந்தா எப்போவாவது சிறிதாக ஒரு டீக்கடை வைக்கணும்னு ஆசையிருக்கு சார். இன்னும் நாலைஞ்சு வருசம் கழிச்சு அண்ணைக்கு நல்லகாலம் பிறந்தா யோசிக்கலாம்" என்று விஸ்வம் கூறினான்.

"அந்த நல்லகாலம் உடனெ வரக்கூடாதா? வாழ்க்கைன்னா ஆசை இருக்கணும். சுதந்திரமா நமக்குன்னு ஒரு வாழ்க்கையை அமைச்சு முன்னுக்கு வரணும்... அப்புறம்... ம்..." என்றான் ரகு.

"நிறைய ஆசைப்படணும். குடும்பம் எண்ணைக்கும் இப்படியே இருக்குமா? குடும்பச் சுமை கூடிட்டே இருக்கும். குழந்தை வளந்து பெரியவனாகறப்ப அவன் படிப்புச் செலவுக்கே நிறைய பணம் தேவைப்படும். சொந்தமா சிறுசா ஒரு வீடு வேணும்னு ஆசைப்படணும். இதுக்கெல்லாம் நீங்க இன்னொருவர் கடையிலெ நின்னா சரிப்பட்டு வராது" என்று மேலும் கூறினான்.

"அதுக்கு என்ன செய்யறது சார். காசும் வசதிகளும் வேணும். இந்த இடத்திலெ இன்னொரு சாயாக்கடை தொடங்க முடியாது. என் முதலாளிக்குப் போட்டியாத் தொடங்க என் மனசும் ஒப்பாது" பதில் அளித்தான் விஸ்வம்.

ரகு உடனே இடைமறித்து "மனசு இருந்தா வழி பிறக்கும். காசும் வசதிகளும் வந்தா, உங்களுக்குத் தொணையா ஒரு சகோதரனும் இருந்தா — என்னைத்தான் சொல்றேன். இதையெல்லாம் சாதிக்க முடியாதா?"

எங்களுக்கு எவ்வளவோ உதவியிருக்கீங்க. உங்களுக்கு இன்னும் சிரமம் கொடுக்க எனக்கு விருப்பமில்லெ. ஒங்க அன்பும் ஆதரவும் எனக்குப் பெரிய தெம்பா இருக்கு. அதுபோதும் சார்." பதில் அளித்தான் விஸ்வம்.

"விஸ்வம் என்னை வேத்தாளா பிரிச்சுப் பாக்காதீங்க. இது பத்தி பல தடவை சொல்லியாச்சு. அதுதான் மனசுக்குச் சங்கடமா இருக்கு. நான் எங்க குடும்பத்திலெ ஒரே மகன். உங்களைச் சந்திச்சப்பவே என் மனசிலெ ஒரு உடன்பிறப்பைச் சந்திச்ச உணர்வுதான் வந்தது. உங்களுக்கு உதவுவதிலெ எனக்கு எந்த ஒரு சிரமுமில்லெ. எங்க அம்மா இதைக் கேள்விப்பட்டா சந்தோசப்படுவாங்க. வேண்டியவங்களுக்கு உதவி செய்றது எங்கம்மாவுக்கு ரொம்பப் பிடிக்கும். நான் இங்கிருந்து பத்து கிலோமீட்டர் தள்ளி ஓட்டல் நடத்த ஒரு நல்ல இடம் பாத்து வெச்சிருக்கேன். என்னுடைய ஒரு நல்ல நண்பரும் நமக்கு உதவியாயிருப்பாரு. செலவைப் பத்தியும் மத்த காரியங்களைப் பத்தியும் கவலைப்படாதீங்க. நல்லா முன்னுக்கு வரலாம். உங்க கடை நல்லா நடக்கத் தொடங்கிட்டா பணத்தைத் திருப்பிக் குடுங்க. ஆனா. நான் எதிர்பார்க்க மாட்டேன். (கொஞ்சநேரம் விஸ்வத்தின் முகத்தை உற்றுப் பார்த்தவன்) — என்ன யோசிக்கிறீங்க. இதிலெ யோசிக்க ஒண்ணுமில்லெ. எப்பவும் நான் உங்களுக்கு ஒரு உடன் பிறந்தவனை மாதிரி துணையாயிருப்பேன்" என்று பேசிக்கொண்டிருந்தவன் பாரதியைப் பார்த்தான். "என்னம்மா நீங்க ஒண்ணும் சொல்லலியே. விஸ்வம் ரெம்பவும் தயங்கறாரே? என்று கேட்டவன் நீங்க ரெண்டுபேருமா யோசிச்சு முடிவெடுக்க ஒண்ணு ரெண்டு நாள் தேவையா?" என்று கேட்டான்.

"இவரு எப்பவுமே மத்தவங்களுக்குச் சிரமம் தரக்கூடாதுண்ணு நினைக்கிறவரு. அவருக்குச் சம்மதம்னா எனக்கும் சம்மதம்தான். அவரு உங்களைக்கூடப்பிறப்புக்கும் மேலா நினைக்கிறாரு! இதிலெ நாங்க யோசிக்க வேண்டியது என்ன இருக்கு. நீங்க எப்பவும் எங்களுக்குத் துணையாவும் உதவியாவும் இருப்பீங்கண்ணு எனக்கும் அவருக்கும் நெஞ்சு நிறைய நம்பிக்கை இருக்கு" என்றாள் பாரதி.

“என்னை வேத்தாளா நினைக்கிறதெ முதல்ல மாத்தணும். இதிலெ ஒங்களுக்குச் சம்மதம்தானே? அம்மா”

என்னெ பாரதீண்ணே கூப்பிடுங்க சார். நான் ஒங்க இளைய சகோதரி மாதிரி. இந்த மரியாதையெல்லாம் எனக்கு வேதனையாயிருக்கு.” என்றாள்.

“சரியம்மா. உங்க முடிவை இப்பவே செல்லிட்டீங்கதானே?”

விஸ்வம் மிகுந்த யோசனைக்குப் பிறகு “நீங்க என்ன முடிவெடுத்தாலும் நாங்க அதுக்குக் கட்டுப்படுவோம். சார்” என்றான்.

ரகு, தொலைவில் கண்ணுக்கினிமையாக ‘பச்சைப் பசே’லென்று தெரிந்த வயல்வெளியை நோக்கினான். வயல்களில் கதிர்களில் நெல்மணிகள் கொத்துக் கொத்தாகத் தலைகாட்டத் தொடங்கியிருந்ததைப் பார்த்தான். நெற்கதிர்கள் செழுமையாக வளர்ந்திருந்தன.

நான்கு மாதங்களுக்கு முன்பு அறுவடை முடிந்து நெற்செடிகளின் அடிப்பகுதி குற்றியாக நின்றிருந்தன. அப்போது அது வழியே நடந்து போக அவ்வளவு உற்சாகமிருக்கவில்லை. ஆனால் அறுவடையின்போது வயலில் உதிர்ந்து கிடந்த நெல்மணிகளைக் கொத்தித் தின்னப் பறவைகள் கூட்டம் கூட்டமாக வந்து நிலத்தில் தத்தித் தத்தி நடந்துகொண்டிருந்தன. புறாக்கள், மைனாக்கள், கொக்குகள் இன்னும் கோழிகள் எல்லாம் இருந்தன. அப்போதும் ஓரழகிருந்தது. மனிதனுடைய மனநிலையைப் பொறுத்து ரசனைகள் மாறுபடலாம். மனநிறைவும் நிம்மதியும் மகிழ்ச்சியும் மாறுபடலாம். அறுவடை முடிந்து களத்தில் நெல் குவிக்கப்பட்டிருப்பதைப் பார்ப்பதிலும் மனதுக்கு எவ்வளவு மகிழ்ச்சி!

பயிரிடாமல் தரிசாகக் கிடந்தால் அந்த நிலத்தில் களையும், புல்லும் வளர்ந்துவிடுகின்றன. ரகு வயல்வெளியிலிருந்து கண்களைத் திருப்பினான். ஏதும் சம்பந்தமில்லாத எண்ணங்களில் மனது சஞ்சரித்துக்கொண்டிருந்தது. சில நேரங்களில் மனதில் தோன்றுபவை அப்படியே நிகழ்ந்து விடுகின்றன. தெளிவற்ற எண்ணங்களில் மூழ்கி பல மணி நேரங்கள்கூட அப்படியே இருந்து விடுகிறோம். ரகு விஸ்வத்தையும் பாரதியையும் மாறி மாறி நோக்கினான்.

“சார் எதையோ நினைச்சுக்கிட்டிருந்தீங்களா?” என விஸ்வம் கேட்டான்.

“இல்லையில்லை. உங்க முழுமையான முடிவைத் தெரிஞ்சுக்கத்தான் அமைதியாயிருந்தேன்”.

“உங்க முடிவுதான் எங்க முடிவு சார்” என்றான் விஸ்வம்.

“வருகிற ஞாயித்துக்கிழமை நாம ரண்டு பேரும் ஒருத்தரைப் பார்க்கப் போறோம். ஓரிடத்தையும் பார்க்கணும். அதைப் பார்த்தபிறகு நம்ம திட்டங்களை முடிவு செய்யணும்” என்றான் ரகு.

விஸ்வமும் பாரதியும் மவுனமாகத் தலையசைத்து அதை ஆமோதித்தார்கள்.

தெளிவாக ஒன்றும் புரிந்து கொள்ள முடியவில்லையென்றாலும் ஆசைகளின், எதிர்பார்ப்புகளின் ஒளிக் கற்றைகள் பாரதியின் இதயத்தின் மூலைகளில் வெளிச்சம் பரப்பின.

அவள் வாழ்க்கை பூராவும் வறுமையில் கழித்தவள்தான் என்றாலும் நிறைவின்மையும், நிம்மதியின்மையும் அந்த வாழ்க்கையைத் தாறுமாறாக்கவில்லை. திருமணத்திற்கு முன்பு கிராமத்தில் தன் தோழிகளோடு சுதந்திரமாக ஒரு சிட்டுக்குருவியைப்போலப் பறந்து திரிந்த நாட்களில் வறுமையிலும் ஒரு மகிழ்ச்சியிருந்தது.

விஸ்வமும் அவளை ஒருபோதும் கண்கலங்க வைக்கவில்லை. அவள்மீது அன்பைப் பொழிந்தான். அவனுடைய அரவணைப்பில் இருந்தபோதெல்லாம் இன்ப வெள்ளத்தில் அவள் திளைத்தாள்.

கணவனின் பொருளாதார நிலையை உணர்ந்திருந்த அவள் கணவனால் முடியாதவற்றுக்காக ஏங்கவில்லை. எதற்கும் அஞ்சாத, பதட்டப்படாத அவனுடைய வலுவான, உறுதியான தோளில் சாய்ந்து ஏதும் சாப்பிடாமல் தூங்கிப்போன நாட்களையும் சந்தித்திருக்கிறாள். அவர்களுடைய திருமணம் நடந்து வருடங்கள் கடந்து விட்டன. பாரதி கிராமத்தில் கழித்த நாட்களை அசை போட்டாள் — அது ஒரு பொற்காலம்.

விஸ்வம், பாரதியின் கழுத்தில் மஞ்சள் கயிற்றில் கோர்த்த தாலியைக் கட்டினான். திருமணத்திற்கு வந்திருந்தவர்களுக்குச் சிற்றுண்டி மட்டுமே வழங்கப்பட்டது. திருமணம் சாமி சன்னதியில் வைத்து மிக எளிமையாக முடிந்தது. அதற்கு பிறகு பல இடங்களுக்குக் கணவனோடு இரை தேடும் பறவைகளாக அவர்கள் அலைந்திருக்கிறார்கள். பல நாட்கள் கணவனோடு பட்டினி கிடந்திருக்கிறாள். காமவெறி பிடித்த மனித மிருகங்களுக்கிடையில் வாழ்ந்திருக்கிறாள். மன உறுதியும், பாசமும், தோள் வலிமையும் மிக்க விஸ்வம் அவளை ஒரு மாணிக்கத்தைப்போல கைகளுக்குள்

வைத்து பொத்திக் காப்பாற்றும்போது அவள் எதற்காகவும் அஞ்சியதில்லை.

சில நாட்கள் ஓட்டலுக்கு விறகு வெட்டும் வேலையும் அவன் செய்து வந்தான். அப்போது அவனுடைய உடலில் வியர்வை வழிந்தொழுகும். மயிர் நிறைந்த விரிமார்பையும் வலிமைமிக்க தோள்களையும் குறிப்பிட்டு அவள் கணவனை அன்போடு கிண்டல் செய்வாள். ஒரு பக்கம் பெருமையும் ஒரு பக்கம் வேதனையும் அவளுடைய மனதை ஆட்டி வைக்கும். என்றாலும் திருமணமான புதிதில் வேலை தேடி ஓட்டல் ஓட்டலாக அலைந்த நாட்கள் அவள் நினைவில் மிதந்து வந்தன. ஏதாவது வேலை கிடைக்கவில்லையென்றால் அரை வயிற்றுக் கஞ்சிக்கே திண்டாட வேண்டிய நிலை வந்துவிடும். கணவனும் மனைவியுமாக வெளியிலெங்காவது புறப்பட்டுப் போகும்போது வறுமையிலும் அன்றலர்ந்த ரோஜாமலர் போலிருந்த பாரதியை போவோரும் வருவோரும் பாதையோரத்தில் நிற்பவர்களும் கண் கொட்டாமல் பார்ப்பார்கள்.

பட்டணத்தில் ஒரு ஓட்டலில் வேலை பார்க்கும்போதுதான் அந்தச் சம்பவம் நிகழ்ந்தது. விஸ்வத்தின் திருமணம் நடந்து முடிந்த நேரம். பாரதி விஸ்வத்தின் மாமா மகள். அவள் ஆறேழு வயது குழந்தையாயிருக்கும்போதே விஸ்வத்தின் அம்மா பாரதியை விஸ்வத்தின் மனைவியாக மனதுக்குள் நிச்சயம் செய்துவிட்டாள். அவளுடைய எண்ணத்தைத் தன் சகோதரனிடமும் சொல்லிவிட்டாள். இருவருமே அதைச் சொல்லி மகிழ்வார்கள். குழந்தைகளைக் கேலி செய்வார்கள். இருவரும் வளர்ந்து வரும்போது அவர்களிடையே காதல் முளைத்தது. இருவரும் "உனக்கு நான், எனக்கு நீ" என்று மனதுக்குள் நினைத்துக்கொண்டார்கள். அவள் பெரியவளாகிப் பாவாடை தாவணிக்கு மாறியபோதும் விஸ்வம் அவளோடு பழகுவதையும் அவளிடம் குறும்பு செய்வதையும் யாரும் கண்டுகொள்ளவில்லை.

தாயில்லாப் பிள்ளையான பாரதியை அவளுடைய அப்பாதான் தாயாகவும் தந்தையாகவும் இருந்து வளர்த்தார். பக்கத்தூரில் வசித்து வந்த விஸ்வமும் அவன் அம்மாவும் அடிக்கடி வந்து செல்வார்கள்.

விஸ்வம் பாரதிக்கு தாலி கட்டியபோது ஒரு பொக்கிஷமே கிடைத்த மகிழ்ச்சி அவன் முகத்தில் தெளிவாகத் தெரிந்தது. அவன் முகத்தில் ஒரு நிறைவைக் காண முடிந்தது.

திருமணம் நடந்த மூன்றாம் நாள் அவன் பாரதியைப் பட்டணத்துக்குக் கூட்டிக்கொண்டு வந்தான். அவன் வேலை

செய்து வந்த ஓட்டல்காரர் அவனுக்கு மூன்று நாள் விடுப்பு தருவதற்கே மிகவும் யோசித்தார். அந்த ஓட்டலுக்குப் பக்கத்தில் ஒரு வீட்டின் ஒரு பக்க அறைப் பகுதியை அவன் சிறிய வாடகைக்கு ஏற்கனவே அமர்த்தியிருந்தான். சமைப்பதற்கான இடத்தைத் தென்னங்கீற்று வைத்து வீட்டுச் சொந்தக்காரர் மறைத்துக் கொடுத்தார். மேலும் வாசல் பக்கம் மண்ணால் ஒரு திண்டு அமைத்து ஓலையால் கூரையும் அமைத்துக் கொடுத்தார்.

பட்டணத்தை அதுவரை பார்க்காத மனைவியை வெளியில் அழைத்துச் சென்று பட்டணத்தைக் காட்ட வேண்டுமென்று விஸ்வத்தின் மனது ஏங்கியது. திருமணத்துக்கு முன்பே அவளை "ஒரு நாள் பட்டணத்துக்குப் போய்ச் சினிமா பாக்க என்னோட வரியா?" என்று அழைத்திருக்கிறான். அவளுக்கும் ஆசைதான். ஆனா திருமணத்துக்கு முன்பு அழைத்துச் செல்வது முறையில்லையென்று அவளுடைய அப்பாதான் அறிவுரை கூறினார்.

ரோட்டைக் கடக்கும்போதும் நெரிசலில் செல்லும்போதும் விஸ்வத்தின் கையைப் பற்றிக்கொண்டு செல்லப் பாரதியின் மனது ஏங்கியது. பேருந்தில் பயணம் செய்யும்போதும் கணவனின் பக்கத்தில் அமர்ந்து செல்ல வேண்டுமென்று மனது துடித்தது. பாரதி அதுவரை சினிமா பார்த்ததில்லை. கிராமத்தில் எப்போதாவது 'பாவைக்கூத்து' நடத்துகிற நாடோடிகள் வந்து நிகழ்ச்சிகள் நடத்தும்போது அவளுடைய தோழிகள் ராசம்மை, பவானி ஆகியோரோடு சென்று புழுதி மண்ணிலமர்ந்து நிகழ்ச்சியைப் பார்த்ததுண்டு. அப்போதெல்லாம் அவளுடைய தகப்பனாரும் அவளுக்காக அங்கு வந்து ஆண்கள் கூட்டத்தில் அமர்ந்திருப்பார். மற்றபடி இரண்டு தடவை நாடகம் பார்த்ததும் அவள் நினைவில் இனிமையாக நின்றன. ஆனால் சினிமா என்ற மாயா உலகம் அவளுக்கு முற்றிலும் புதியது. கணவன், அதுவும் திருமணமான புதிதில் அவளைச் சினிமாவுக்கு அழைத்துக் செல்வதாகச் சொன்னபோது உள்ளுக்குள் அவள் அடைந்த மகிழ்ச்சிக்கு அளவேயில்லை. கணவனோடு நெருங்கியிருந்து படம் பார்ப்பதிலுள்ள ஆனந்தத்தையும் கற்பனை செய்து பார்த்தாள்.

அவள் அன்று மதிய உணவுக்குப் பிறகு மிஞ்சியிருந்த சோற்றில் நீர் ஊற்றினாள். மீதமிருந்த குழம்பை உறியில் தொங்கவிட்டாள். தட்டுமுட்டுச் சாமான்களை ஒழுங்காக அடுக்கி வைத்தாள். கையை அலம்பிவிட்டு அவளுடைய திருமணப் புடவையை டிரங்கு பெட்டியில் வைத்திருந்த காகிதப் பொதியிலிருந்து வெளியிலெடுத்தாள். கண்ணாடி வளையல்களை எடுத்து

அணிந்துகொண்டாள். காலையில் குளித்தவள்தான் என்றாலும் ஒருமுறைகூட உடம்பை வாசனை சோப்பால் கழுவிக்கொண்டாள். தலைவாரி தலைநிறைய பூ வைத்தாள். முகத்தில் கொஞ்சம் பவுடர் பூசிப் பொட்டிட்டுக்கொண்டாள். கணவன் வந்ததும் பட்டுப் புடவையைக் கட்டிக்கொண்டு புறப்பட வேண்டியதுதான். கணவனை எதிர்பார்த்திருந்தாள்.

வீட்டுக்குள் புகுந்த விஸ்வம் பாரதியைப் பார்த்ததும் வாய்விட்டுச் சிரித்துவிட்டான். அவளைக் கட்டிப்பிடித்து முத்தமிட்டான். "அய்யய்யோ தலையெல்லாம் கொலைஞ்சு போயிரும் விடுங்க" என்று கணவனை விலக்கி விட்டு "நீங்களும் மேல் கழுவுங்க" என்றாள். விஸ்வம் குளித்து ரெடியானான். அவன் வீட்டுக்குள் வந்தபோது அவள் பட்டுடுத்தி தங்கச் சிலையாக நின்று கெண்டிருந்தாள். அவன் அவளைப் பார்த்ததும் "நீ ரவிவர்மாவரைஞ்ச சகுந்தலை மாதிரி இருக்கே. செல்லமே" என்று கூறியபடி அவளை நெருங்கப் போனபோது "நேரமாயிடுச்சி... சீக்கிரம் வேட்டியைக் கட்டி சட்டையைப் போடுங்க..." என்று கணவனை அன்போடு இழுத்துச் சென்று அவள் எடுத்து வைத்திருந்த வேட்டி சட்டைகளை எடுத்துத் தந்தாள்.

கணவனோடு வெளியில் வந்து வீட்டுக்கதவைப் பூட்டிவிட்டு நடக்கத் தொடங்கிய அவள் கணவனோடு எல்லையில்லாத வானவெளியில் பறப்பதுபோன்ற உணர்வோடு நடந்தாள். வீதியில் இறங்கியபோது வீதியில் நடந்து சென்றுகொண்டிருந்தவர்களும் கடைகளில் நின்றிருந்தவர்களும் அவர்களைப் பார்த்தார்கள்... குறிப்பாகப் பாரதியை. விஸ்வம் வேலை பார்க்கும் ஓட்டலுக்கு பக்கத்தில் சென்றபோது விஸ்வம் மனைவிக்கு அந்த ஓட்டலைக் காட்டினான். அவள் முகத்தைத் திருப்பியபோது கடை முதலாளியும் தன்னை கூர்மையாகக் கவனிப்பதை அவள் கண்டாள்.

அந்த சின்ன 'டாக்கீ'ஸில் தரை, பெஞ்சு, நாற்காலி என்று வகுப்புகள் இருந்தன என்றாலும் விஸ்வம் 'செய'ருக்கு டிக்கட் வாங்கியிருந்தான். திருமணத்துக்கு முன்பு படம் பார்க்க வரும்போதெல்லாம் தரைக்குதான் டிக்கட் எடுப்பான். அவனுடைய குறைந்த வருமானத்துக்கு அதுதான் அவனுக்கு முடிந்தது. ஆனால் அவன் பாரதியை மணந்து சில நாட்களே ஆகியிருந்தன. வசதியான இடத்தில் மனைவியோடமர்ந்து படம் பார்ப்பதில் ஒரு வித்தியாசமான மகிழ்ச்சியிருந்தது.

இந்தச் சம்பவத்திற்குப் பிறகு விஸ்வத்தைப் பார்க்க வருகின்ற சாக்கில் கடை முதலாளி இரண்டு மூன்று தடவை அவர்கள்

தங்கியிருக்குமிடத்துக்கு வந்தார். அவருடைய கோணலான பார்வையும் சிரிப்பும் பாரதிக்குக் கொஞ்சமும் பிடிக்கவில்லை. அவளுக்கு ஒரு வித பயமும், வெறுப்பும் உடல் முழுவதும் பரவியது என்றாலும் அவளுக்கு நிறைவான துணிவிருந்தது. தன்மான உணர்வும், தைரியமும் மிக்க கணவன் பக்கத்திலிருக்கும்போது அவள் ஏன் பயப்பட வேண்டும்?

'இன்றர்வெல்' வந்தது. பாரதியின் முகத்தில் பிரமிப்பு நிறைந்த மகிழ்ச்சி.

பாரதியின் நினைவுகள், பின்னோக்கி திருமணத்திற்கு முந்திய நாட்களுக்கு சென்றன. ஒரு நாள் யதேச்சையாக வந்த விஸ்வத்திற்குப் பாரதி காப்பி போட்டுக்கொண்டிருந்தாள். அவள் சற்றும் எதிர்பார்க்காத நேரத்தில் இரண்டு கைகள் அவளைச் சுற்றி வளைத்தன. அவள் திணறிப்போனாள். தன்னைக் கட்டிப்பிடித்தது விஸ்வம்தானென்று புரிந்தது. முகத்தைத் திருப்பிப் பார்த்தபோது "என்ன பயந்திட்டியா?" என்று அவன் மேலும் அவளை நெருக்கமாக அணைத்தான். பயமும் நாணமும் அவளைப் பிழிந்தெடுத்தன. "விடுங்க. யாராச்சும் வந்திருவாங்க" என்று திமிறினாள். "ஏண்டி நான் ஒன்ன கட்டிக்கப் போறவன்தானே" என்று சொல்லி அவளுக்கு முத்தம் தந்தான்.

பாரதியின் அழகான மூக்கைக் கிள்ளி "ஏன் பாரதி உன் மூக்குக்கு கல் வெச்ச மூக்குத்தி போட்டா இன்னும் அழகாயிருக்குமே. அத்தை போட்டிருந்தாங்களே அது மாதிரி. நான் மூக்குத்தி வாங்கித் தரவா? மூக்குத்தி போட்டுப்பியா?" என்று கேட்டான். அவள் பதிலேதும் சொல்லாமல் "விடுங்க. காப்பி போட்டுக்கொண்டாறேன்" என்றாள். ஒரு வாரத்தில் அவன் பளபளக்கும் கல் வைத்த மூக்குத்தியோடு வந்து அதை அவளுக்குக் காட்டியபோது அவளுடைய நெஞ்சம் ஆசையாலும் ஆனந்தத்தாலும் துள்ளியது. இரண்டு நாட்களுக்குள் மூக்கு குத்தி மூக்குத்தி போட்டுக்கொண்டாள். விஸ்வம் வாங்கி வந்த மூக்குத்தியை அப்பாவிடம் காண்பித்தபோது அவரும் மிகவும் நெகிழ்ந்து போனார்.

"விஸ்வம் உம்மேலெ உசிரையே வெச்சிருக்காம்மா" என்றார். ஒங்கம்மா மூக்குத்தியை பாவி நான் கஷ்டம் வந்தப்ப வித்திட்டேன். எவ்வளவு பாவம் செஞ்சிட்டேன். அவ ஞாபகமா வெச்சிருந்து உனக்குத் தந்திருக்கலாம்" என்றார்.

/I\

அத்தியாயம் - 14

பாரதியின் திருமணத்திற்குப் பிறகு அவளுடைய வாழ்க்கையில் அதிர்வுகளையும் வேதனையையும் ஏற்படுத்திய நிகழ்வுகள் அவளுடைய நினைவில் தொடர்ந்து வந்தன.

பட்டணத்துக்குப் பக்கத்திலுள்ள ஒரு தனியார் கல்லூரியில், ஓய்வு பெற்றுச் செல்லும் ஒரு பேராசிரியருக்குத் தேநீர் விருந்தளிக்கக் கல்லூரி ஊழியர்கள் தீர்மானித்தனர். விஸ்வம் வேலை பார்த்து வந்த ஓட்டல் முதலாளி சிறு சிறு தேநீர் விருந்துகளுக்குப் பதார்த்தங்கள் தயாரித்துக் கொடுப்பது வழக்கம். அந்த ஓட்டலில் தயாரிக்கப்படும் இனிப்பு வகைகளும், சிற்றுண்டி வகைகளும் சுவையாக இருப்பதாக ஓட்டலுக்கு நல்ல பெயரிருந்தது. சுகாதாரமாகவும், சுவையாகவும் தயாரித்துப் பரிமாற வேண்டுமென்று கேட்டுக்கொண்டால், ஓட்டல் முதலாளி அதற்காக தனி அக்கறை காட்டி வந்தார்.

கல்லூரி மொட்டை மாடியைப் பூந்தொட்டிகள் வைத்து அழகுபடுத்தி அங்கு மேஜை நாற்காலிகளைப் போட்டு தேநீர் விருந்து அளிப்பதாக முடிவு செய்தார்கள்.

சிற்றுண்டி வகைகளைத் தயாரிக்க வெளியிலிருந்து இரண்டு பேரை ஓட்டல் முதலாளி அழைத்திருந்தார். அவர்களுக்கு உதவ விஸ்வத்தையும் ஏற்பாடு செய்தார். பதார்த்தங்களையும் விளம்புவதற்குத் தேவையான பொருட்களையும் ஒரு வேனில் ஏற்றி விஸ்வத்தின் தலைமையில் நான்கு பேரை அனுப்பப் போவதாக அவர் விஸ்வத்திடம் கூறினார்.

முந்திய நாள் இரவு வீட்டுக்கு வந்த விஸ்வம் அடுத்த நாள் மாலை கல்லூரியில் தேநீர் விருந்து இருப்பது பற்றியும் வீட்டுக்கு

வர இரவு நேரமாகுமென்பதையும் மனைவியிடம் கூறினான். "நான் அங்கேயே சாப்பிட்டுவிடுவேன். நீ சாப்பிட்டுவிட்டுக் கதவை நன்றாகத் தாழிட்டுவிட்டுப் படுத்திரு. நான் விருந்து முடிந்ததும் உடனடியாகத் திரும்பி விடுவேன்" என்று கூறினான். மறுநாள் காலையில் ஓட்டலுக்குப் புறப்படுவதற்கு முன்பும் விஸ்வம் இரவில் சொன்னவற்றையெல்லாம் திரும்பவும் ஞாபகப்படுத்திவிட்டுச் சென்றான்.

இரவுச் சாப்பாட்டை முடித்து பாத்திரங்களையெல்லாம் கழுவி வைத்துவிட்டு கதவைத் தாழிட்ட பிறகு பாரதி குழந்தையின் பக்கத்தில் படுத்துத் தூங்கிவிட்டாள். கணவன் தன்னோடு இல்லாதபோது பாரதி அரைகுறை உறக்கத்தில்தான் இருப்பாள். கணவனின் நெஞ்சோடு சேர்ந்து அவனுடைய அணைப்பில் இதம் காணும்போது அவளுடைய கண்களும் புலன்களும் முழுமையாகத் தூங்கிப்போகும்.

இரவு ஒன்பது மணிக்குப் பிறகு யாரோ வாசலில் தட்டும் சத்தம் கேட்டுப் பாரதி பரபரப்பாக எழுந்து பாயில் அமர்ந்தாள். விஸ்வம் திரும்பியிருந்தால் "பாரதி" என்று அழைப்பான். அவள் "யாரது?" என்று விசாரித்தாள். அப்போது "விஸ்வத்தை அவசரமாப் பாக்கணும். கதவைத் திறம்மா" என்று பதில் வந்தது. "அவரின்னும் வரலையே" என்று அவள் பதிலளித்தாள். "அப்படீண்ணா இதை அவனிடம் கொடுத்திடு. கதவைத்திற" என்று பதில் வந்தது. வீட்டுக்குச் சொந்தக்காரர்கள் விஸ்வம் தங்கியிருந்த அறைச்சுவருக்கு மறுபக்கத்தில்தான் படுத்திருப்பார்கள். குரல் கொடுத்தால் உடனே ஓடி வருவார்கள். அந்தத் தைரியத்தில் வாசலைப் பாதி திறந்து மண்ணெண்ணெய் விளக்கை கையில் பிடித்துக்கொண்டு வெளியில் பார்த்தாள்.

ஓட்டல் முதலாளி வெளியில் நின்றுகொண்டிருந்தார். அந்தத் தடித்த மனிதனின் கண்களை இதற்கு முன்பு இரண்டு மூன்று முறை பார்த்திருக்கிறாள். அவனுடைய வெறிபிடித்த பார்வையை அவளால் சகித்துக் கொள்ள முடியவில்லை. கணவன் வீட்டிலில்லையென்று சொன்னதும் அவர் போயிருக்க வேண்டும். "அவர் வந்ததும் உங்களை வந்து பாக்கச் சொல்லுறேன்" என்று சொல்லிவிட்டு வாசலை அடைத்துவிடலாமா என்றுகூட ஒரு கணம் யோசித்தாள். ஆனாலும் அவர் கணவனுக்குச் சம்பளம் தரும் முதலாளி. அவரிடம் நாகரீகமாக நடந்துகொள்ள வேண்டியிருந்தது.

அந்த மனிதர் தன் கையிலிருந்த காகிதப் பொட்டலத்தை அவள் பக்கம் நீட்டிவிட்டு ஒரு அருவருப்பான பார்வை பார்த்தார்.

"குழந்தை தூங்கிட்டானா?" என்று கேட்டார். அவர் குடிசைக்குள் நுழையும் எண்ணத்தோடு நிற்பதுபோல் பாரதிக்குத் தோன்றியது. பாரதியின் வலது கை கதவின் ஓரத்திலிருந்த கைப்பிடியில் இருந்தது. இடது கையில் இருந்த விளக்கை சுவரிலிருந்த ஆணியில் தொங்கவிட்டுவிட்டு இடது கையாலேயே காகிதப் பொட்டலத்தை வாங்கினாள். அந்த ஆள் "வீட்டுக்கு வந்த விருந்தாளியை உள்ளே அழைக்க மாட்டியாம்மா?" என்று கேட்டார். அவள் உடனேயே காகிதப் பொட்டலத்தை வெளியில் போட்டுவிட்டு கதவைப் படாரென்று அடைத்துத் தாழிட்டாள். அவளுக்கு வேறு வழி தெரியவில்லை. வந்த மனிதர் மரியாதைக்குரியவராக இல்லையே. வேறு என்ன செய்ய முடியும்?

இதனால் விபரீதமான விளைவுகள் வந்தால் தாங்கித்தானாக வேண்டும். ஓட்டல் வேலையிலிருந்து நீக்கிவிட்டால் வேறொரு இடத்தில் ஒரு வேலை தேடிக் கொள்ளலாம். அவளுடைய முகத்திலும் கழுத்திலும் வியர்வை வழிந்துகொண்டிருந்தது. தொண்டை வரண்டு போய் வலியெடுத்தது. கொஞ்சம் கவனக்குறைவாக நின்றிருந்தாக்கூட அந்த மனித மிருகம் வீட்டுக்குள் நுழைந்திருக்கக்கூடும். சத்தம் போட்டு விட்டுக்காரர்கள் வந்திருந்தால் நிலைமை இன்னும் அசிங்கமாகப் போயிருக்கும். எல்லோருக்கும் உண்மை நிலையைப் புரிந்து கொள்ளும் பொறுமை இருக்கும் என எதிர்பார்க்க முடியாது. அவர்கள் தன்னையும் தவறாக நினைக்கலாமென்று பாரதி அஞ்சினாள்.

கணவனை வேண்டுமென்றே வெளியில் அனுப்பியது ஏனென்று இப்போது அவளுக்குப் புரிந்தது. சகஜ நிலைக்கு வர அவளுக்கு ரெம்ப நேரம் தேவைப்பட்டது. படபடப்பு கொஞ்சம் அடங்கியதும் சேலை முந்தானையால் அவள் முகத்தையும் கழுத்தையும் துடைத்தாள். கண்களில் நிறைந்து நின்ற கண்ணீரையும் துடைத்தாள்.

இதுபோன்ற சம்பவமேதும் கிராமத்தில் நிகழ்ந்ததில்லை. வயக்காட்டுக்கு ஓரத்திலுள்ள மரவேர்களிலோ, குளக்கரையிலுள்ள குறும் சுவர்களிலோ இருந்து ஒருவரையொருவர் கிண்டலடித்துப் பொழுதுபோக்கும் இளைஞர்கள், தோழிகளோடு அவள் குளிக்கச் செல்லும்போது ஆசையோடு பார்ப்பதை அவள் கவனித்திருக்கிறாள். ஆனால் அவர்கள் கட்டுப்பாட்டை மீறிச் செயல்பட்டால் ஊர் மக்கள் கண்டிக்கவும் தண்டிக்கவும் செய்வார்கள். அங்குக் குளிக்க வரும் வயதான பெண்களும் திட்டித் தீர்த்துவிடுவார்கள். இந்த விஷயத்தில் ஏழை பணக்கார பேதமேதும் தலைகாட்டியதில்லை. அவள் குழந்தையின் பக்கத்தில்

பாயில் வந்தமர்ந்தாள். படுக்கவில்லை. கணவன் திரும்புவதை எதிர்பார்த்திருந்தாள். இந்தச் சம்பவத்தை விஸ்வத்திடம் சொல்ல வேண்டுமா? வேண்டாமா? என்ற முடிவுக்கு வரமுடியாமல் அவள் குழம்பித் தவித்தாள். அந்த மனித மிருகம்கொண்டு வந்திருந்த காகிதப்பொட்டலத்தைத் திரும்ப எடுத்துச் செல்லாமல் விட்டுச் சென்றிருந்தால் நடந்த அசம்பாவிதத்தை விஸ்வம் உடனே புரிந்து கொள்வான். கதவைத் திறந்து பார்க்கவும் அவளுக்குத் தைரியம் வரவில்லை.

சுவரில் மாட்டப்பட்டிருந்த கடிகாரத்தைப் பார்த்தாள் பாரதி. மணி பதினொன்று. இரண்டு வருடங்களுக்கு முன்பு ஒரு ரூபாய் கொடுத்து வாங்கிய ஒரு அதிர்ஷ்டச் சீட்டுக் குலுக்கலில் கிடைத்தது அந்தக் கடிகாரம். அது ஓடிக்கொண்டுதானிருக்கிறது. ஒரு வேளை நீண்ட நாள் ஓடாமல் போகலாம். இவையெல்லாம் அந்தக் கடியாரத்தைப் பற்றி ஒரு நாள் விஸ்வம் சொன்னவைதான். அதுபோல வாழ்க்கையும் ஓடிக்கொண்டுதானிருந்தது.

அந்த அறையின் சுவரையெல்லாம் நிறையப் படங்கள் அலங்கரித்துக்கொண்டிருந்தன. தெய்வங்களின் படங்கள், தேசத் தலைவர்களின் படங்கள், இயற்கைக் காட்சிகள் இப்படி. இந்தப் படங்களுக்கு மத்தியில் அவர்கள் குடும்பத்தினரின் புகைப்படங்களும், பாரதியும் விஸ்வமும் எடுத்த படமும் அவர்கள் குழந்தையின் பல 'போசி'லுள்ள படங்களும் கதர்மாலையிட்ட ஒரு முதியவரின் படமும் இருந்தன. விஸ்வம் குருவாக மதித்துப் போற்றி வந்த சோமநாதனய்யாவுடைய புகைப்படம்.

அப்போது வெளியில் "பாரதி" என்ற குரல் கேட்டது. அது விஸ்வத்தின் குரல்தான் என்பதைப் புரிந்து கொள்ள அவளுக்கு குழப்பமேதும் ஏற்படவில்லை.

குழந்தையின் அருகில், மடக்கி வைக்கப்பட்ட கால் முட்டுகளில் தலைசாய்த்து படபடக்கும் நெஞ்சோடு விஸ்வத்துக்காகக் காத்திருக்கும்போதுதான் "பாரதீ!" என்ற அந்தக் குரல் வாசல் பக்கத்தில் கேட்டது. அவள் தலையைத் தூக்கிப் பார்த்தாள். கடிகாரம் கண்ணில் பட்டது. மணி பன்னிரெண்டு. மனிதத் தொண்டைகளிலிருந்து ஒலிக்கும் ஆயிரம் குரல்களுக்கு மத்தியிலும் விஸ்வத்தின் குரலை அவளால் புரிந்து கொள்ள முடியும். அவள் எழுந்தாள். "யாரு அத்தானா?" என்று அவள் கேட்டாள். "ஏண்டீ நான்தான். ஏன் ரம்ப தூங்கிட்டியா? தூக்கக் கலக்கமா? நான்தான் கதவைத் திற" என்றான் விஸ்வம். ஒரு இயந்திரம்போல எழுந்து பாரதி கதவைத் திறந்தாள்.

அவளுடைய முகத்தை உற்றுப் பார்த்த விஸ்வம் அந்த முகத்தில் கலவரக்கோடுகள் ஓடுவதை உணர்ந்தான். "ஏன் ஒரு மாதிரி இருக்கேம்மா?" என்று அவளை ஒரு கையால் அணைத்துக்கொண்டே கேட்டான். அவள் கோபத்தோடு அவனுடைய கையை அகற்றினாள். அவன் கையில் என்னவெல்லாமோ இருந்தன. அதையெல்லாம் அவள் சுரத்தில்லாமல் வாங்கி வைத்தாள். பாரதி பிரக்ஞையற்றவள்போல நின்றிருந்தாள். "என்ன, உனக்கு இன்னும் தூக்கக் கலக்கம் போகலியா? ஏண்டி மணி பன்னிரண்டுதானே ஆச்சு. ஏதாவது கெட்ட கனவு கண்டு பயந்தியா?" என்று கேட்டவாறு விஸ்வம் அவளை ஒரு கையால் அணைத்துக்கொண்டான். அவள் கோபத்தோடு அவனுடைய கையை மெதுவாக அகற்றினாள். "கடியாரத்தைப் பாருங்க. வெளியே போனா வீட்டு ஞாபகமே இருக்காதா?" எனக் கேட்டாள் பாரதி.

"போற இடத்திலெ வேலையெல்லாம் ஆகுமுன்னே வரமுடியுமா? எவ்வளவோ சாமான்களைக்கொண்டுட்டுப் போயிருக்கோம். எல்லாத்தையும் ஒழுங்கா சரி பாத்துத் திரும்பக்கொண்டு சேக்கணுமில்லையா. முதலாளி என்னைத்தான் பொறுப்பா ஏப்பிச்சு அனுப்பினாரு" என்றான் விஸ்வம்.

"அவருக்கென்ன? அவங்களெல்லாம் பணக்காரங்க. அவங்களுக்கு மட்டும்தான் குடும்பம் குழந்தைன்னு இருக்குமா? நம்ம குழந்தை அப்பாவைத் தேடி ரம்ப நேரம் அழுதுகிட்டேயிருந்தான். ஒரு வழியாச் சோறூட்டித் தூங்க வைக்கறதுக்குள்ளபோதும்போதும்னு ஆயிப்போச்சு." என்றாள் பாரதி.

"சரி. அதுக்காக என்ன தண்டனை குடுக்கப் போறே?" என்று அவன் கேட்டதும் அவள் சிரித்துவிட்டாள். "சரி மொதல்லெ கதவைத் தாழிடுங்க. நீங்க சாப்பிட்டேளா? மேல் அலம்பிக்கணுமா?" என்று கேட்டதற்கு "எல்லாம் முடிச்சிட்டேன். நீ சாப்பிட்டியா?" என்றான் விஸ்வம்.

"நீங்க வந்துடுவீங்கண்ணு பாத்துக்கிட்டிருந்தேன். குழந்தைவெறெ பாடாப்படுத்தினானா? அவனைத் தூங்க வெச்சிட்டு நானும் தூங்கிப்போயிட்டேன்."

"சரி, நீ சாப்பிடு. நானே ஊட்டி விடட்டுமா? பார்ட்டிக்குகொண்டு போனதிலெ மீந்து போனதை கொண்டாந்திருக்கேன்" என்று கொஞ்சிய விஸ்வத்திடம், "இவ்வளவு நேரமாவா சாப்பிட்டுக்கிட்டிருந்தாங்க?" என்றாள் பாரதி.

"பயித்தியக்காரி! ஒன்பது மணிகெல்லாம் பார்ட்டி முடிஞ்சுபோச்சு. பிறகு பாத்திரங்களையெல்லாம் சரிபார்த்து டெம்போவிலெ ஏத்தி ஓட்டலுக்கு எடுத்துப்போயி அங்க அடுக்கி வைச்சுட்டு வாரேன். நேரமாகாதா?" எனக் கேட்டான் விஸ்வம்.

"அவ்வளவும் நீங்க தனியாவா செஞ்சீங்க?" — பாரதி

"கூட ஆட்கள் இருந்தாங்க. ஆனாலும் என்னைப் பொறுப்பா ஒப்படைச்சவருக்கு விஸ்வாசமா இருக்க வேண்டாமா?" விசுவத்தின் பேச்சைக் கேட்டு முதலாளியின் செயலை நினைத்து எரிச்சலடைந்த பாரதி "ரம்பல்லாம் மொதலாளி மொதலாளீண்ணு வழியாதீங்க. இந்தப் பணக்காரங்களே இப்படித்தான்" என்று சொல்லிவிட்டு எழுந்து சென்றாள். "அவங்க காரியங்கள்ளெ அவங்களுக்கு கருத்து. ஓங்களெ பயித்தியக்காரனா நினைக்கிறாங்க. நீங்களும் கவனமா இருக்கணும்." என்று முணுமுணுத்துகொண்டே போனாள்.

கையலம்பிவிட்டு ஒரு தட்டோடு சாப்பிட உட்காந்தவளின் வாயில் விஸவம் ஒரு லட்டைத் திணித்தான். அவள் புல்லரித்துப்போனாள். பாயை விரித்த பாரதியிடம் விஸ்வம் குழையத் தொடங்கினான். அதைப் பார்த்த பாரதி "அட பாவம் மனுசன்" என்று இரக்கப்பட்டுக்கொண்டே சாப்பிட்டு முடித்தாள். கையலம்பிவிட்டு வந்தாள். இண்ணைக்கு பேசாம படுத்துத் தூங்குங்க. ரெம்பக் களைச்சுப் போயி வந்திருக்கீங்க. நாளைக்கு திரும்பவும் வேலைக்கு போகணும்" என்று செல்லமாகக் கூறிவிட்டு திரும்பிப் படுத்தாள்.

அவளை அணைத்துக்கொண்டே அவனும் படுத்துக்கொண்டான். அவளுக்குத் தூக்கம் வரவில்லை. சற்று நேரத்துக்கு முன்பு நடந்த சம்பவங்களை விஸ்வத்திடம் பக்குவமாகச் சொல்லி அவனைக் கவனமாக இருக்க சொல்லலாமா என்று ஒரு கணம் நினைத்தாள். என்றாலும் கணவனின் முன்கோபமும், முரட்டுத்தனமும் அவளுக்குப் பழக்கமானவை. உடனே அந்த ஓட்டல்காரரிடம் சென்று சண்டை போட்டுக் குழப்பம் ஏற்படுத்தினாலும் ஆச்சரியப்படுவதற்கில்லை. அதனால் கெட்ட பெயரும் வேலையிழப்பும் வந்து சேரும். பிறகு சரியான நேரம் வரும்போது சொல்லலாம் என்று முடிவு செய்தாள். தன்னைக் கொடிபோலச் சுற்றியணைத்திருந்த கணவனின் கைகளை மெல்ல அகற்றிவிட்டு மறுபக்கமாகச் சரிந்து கொள்ள நினைத்து கைகளைத் தொட்டாள். அந்தக் கைகள் மிக இறுக்கமாகத் தன்னை அணைத்திருப்பதை

உணர்ந்தவள் திரும்பி படுத்து அவனைத் தன் கைகளாலும் அணைத்துக்கொண்டாள். அவளுடைய நினைவுச் சக்கரங்கள் கடந்த கால வழித்தடங்களை நோக்கி ஓடத் தொடங்கின.

அம்மா இறந்த நாளிலிருந்து அவரும், அத்தையும் அவளையும் அவளுடைய அப்பாவையும் அவ்வப்போது வந்து அக்கறையோடு கவனித்துக்கொண்டார்கள். அவர்கள் வீடும் அடுத்த கிராமத்தில்தான் இருந்தது. சுமார் இரண்டு கிலோ மீட்டர் தொலைவிருக்கும். வரும்போதெல்லாம் அத்தை பாரதிக்கு தலைவாரி பூ வைத்து, பொட்டு வைத்து அழகு பார்ப்பாள். அதை ஒதுங்கி நின்று அவரும் ரசிப்பார். ஒரு நாள் காலையில் அப்பா சித்தாள் வேலைக்குப் புறப்பட்டு நிற்கும்போது அத்தைக்குச் சொந்தக்காரர் ஒருவர் பதற்றத்தோடு வந்து அத்தை காலையில் நெஞ்சுவலியால் இறந்துவிட்டதாகச் சொன்னார். நானும் அப்பாவும் துடிதுடித்துப் போனோம். அப்பா கொஞ்ச நேரம் கண்ணீர் வடித்துக்கொண்டே இடிந்துபோய் உட்கார்ந்துவிட்டார். பிறகு காரியங்களைக் கவனிக்கப் புறப்பட்டுச் சென்றோம். பக்கத்து வீட்டு மாதவன் மாமாவிடம் கொஞ்சம் பணம் கடனாக வாங்கி, எங்கள் சேமிப்பாக வைத்திருந்த பணத்தையும் எடுத்துக்கொண்டு புறப்பட்டோம். அத்தையின் வீட்டில் பக்கத்து வீட்டுக்காரர்களும், சில உறவுக்காரர்களும் கூடியிருந்தார்கள். அத்தைக்கு பக்கத்தில் கண்ணீர் வடித்தபடியே அமர்ந்திருந்த அத்தானைப் பார்ததும் நான் “ஓ”வென்று அலறிவிட்டேன்.

அத்தை, தாய்போல என்னை அன்பாகப் பார்த்துக்கொண்டவர். நான் என் அம்மாவுக்கு அடுத்தபடியா பாசம் வைத்திருந்தது அத்தையிடம்தான். ஒரு வாரம் காரியங்களெல்லாம் முடியும்வரை அங்கேயே தங்கியிருந்தோம். வீட்டிற்குப் புறப்படும்போது அத்தானை அழைத்து “தனியா இங்கெயிருந்து என்ன செய்யப்போறெ? நீயும் எங்களோடெ வந்து தங்கிடு” என்று அப்பா சொன்னார். ஆனால் அவர் தயங்கினார். ஒரு சிறிய ஓலை வேய்ந்த வீடு. அதைச் சுற்றி நாலு தென்னைமரங்கள், ஒரு பலா மரம், மரவள்ளிக் கிழங்கு பயிரிட கொஞ்ச நிலம் எல்லாம் அவருக்குச் சொந்தமாக இருந்தது. மேலும் அத்தை இட்டலி வியாபாரம் செய்துகொண்டிருந்தார். ஒரு பசுமாடும் இருந்தது. “உடனே முடியாது மாமா. அடிக்கடி அங்கு வருவேன்.” என்றார் அத்தான்.

எனக்கு அப்போ 15 வயது முடியல்லெ. பெரியவளாகி தாவணிக்கு மாறி ஒரு வருடமும் கொஞ்ச நாட்களும் ஆகியிருந்தது. எனக்கும் அத்தானுக்கும் கல்லியாணத்தை முடிச்சுப் பாக்கணும்னு அப்பாவுக்கு ஆசை. நான் அழகாக கலியாணப் பெண்ணுக்கான வாளிப்போடு இருந்தாலும் ‘இன்னும்

இரண்டு வருடம் கழிச்சுத்தான் கல்லியாணம் வைக்கணும்'ணு வேண்டியவங்களெல்லாம் சொல்லிட்டாங்க. ஜாதகத்தைகொண்டு காட்டியபோது ஜோசியரும் அதையே சொன்னார்.

அத்தான் அத்தையிறந்த பிறகு எங்க வீட்டுக்கு அடிக்கடி வந்து போனார். எனக்கு என்னென்ன வேண்டுமென்று கேட்டுத் தவறாமல் வாங்கித் தந்தார். நான் வெட்கப்பட்டுசொல்ல மறுத்தாலும் என்னை விடமாட்டார். ஆனாலும் "கிணற்று நீரை ஆற்றுத் தண்ணியாகொண்டுபோகும்"ணு மிகக் கட்டுப்பாட்டோடு நடந்துகொண்டார். என்றாலும் பலமுறை என்னைக் கட்டியணைத்து முத்தம் கொடுத்திருக்கிறார். இப்படிச் செய்தால்தான் உன் வெட்கம் போகும்ணு சொல்லியே அப்படிச் செய்தார். நான் பொய்க்கோபம் காட்டிச் சிணுங்கும்போது "எப்படியும் நீ எனக்கிண்ணு பிறந்தவதானே"ன்னு கண்ணை உருட்டிக் காட்டிக் கேலி செய்வார்.

ஒருநாள், எங்க ஊரில் கொஞ்சம் அவசர வேலையிருப்பதாகச் சொல்லி அப்பா அத்தானை அழைத்து வந்தார். அத்தான் நான்கு நாட்கள் எங்கள் வீட்டிலேயே தங்கினார்.

எங்க வீடு, பச்சை மண் குழைத்து வைத்து சுவரெழுப்பிக் கட்டிய வீடு. கூரை மூங்கில்களும், கம்புகளும் வைத்துக் கட்டி ஓலை வேய்ந்தது. ஒரேயொரு வாசல். ஒரேயொரு தளம். கிழக்கோரமா இடுப்பளவுக்குச் சுவரெழுப்பி அடுக்களை வைத்திருந்தோம். அடுக்களைப் பகுதியில் வடக்குச் சுவரில் சிமிட்டி ஜாளியால் செய்த ஒரு சிறிய ஜன்னல். படுப்பது, சாப்பிடுவது எல்லாம் ஒரேயொரு அறையில்தான். வீட்டின் கதவு உயரம் குறைவானது. அப்பாவும் நானும் அம்மா இருக்கும்போது அம்மாவும் சிரமப்படாமல் உள்ளே நுழைந்து விடுவோம். அத்தான் உள்ளே வரும்போது வில்லாக வளைந்துதான் வருவார். அதைப் பார்த்து நானே பல நாள் சிரித்திருக்கிறேன். வீட்டின் முன்பக்கம் சற்று உயரமாக மண் வைத்து எழுப்பி திண்ணை கட்டியிருந்தோம். வெளியாட்கள் வந்தால் அதில் அமர்ந்துதான் பேசிக்கொண்டிருப்பார்கள். பனையோலையில் செய்த ஒரு தட்டில் வெத்திலை பாக்கும், சிறிய மண் சிமிழில் சுண்ணாம்பும் வைத்திருப்போம். அத்தான் வந்தாலும் வெளியில் அந்தத் திண்ணையில் படுத்துத் தூங்குவார். வீட்டின் உள்ளேயும் வெளியேயும் சாணி கரைச்சு மெழுகி எப்போதும் துப்புரவா வெச்சிருப்பேன்.

ஒரு மார்கழி மாதம், பத்து நாட்கள் ஒரு கட்டிடக் கையாள் வேலைக்கு அத்தான் வந்துத் தங்கினார். அன்று இரவு உணவு

முடித்து வீட்டுக்குப் புறப்பட நின்றவரை அப்பா தடுத்தார். "போயிட்டு நாளைக்கு வரணுமே. இங்கே படுத்துத் தூங்கு" என்றார். உள்ளே படுக்கச் சொன்னப்பவும் "வேண்டாம் மாமா எனக்கு வெளியே காத்தோட்டமா படுக்கறதுதான் பிடிக்கும்" என்று பனையோலைப் பாயை வெளியில்கொண்டு விரித்தார்.

எங்கள் வீட்டில் இரண்டே தலையணைதான். மூன்றாவது வீட்டு சுகுமாரிக்கு 'டெயிலர்' வேலை. அவ தந்த துண்டுத் துணிகளைச் சேத்து இரண்டு தலையணைகள் செய்திருந்தோம். இண்ணைக்கு என் தலைகாணியைத்தான் அத்தானுக்கு தரணும். தலைகாணியை மோந்து பாத்தேன். எண்ணைப் பிசுக்கு வாடை. அதை துவைத்து வைத்திருந்த ஒரு தாவணியால் சுற்றினேன். அது புது தலைகாணிபோல ஆயிடுச்சு. அந்த தலகாணியையும் இன்னொரு தாவணியையும் வெளியில் விரித்த பாயில்கொண்டு வைத்துவிட்டு வந்துவிட்டேன்.

காலையில் முற்றம் தூத்துத் தெளிக்க வெளியே வந்தப்ப அவர் உடுத்தியிருந்த வேட்டியால் மூடிக்கொண்டு படுத்திருந்தார். மார்கழிப் பனிக் குளிருக்கு இதமாகப் போர்த்தியிருந்தார். அவர் வெளியில் படுத்திருந்தது சங்கடமாக இருந்தது.

அப்பா எழுந்திருக்கவில்லை. ரம்பநேரம் கழிச்சு அப்பா எழுந்து வந்து பார்த்தபோது அவர் எழும்பி வெளியே போயிருந்தது தெரிந்தது.

அன்றிரவு, சாப்பாட்டுக்குப் பிறகு அத்தான் வெளியில் படுப்பதற்காகப் பாய் கேட்டபோது நான் அப்பாவிடம் "அப்பா வெளியில் பனிகொட்டுதில்லா, அத்தானை உங்க பக்கத்திலெ படுக்கச் சொல்லப்படாதா?" என்றேன்.

"நானா வேண்டாம்னேன். அவன்தான் கேக்கலெ" என்றார். பிறகு அவரைக் கட்டாயப்படுத்தி அப்பா பக்கத்தில் பாய் விரித்துப் படுக்க வைத்தோம். நான் அடுக்களைச் சுவரோடு சேர்ந்து படுத்துக்கொண்டேன்.

மண்ணெண்ணெய் விளக்கை, திரியை இழுத்து வெளிச்சத்தைக் குறைச்சு சுவரில் மாட்டினேன்.

அப்பா படுத்ததும் தூங்கிவிடுவார். பாயில் படுத்த அத்தான் என்னையே பாத்துக்கொண்டிருப்பதைப் பாத்து நான் சிரித்துக்கொண்டே மறுபக்கம் திரும்பிப் படுத்துக்கொண்டேன். அதெல்லாம் பழைய நினைவுகள்.

எதையெதையோ நினைத்துக்கொண்டு படுத்திருந்தவள் அப்படியே தூங்கிவிட்டேன்.

*

நடு ராத்திரி படுக்கையிலிருந்து எழுந்த குழந்தை 'அப்பா' என்று சொல்லிக்கொண்டே அழுதான். பாரதியும் விஸ்வமும் எழுந்து அமர்ந்தார்கள்.

"பாத்தீகளா. கொழந்தை எவ்வளவு ஒங்களை தேடறான்" என்றாள் பாரதி.

விஸ்வம் எழுந்து சென்று குழந்தையைத் தட்டிக் கொடுத்து தூங்க வைத்தான். பழையபடி பாரதியின் பக்கத்திலேயே வந்து படுத்தான். பாரதியின் முகத்தை உற்றுப் பார்த்தான். பாரதியின் மூக்குத்தியைத் திருகிக்கொண்டே, "இது நல்ல அழகாயிருக்குதில்லா பாரதீ? சிம்மினி விளக்கு வெளிச்சத்திலேயே ஜொலிக்குது" என்றான்.

"ஆமா ஒங்க மூக்குத்தியில்லையா?"

மூக்கு மட்டும் எனக்குச் சொந்தமில்லையா?

எல்லாமே ஒங்களோடதுதான். பேசாம படுத்துத் தூங்குங்க" என்றாள் பாரதி.

விஸ்வத்துக்கு தூக்கம் வரவில்லை. புரண்டு புரண்டு படுத்தான்.

"ஏன் தூங்கலியா? தூக்கம் வரலியா?" புரண்டு புரண்டு படுத்துக்கொண்டிருந்த விஸ்வத்தை கேட்டாள் பாரதி.

இதைக் கேட்டதும் விஸ்வம் எழுந்து சென்று மண்ணெண்ணெய் விளக்கை அணைத்துவிட்டு அவள் பக்கத்தில் வந்து படுத்தான். ஓசையில்லாத சிரிப்பலைகள். உணர்வுகளால் ஒன்றானார்கள். சுற்றியுள்ள உலகத்தை மறந்தார்கள். வள்ளுவரின் "கண்டு, கேட்டு, உண்டு உயிர்த்து உற்றறியும் ஐம்புலனும் ஒண்டொடிக்கண்ணே உள" என்ற குறட்பா அந்தச் சிறிய அறைக் காற்றில் ஒலியின்றிக் கலந்து நின்றது.

/|\

அத்தியாயம் - 15

பாரதி, பள்ளிக்கூடத்தில் நான்காவதோடு படிப்பை நிறுத்தி விட்டாள். அவளுக்கு மேலும் படிக்க வேண்டுமென்று ஆசையிருந்தது. ஆனால் வீட்டு நிலமையையும் நோயாளியாயிருந்த தாய்க்குத் துணையாக இருக்க வேண்டிய அவசியத்தையும் சொல்லி அப்பா படிப்பை நிறுத்திவிட மகளைக் கேட்டுக்கொண்டார்.

"உன் அத்தான் ரம்பவா படிச்சிருக்கான். நாலாவதுவரைதானே. அவனுக்கு வாக்கப்படப்போறவ நீ. அவனுக்கு நல்லா சமைச்சுப் போடக் கத்துக்கணும். அன்பா, அனுசரணையா நடந்துக்கணும். இப்ப உனக்கு எழுதப்படிக்கத் தெரியும். அதுபோதும் கண்ணா" என்று ஆறுதல் கூறினார்.

"போங்கப்பா. எதையாவது சொல்லியென்னை மடக்கிடுவீங்க. என்கூடப் படிக்கிற வள்ளியம்மை தொடந்து படிக்கப்போறா. அவளும் வாழ்க்கைப்படப் போறவதானே" என்று பாரதி அங்கலாய்த்தாள். என்றாலும் அம்மாவுக்குத் துணையா இருக்க வேண்டுமென்பதை ஒத்துக்கொண்டாள். அத்தானைவிட மிகுதியாகப் படிக்க வேண்டியது தேவையில்லையென்ற வாதத்தையும் மனதுக்குள் நியாயப்படுத்தினாள். பள்ளிக்கூடங்களெல்லாம் திறந்து வள்ளியம்மை அவள் அப்பாவோடு புதுப் பள்ளிக்கூடத்தில் சேரப்போவதைப் பார்த்தபோது மனது ஏங்கியது. கண்கள் கலங்கி இரு துளிக் கண்ணீர் கன்னத்தில் வழிய முயன்றுகொண்டிருந்தது. வள்ளியம்மைக்குக் கையால் "டாட்டா" காட்டி வழியனுப்பினாள். ஏதாவது சொன்னால் அழுதுவிடுவோமோ என்று தோன்றியது.

இரண்டு நாள் கழித்து அத்தான் வந்திருந்தபோது என்னை மேலே படிக்க வைக்க வற்புறுத்தினார். என்ன செலவானாலும்தான்

பார்த்துக் கொள்வதாகவும் சொன்னார். ஆனால் அப்பா மறுத்துவிட்டார். நானும் இரண்டு நாட்களில் சமாதானமாகிப் போனேன். நாட்கள் உருண்டோடிவிட்டன. வசதிகள் இல்லையென்றாலும் கொடிய வறுமையில் வாட அப்பா, என்னை விட்டுவிடவில்லை. இரண்டு குடும்பங்களின் செல்லப் பெண்ணாக நான் வளர்ந்தேன். வருடங்கள் ஓடிவிட்டன.

பதினாறு கழிந்து பதினேழாவது வயதில் விஸ்வத்துக்கும் பாரதிக்கும் பக்கத்திலுள்ள முருகன் சன்னதியில் வைத்து எளிமையாக திருமணம் நடந்தேறியது.

பாரதி நான்காவது வகுப்புவரைதான் படித்திருந்தாள். ஆனால் அவளுக்குப் புத்திக் கூர்மை அதிகம் என்று எப்போதும் விஸ்வம் மனைவியைப் பாராட்டுவான். அவள் ஏதாவது சொன்னால் அதை ஒதுக்கிவிட அவனால் முடிவதில்லை.

*

ஓட்டல் முதலாளி தரக்குறைவாக நடந்துகொண்ட நிகழ்வு பாரதியின் நெஞ்சைக் குடைந்துகொண்டேயிருந்தது. அதைக் கணவனிடம் சொல்லித்தான் ஆக வேண்டுமென்ற முடிவுக்கு அவள் வந்துவிட்டாள். விஸ்வம் ஓய்வாக, அமைதியாக இருக்கும் சந்தர்ப்பத்துக்காக அவள் காத்திருந்தாள். நடந்த சம்பவங்களைக் கணவனிடம் சொல்வதோடு பொறுமையாகவும் கவனமாகவும் நடந்துகொள்ள வேண்டுமென்று அறிவுறுத்தவும் அவள் விரும்பினாள்.

ஒரு விடுமுறை நாளன்று வீட்டில் சுமுகமான நல்ல சூழல் உருவாகியிருந்தது. அந்தச் சம்பவத்தை அவள் பக்குவமாகவும் எச்சரிக்கையோடும் விஸ்வத்திடம் விவரித்தாள். அதைக் கேட்கக் கேட்க விஸ்வத்தின் புருவங்கள் துடித்தன. கண்கள் ரத்தச் சிவப்பாக மாறின. தோள்களில் ஒரு படபடப்பு. “உடனே போயி அந்தக் குள்ள நரியை ரண்டு சாத்து சாத்தினாத்தான் என் ஆத்திரம் அடங்கும். அவன் பணக்காரனாயிருந்தா நமக்கென்ன? அவன் பணம் அவனோடு இருக்கட்டும். நாம் உழைக்கிறதுக்குக் கூலிதான் வாங்கறோம். அதுக்காக ஏழைண்ணா இளக்காரமா?” என்று கொதித்தெழுந்தவனின் கையைப் பிடித்து அவள் அடக்கினாள்.

“முள்ளுமேலெ எலை விழுந்தாலும் எலைமேலெ முள்ளு விழுந்தாலும் எலைக்குத்தான் கேடு” என்று சொன்னாள். “அந்த ஆள் இந்த ஊருக்காரரு. பணபலம் இருக்கு. நம்மெளத்தான் நாலுபேரு நாலுவிதமா பேசுவாங்க. நாம அமைதியாத்தான்

போவணும். நீங்க எச்சரிக்கையா இருக்கணும்ணுதான் இதைச் சொன்னேன். நீங்க என்னோட இருக்கறப்ப எனக்கு யாரைக் கண்டும் பயமில்லெ. பொறுமையா இருங்க. இனி இதுபோல் நடக்காது. நடக்கறதுக்கு நாம இடம் கொடுக்கக்கூடாது. குழந்தை முழிச்சிட்டான். அவனைப் போய் எடுங்க" என்று கணவனை அமைதிப்படுத்தினாள்.

"இண்ணைக்கு உங்களுக்கு பிடிச்ச கிழங்கும் மீனும் வெச்சிருக்கேன். குழந்தையை நெஞ்சோட அணைச்சு வைங்க. கோபம் தணிஞ்சு நெஞ்சு படபடப்பு அடங்கிடும்" என்றாள்.

அவன் சற்று அமைதியானான். ஆனாலும் இந்தச் சம்பவம் அவன் தலைக்குள் புகைந்துகொண்டேயிருந்தது. விஸ்வத்திடம் தெரிந்த மாற்றங்களை கடை முதலாளியால் ஓரளவுக்குப் புரிந்து கொள்ள முடிந்தது.

/\

அத்தியாயம் – 16

ஒரு மாலை நேரம். சந்தையிலிருந்து ஓட்டலுக்குத் தேவையான காய்கறி, பழங்கள் வாங்கி ஒரு 'டெம்போ'வில் வைத்துக்கொண்டுவர ஓட்டல் முதலாளி விஸ்வத்திடம் சொன்னார்.

"நீங்கதானே எப்பவும் காய்கறி வாங்கப் போவீங்க?" என்று விஸ்வம் கேட்டான்.

"இண்ணைக்கு எனக்கு வேறெ வேலையிருக்கு" முதலாளியின் பதிலைக் கேட்டதும் "இண்ணைக்கு எனக்கும் வசதிப்படாது" என்றான் விஸ்வம்.

"வேலைக்கு நிக்கறவன், முதலாளி சொன்னா கேக்கணும். இண்ணைக்கு ஏன் உம் பேச்சு ஒரு மாதிரி இருக்கு?" கேட்ட முதலாளிக்கு வேண்டா வெறுப்பாக பதில் சொன்னான். "எம் பேச்சு சரியாத்தான் இருக்கு. எனக்கு போகமுடியாது. வேறெ யாரிடமாவது சொல்லுங்க."

"அப்படீண்ணா இனிமே உனக்கு இங்கெ வேலையில்லை".

"என்னய்யா ஓங் கடையில்லாட்டா வெறெ கடை. பயமுறுத்திறியா. எனக்கு தரவேண்டிய சம்பளத்தைக் கணக்குப் பாத்துக் குடு. இப்பவே போயிடறேன்."

"பேச்சிலெ மரியாதை குறையுது. ஒன்னெயெல்லாம் வெக்க வேண்டிய இடத்திலெ வைக்காதது என் தவறுதான்" என்று முதலாளி சொன்னதும். "நீ என்னய்ய வெக்கிறது. நீ பெரிய இவனா?" விஸ்வத்தின் கண்களில் அனல் பறப்பதை முதலாளி பார்த்தார். 'ஏய்!' என்று கத்தியபடி முதலாளி ஓங்கிய கையைத் தடுத்துவிட்டு "நிறுத்துடா" என்று பதிலுக்கு அவனும் கத்தினான்.

ஒரு வாரத்திற்கு முன்பு நடந்த சம்பவம் அவனுக்குத் தெரிந்துவிட்டது என்பதை ஊகித்துக் கொள்ள முதலாளிக்குச் சிரமம் இருக்கவில்லை. மேலும் கடை ஊழியர்களும் கடையில் இருந்த வாடிக்கையாளர்களும் இந்தச் சூடான பேச்சு வார்த்தைகளைக் கவனிப்பதை முதலாளிக்குப் பொறுத்துக் கொள்ள முடியவில்லை. மேலும் பேச்சை வளர்ப்பது தனக்குப் பாதகமாக முடியுமென்பதை அவர் உணர்ந்தார். அவனுக்குக் கொடுக்க வேண்டிய சம்பளத்தைக் கணக்குப் பார்த்து அவனிடம் தந்துவிட்டு "சரியாண்ணு பார்த்துவிட்டுப் போய்விடு" என்றார். அவன் கடையை விட்டு வெளியில் இறங்கினான்.

அத்தியாயம் - 17

"இதுவும் கடந்து போம்"

— **கீதை**

வேலை தேடும் படலம் தொடர்ந்தது. அந்த இடத்தில் மேலும் இருக்கவும் சங்கடமாக இருந்தது. இரண்டு வருட இடைவெளியில் இரண்டு கடை மாற வேண்டிய நிலை ஏற்பட்டது. இரண்டாவது கடையில் நிற்கும்போதும் இதுபோன்ற ஒரு சம்பவம் நடந்தது.

அங்கே கடையின் முதலாளி. இங்கே முதலாளியின் மகன்தான் அவனுக்கு வில்லனாக வந்தான். பாரதியும் விஸ்வமுமாக கடைக்கோ, கோயிலுக்கோ போக அந்தக் கடையைத் தாண்டித்தான் போக வேண்டும். போகும்போது முதலாளியின் மகன் பாரதியை உற்றுக் கவனிக்கத் தொடங்கினான். பாரதியின் அழகு, கிராமத்து எளிமையிலும் பார்ப்பவர் எவரையும் மீண்டும் திரும்பிப் பார்க்க வைக்குமளவுக்கு இருந்தது. கடை முதலாளி கடைக்கு வராத நாட்களில் அவருடைய மகன் கடையில் வந்திருப்பது வழக்கம். பட்டணத்தில் புதிய சினிமா எது வந்தாலும் அவன் பார்க்காமல் விடுவதில்லை. அவனைச் சுற்றி நண்பர்கள் கூட்டம் இருந்துகொண்டேயிருந்தது. ஒரு படம் பார்த்துவிட்டால் அடுத்த முறை கடைக்கு வரும்போது அவனுடைய நண்பர்கள் ஒன்றிரண்டு பேராவது கடைக்கு வந்து அவன் பக்கத்தில் அமர்ந்து கதையையும் குறிப்பாக கதாநாயகியையும் பற்றி பேசிக் கும்மாளமடிப்பார்கள்.

அவர்களுக்கு ஓசியில் கிடைத்த காப்பி பலகாரங்கள் ஒரு கூடுதல் கவர்ச்சியாயிருந்தது. கடை முதலாளி கடையில் இருக்கும்போது பெரும்பாலும் கடைக்கு அந்த நண்பர்கள் குழாம் வருவதில்லை.

ஒரு நான் முதலாளியின் மகன்தான் கல்லாவில் அமர்ந்திருந்தான். இரண்டு ஊழியர்கள் சமையலறையில் பலகாரங்கள் தயாரித்துக் கொண்டிருந்தார்கள். சுவர்க் கடிகாரம் ஒரு தடவை ஒலியெழுப்பி ஓய்ந்தது. மணி மூன்றரை. வழக்கமாக இன்னும் ஒரு மணி நேரத்துக்கு வாடிக்கையாளர்கள் வருவதில்லை.

காப்பி, டீ தயாரிக்கும் பணியை விஸ்வம் கவனித்துக் கொண்டிருந்தான். பாத்திரங்களைச் சுத்தம் செய்து கவிழ்த்து வைத்துவிட்டு விஸ்வம் ஓய்வாகப் பெஞ்சில் வந்தமர்ந்தான். "விஸ்வம் அண்ணாச்சீ!" என்று முதலாளியின் மகன் முரளி அழைத்தான். "நீங்க சினிமாவுக்குப் போகமாட்டீங்களா?" என்று கேள்வியைத் தொடங்கினான்.

"எங்கெ நேரம் கிடைக்கிது தம்பீ."

இப்ப 'ராயல்' தியேட்டரிலெ புதிய படம் வந்திருக்கு. நல்ல படம். நேத்திக்கு நானும் என் 'பிரண்ட்சும்' போயிருந்தோம். ஓரே நெரிசல். டிக்கட் கிடைக்கிறதே பெரும்பாடாப்போச்சு" என்றான் முரளி.

"அப்படியா?" என்ற மறு கேள்வியோடு நிறுத்திக்கொண்டான் விஸ்வம்.

"நீங்களும் போய்ப் பாருங்களேன். 'ஈரோயின் புது நடிகை. அழகா ஒல்லியா இருக்கா" இது முரளி.

அதற்கிடையில் டீ அருந்த இரண்டு பேர் கடைக்குள் நுழையவே விஸ்வம் எழுந்து சென்றான். கொஞ்ச நேரத்தில் முதலாளியும் வந்து விடவே முரளி எழுந்து வீட்டுக்குச் சென்றுவிட்டான்.

முதலாளியின் ஒரே மகன் முரளி. அவன் வீட்டில் செல்லப்பிள்ளை. மனம்போல வாரியிறைத்துச் செலவு செய்ய தந்தையிடமிருந்தும் தாயிடமிருந்தும் பணம் பெற்றுக் கொள்வான்.

பத்தாம் வகுப்பு தேர்வில் முரளி தோற்றுவிட்டான். அடுத்த தேர்வு எழுத பணம் கட்டியிருந்தான். 'டியூசனு'க்குச் செல்வதாகச் சொல்லிவிட்டுச் சினிமாவுக்கு நண்பர்களோடு சென்றுவிடுவான். பட்டணத்திலுள்ள கல்லூரிப் பக்கம் நண்பர்களோடு 'டூ வீலரி'ல் சென்று நின்று பெண்களைக் கேலி செய்வான். ஒன்றிரண்டு முறை காவல்துறையினர் அவர்களை எச்சரித்திருக்கிறார்கள். எச்சரிப்பவர்களுக்குப் பணம் தந்து சரிகட்டிவிடுவான். பல போலீசார் அவன் நண்பர்களாகிவிட்டனர். முரளி கடையிலிருக்கும்போது அவர்கள் கடையில் வந்து ஓசியில் டிபன் சாப்பிட்டுப் போவதும் உண்டு. தகப்பனாருக்கு மகனின்

வண்டவாளங்கள் தெரியவில்லை. அவரிடம் பக்குவமாக நடந்து கொள்வான் முரளி. முதலாளி இருக்கும்போது பதிவாக கடையில் வரும் வாடிக்கையாளர்களிடம் முதலாளி தன் மகனைப் பற்றி உயர்வாகப் பேசுவதை விஸ்வம் கேட்டிருக்கிறான். "வெள்ளைக்காரங்களைப்போல இங்கிலீசு பேசுவான். அந்த மொழி அவனுக்கு தண்ணி பட்டபாடு. ஒவ்வொரு வாரமும் ஒரு கட்டுப் புத்தகம் வந்து விழும். அதையெல்லாம் எப்படி வாசிக்கிறானோ எனக்குப் புரியவில்லை" இப்படி மகனைப் பற்றிச் சிலாகித்துப் பேசுவார்.

"முதல் வகுப்பிலெ பாசாக வேண்டியவன். ஒண்ணுரண்டு மார்க்கிலெ தவறவிட்டுட்டான். நேரம் சரியில்லை. ஜாதகத்தைப் பாத்தவங்களெல்லாம் பெரிய படிப்பு படிச்சு பெரிய அதிகாரியா வருவான்னு சொல்லியிருக்காங்க" என்று கடை முதலாளி புகழ்ந்து தள்ளுவார்.

கடைக்கு வரும்போது முரளி ஒன்றிரண்டு புத்தகங்களையாவது ஒரு பையில் வைத்து எடுத்து வருவான். கல்லாப் பெட்டிக்குப் பக்கத்திலிருக்கும் சுழலும் சொகுசு நாற்காலியில் அமர்ந்து கால்களைச் சில நேரங்களில் மேஜைமீது தூக்கி வைப்பான். அவன் புத்தகங்களைத் திறந்து வைத்து படிப்பில் மூழ்கிவிட்டால் பேரறிஞரின் கம்பீரம் அந்த முகத்தில் தென்படும்.

ஒருநாள், கல்லாப்பெட்டி மேஜையில் கால் வைப்பது நல்லதல்ல என்று விஸ்வம் அறிவுரை கூறினான். முரளிக்கு அது பிடிக்கவில்லை. "நீங்க ஓங்க வேலையை கவனிங்க" என்று அவனை அடக்கிவிட்டான்.

அந்த ஓட்டல் வேலைக்காரர்களில் வெகுளியான ஒரு சிறுவன் இருந்தான். ஒரு நாள், முரளி படித்துக் கொண்டிருந்த புத்தகத்தை மடித்து வைத்துவிட்டு 'பாத்ரூம்' சென்றிருந்தபோது அந்தச் சிறுவன் ஆர்வமிகுதியால் அந்தப் புத்தகத்தைத் திறந்து பார்த்துவிட்டு முகம் சுளித்தான். புத்தகத்தை மடித்து முன்பிருந்ததுபோல் வைத்துவிட்டு சமையற்கட்டுக்கு வந்தவன் அடக்கமாட்டாமல் வாயை மூடிக்கொண்டு சிரிக்கத் தொடங்கினான். சிரிப்பதற்கான காரணம் பற்றி மற்றவர்கள் துருவித்துருவி விசாரித்தபோது "சின்ன முதலாளி படிக்கிற புத்தகம் பூரா அம்மணமான பொம்பிளைங்க படம்" அப்படீண்ணு சொல்லிவிட்டு சிரிப்பை அடக்கமாட்டாமல் ஒரு மூலையில் பதுங்கிக்கொண்டான். "உண்மையாடா?" என்று மற்றவர்கள் கேட்டபோது "நிறைய வெள்ளைக்கார பொம்பிளைங்களும் இருக்காங்க" என்றான்.

கடை முதலாளி தன் மகனைக் குறிப்பிடும்போதெல்லாம் பெருமையால் பூரித்துப் போவார். கடைக்கு வரும் நெருக்கமான வாடிக்கையாளர்களிடமெல்லாம் புகழ்ந்து தள்ளுவார். மகனுக்கு வெளிநாட்டிலிருந்தெல்லாம் விலை உயர்ந்த ஆங்கிலப் புத்தகங்கள் கத்தை கத்தையாக வருகிறதென்றும் அதையெல்லாம் மடமடவென்று படித்து முடித்துவிடுவானென்றும் நண்பர்களோடு புகழ்ந்து பேசுவார். இந்தப் புத்தகங்களுக்காக ஒவ்வொரு மாதமும் நிறைய பணம் செலவிடுவதாகவும் "மகனின் அறிவு வளர்வதற்காக என்ன செலவு செய்வதற்கும் தயங்கமாட்டேன்" என்றும் அவனுடையப் படுக்கையறை முழுவதும் புத்தகங்களாகவே குவித்து வைத்திருப்பதாகவும் சொல்லி மெய்சிலிர்த்துப் போவார். "படுக்கையறையைச் சுத்தம் செய்ய யாரையும் அனுமதிப்பதில்லை. அவனே சுத்தம் செய்வான். புத்தகங்களைத் தாறுமாறா அடுக்கிடுவீங்கண்ணு கரிசனமாச் சொல்வான். சில நண்பர்கள் அவனைத் தேடி வந்தால் வாசலைத் தாழ்ப்பாள் போட்டுவிட்டு ஒன்றாக இருந்து படிப்பார்கள். சில நேரங்களில் அவன் அம்மாவோ, தங்கையோ டீகொண்டு கொடுத்தால் கதவை திறந்து வாங்கிவிட்டு கதவைச் சாத்திவிடுவான். தங்கையிடம் "நீயெல்லாம் வந்து தொந்தரவு செய்தால் கவனமா படிக்க முடியாது" என்று சீறி விழுவான்.

"என்னை நாலு கோணையெழுத்து படிக்க வெக்க எங்கப்பாவுக்கு முடியலை. குழந்தைகளுக்கு அந்த குறை வைக்கப்படாது. அவங்க நல்லா படிக்கணும்., கல்விதான் பெரிய செல்வம்னு பெரியவங்க சொல்லியிருக்காங்களில்லையா?" என்று சொல்லிவிட்டு கடை முதலாளி சிரிப்பார். அவன் அறையிலெ ஒரு வண்டிக்குப் புத்தகங்களிருக்கு. இதையெல்லாம் எப்படி படிச்சு முடிக்கிறாண்ணெ தெரியல்லை" என்பார்.

"பக்கத்து முருகைய்யன் வீட்டுக்கு நான் போயிருந்தேன். அவர் மக செல்லம்மை படிக்கிற இடத்தையும் பார்த்திருக்கேன். அவக்கிட்ட, இவன்கிட்டை இருக்கிறதிலெ பத்திலெ ஒரு பங்கு புத்தகம்கூட இல்லை. ஆனா அந்தப் புள்ளை பாசாயிருக்கா. இதைப்பத்தி நான் மகன்கிட்ட விசாரிச்சேன். இதை கேட்டப்ப அவன் சத்தம் போட்டு சிரிச்சிட்டான். "அப்பா பாசாகிறதும் பெயிலாகிறதும் அறிவை வெச்சில்லை அப்பா. கொஞ்ச விஷயங்களை பாராம படிச்சு பாசாயிட முடியும். ஆனா அவங்களுக்கு "சென்றல் நாலேஜ் இருக்காது" என்றான். இதை கவனித்துக்கொண்டிருந்த மருத்தவமனை கம்பவுண்டர் "சென்றல் நாலேஜ் இல்லை சார். "ஜனரல் நாலேஜ்" என்று திருத்தினார்.

அதைக் கேட்டதும் கடை முதலாளி திரும்பவும் சிரித்தார். "நான் அப்பவே சொல்லிட்டேன் எனக்கு இங்கிலீசே தெரியாதுண்ணு" என்று கூறினார்.

இதையெல்லாம் சற்று தூரத்தில் நின்று கவனித்துக்கொண்டிருந்த வேலைக்காரச் சிறுவன் முகத்தில் சிறிய புன்னகை தோன்றியது. சின்ன முதலாளி அறையிலெ அடுக்கி வெச்சிருக்கிற புத்தகமெல்லாம் ஆடையில்லாத பெண்களின் படமா இருக்குமோ என்று எண்ணிக்கொண்டான். ரம்ப நேரம் அங்கு நின்றுகொண்டிருந்ததால் முதலாளிக்கு கோபம் வந்து "பாத்திரங்களைக் கழுவாமெ இங்க என்னடா பாத்துக்கிட்டு நிக்கிறெ" என்று கோபப்பட்டார். அவன் அங்கிருந்து சென்றுவிட்டான். அதன் பிறகு தபால்காரர் சில புத்தகக் கட்டுகளைச் சின்ன முதலாளியிடம் பட்டுவாடா செய்ய வந்தபோது அவர் வித்தியாசமாகச் சிரிப்பதையும் சின்ன முதலாளி அவரை அன்போடு அழைத்து ஓசியில் டீ, பலகாரங்கள் தந்து உபசரிப்பதையும் ரகசியமாகத் தபால்காரருக்குக் காசு தருவதையும் வேலைக்காரச் சிறுவன் உன்னிப்பாகக் கவனித்துக்கொண்டான்.

ஒரு நாள் மதியம் முரளி கல்லாவிலிருந்தான். மதியம் சாப்பிட வருபவர்கள் எல்லாம் வந்து உணவருந்திச் சென்றுவிட்டார்கள். ஓட்டலில் பரபரப்பு ஓய்ந்திருந்தது. கடை வேலைக்காரர்கள் சமையலறையில் மாலை 'டிபன்' தயார் செய்யும் வேலையில் மூழ்கியிருந்தார்கள். விஸ்வமும் முரளியும் மட்டும்தான் கடையிலிருந்தார்கள். "நல்லா ஒரு டீ போடுங்க விஸ்வம். மசால் வடை சூடா போட்டிருப்பாங்களே, இரண்டு மசால் வடையும் எடுங்க" என்று விஸ்வத்திடம் முரளி உத்தரவு பிறப்பித்தான். விஸ்வம் வேண்டாவெறுப்பாக சமையலறைக்குச் சென்று வாழையிலையில் இரண்டு மசால் வடைகளை எடுத்து வந்து முரளியிடம் தந்துவிட்டு டீக் கப்புகளைச் சுத்தம் செய்யத் தொடங்கினான்.

"ஏன் விஸ்வம் உங்களுக்கு சினிமா பாக்கவே பிடிக்காதா?" என்று முரளி பேச்சைத் தொடங்கினான்.

வழக்கமாக விஸ்வண்ணே என்று அழைப்பவன் அன்று விஸ்வம் என்று மட்டும் அழைத்தது விஸ்வத்துக்கு சற்று எரிச்சலை ஏற்படுத்தியது என்றாலும் தன்னைக் கட்டுப்படுத்திக்கொண்டான்.

"எனக்கு புடிச்சா என்ன, புடிக்காட்டிப்போனா என்ன? அது என் சொந்த விருப்பம்" என்றான் விஸ்வம்.

"இப்பல்லாம் சினிமா பாக்கப் போவாதவங்க யாரு இருக்காங்க? பம்பாயிலிருந்தும் கேரளாவிலிருந்தும் புதுப்புது

நடிகைகளையெல்லாம் போட்டுப் படமெடுக்கறாங்க. லட்டு மாதிரி சின்னஞ்சிறு பொம்பளைங்க. உங்களுக்கென்ன வீட்டிலெ லட்டு மாதிரி மனைவி இருக்கறப்ப எதுக்கு சினிமாவுக்குப் போயி வெறும் படத்தைப் பாத்து நேரத்தை போக்கணும்?"

முரளியின் பேச்சால் விஸ்வத்தின் ரத்தம் சூடேறத் தொடங்கியது. நரம்புகள் புடைத்தன. அந்த நேரத்தில் பதிவாக வரும் இரண்டு பேர் டீ குடிப்பதற்காகக் கடைக்குள் வந்தார்கள். விஸ்வம் சுட்டெரிக்கும் கண்களோடு முரளியை ஏறிட்டான். முரளி ஏதோ புத்தகத்தில் மூழ்கியிருந்தான்.

"ஏன் விஸ்வம் நீங்க கொஞ்ச காசுக்கு ஓட்டல்லெ எதுக்கு வேலை பாக்கணும்? ஒங்க வீட்டுக்காரியை சினிமாவிலெ சேத்துவிட்டா லட்சலட்சமா சம்பாதிக்கலாமே" விடாமல் மேலும் முரளி பேசினான்.

தன்னுடைய வறுமையையும் அவல நிலையையும் நினைத்து விஸ்வம் சில சந்தர்ப்பங்களில் கோபத்தைக் கட்டுப்படுத்தி வந்திருக்கிறான். பாரதியும் கணவனிடம் அவன் கோபத்தைக் கட்டுப்படுத்த கெஞ்சிக் கேட்டுக் கொள்வாள். கோபம் வந்தால் முரடனாக மாறும் அந்த மனிதரில் எவ்வளவு அன்பும், இரக்கமும், மனிதாபிமானமும் தூங்கிக்கொண்டிருக்கிறது என்பதை முழுமையாக பாரதிதான் அறிவாள்.

ஒவ்வொரு நாளும் வேலைக்குப் புறப்படுமுன் சாமி படத்தின் முன் நின்று குழந்தையை மத்தியில் நிறுத்தி மூன்று பேரும் சாமி கும்பிடுவார்கள். அப்போது விபூதியையோ குங்குமத்தையோ எடுத்து விஸ்வத்தின் நெற்றியில் தொட்டுவிடும் பாரதி 'முருகா என் புருசனுக்குக் கோபம் வரும்போது அவரைக் கட்டுப்படுத்திக் காப்பாத்துப்பா' என்று வேண்டிக் கொள்வாள்.

ஆனால் பாரதியைப் பத்தி, தன் உயிருக்குயிரான மனைவியைப் பத்தி தன்னைவிட வயதில் எவ்வளவோ சிறியவனான முரளி தரக்குறைவாகப் பேசியதை விஸ்வத்தால் பொறுத்துக்கொள்ள முடியவில்லை. ஆத்திரம் தலைக்கேறியது. அவனுடைய சுயக்கட்டுப்பாடுகள் எல்லாம் சுக்குநூறாக நொறுங்கிப் போய்விட்டன. அவனுடைய கைகள் கோபத்தால் ஆடின. தன் கையிலிருந்த சூடான டீத்தண்ணியை அப்படியே முரளியின்மீது கொட்டினான். நல்லகாலமாக அந்த நீர் முகத்தில் விழவில்லை. உடம்பு பூராவும் கொட்டியது. கால்கள் இரண்டையும் மேஜைமேல் வைத்து தன்னுடைய அரும்பு மீசையைத் தடவிக்கொண்டிருந்தவன் அலறியபடியே தரையில் சுருண்டு விழுந்தான்.

விஸ்வம் தன் முன்னாலிருந்த பாத்திரங்களை உருட்டித் தள்ளிவிட்டு ஓட்டலுக்கு வெளியிலிறங்கினான்.

இதைப்பார்த்துக்கொண்டிருந்த ஓட்டல் சிறுவன் பொத்துக் கொண்டு வந்த சிரிப்பை கையால் மறைத்தபடி சமையலறைக்குள் ஓடினான். மற்ற தொழிலாளிகளும் அந்த சம்பவத்தை ரசித்தார்கள். அவர்களுக்கும் முரளியின் பேச்சு பிடிக்கவில்லை. தகவல் அறிந்து ஓடி வந்த கடை முதலாளி கொதிப்டைந்து துள்ளினார். "அந்தப்பயலை வெட்டிப் போட்டுவிட்டுத்தான் மறுவேலை" என்று ஓட நின்றவரை டீ குடித்துக்கொண்டிருந்த ஒருவர் ஓட்டலின் ஒரு மூலைக்கு அழைத்துச் சென்று அமைதிப்படுத்தினார்.

"மகனை ஆஸ்பத்திரிக்கு அழைத்துச் சென்று சிகிச்சைக்கு ஏற்பாடு செய்யுங்க. தவறு உங்க மகன் மேலத்தான். இதைப் பெரிசுபடுத்தாதீங்க. பெரிய காயம் ஏற்படல்லை. இதோடு விட்டுவிடுவதுதான் நல்லது. விஸ்வத்தை இனி உங்க ஓட்டல்லெ நிறுத்த வேண்டாம். அதுதான் சரியான தண்டனை. ஓங்க மகனையும் நீங்க கட்டுப்படுத்தணும். அவன் பேசின பேச்சை யாராலும் பொறுத்துக் கொள்ள முடியாது" என்று அறிவுரை கூறினார்.

இப்படி எத்தனையோ விரும்பத்தகாத நிகழ்வுகள்! வறுமையும் அதனால் ஏற்படும் துயரங்களும் ஒருபுறம் அலட்டியதோடு மனதை நோகடிக்கின்ற இன்னும் பல நிகழ்வுகள்.

இந்த உலகத்தில் பிறந்த ஒவ்வொரு உயிரும் வாழத் துடிக்கின்றது. எவ்வளவு நீண்டகாலம் வாழ முடியுமோ அதுவரை வாழ ஆசைப்படுகின்றது. வாழ்க்கை இனிமையானதாக இருந்தாலும் கசப்பானதாக இருந்தாலும் எல்லோரும் வாழத்தான் துடிக்கிறார்கள். நம்பிக்கைகளும், எதிர்பார்ப்புகளும் வாழத் தூண்டுகின்றன. தேங்கி நிற்கின்ற துன்பங்கள் ஒழுகிக் கடந்து போய்விடுமென்றும், தொடர்ந்து வருகின்ற நாட்கள் இன்பங்களைச் சுமந்து வருமென்றும் நம்புகிறார்கள். அன்றைய நிகழ்வுகள் ஏற்படுத்திய காயங்களில் விஸ்வத்தின் மனம் நிறைந்த மனைவியும், கொஞ்சி விளையாடிக் குதூகலப்படுத்திய குழந்தையும் தேன்மழை பொழிந்தார்கள். வரவிருக்கின்ற விடியல்கள் நலங்களை அள்ளி வருமென்று நம்பினார்கள். வெளியில் எவ்வளவு இன்னல்கள் வந்தனவோ அதையெல்லாம் ஈடுகட்டுமளவுக்குப் பாரதியின் அன்பும் அரவணைப்பும் அவனுக்கு இதம் தந்தன.

விஸ்வம் இப்போது வேலை பார்த்து வரும் ஓட்டல் மூன்றாவது இடம். இங்கு வேலைக்குச் சேர்ந்த பிறகு

அவனுக்கு பிரச்சினைகளேதுமிருக்கவில்லை. அந்த ஓட்டல் முதலாளியும், விஸ்வம் தங்கியிருந்த இடத்திலுள்ள மக்களும் நல்லவர்களாயிருந்தார்கள். ஓட்டல் முதலாளியும், அந்தப்பகுதி மக்களும் அவனிடமும் பாரதியிடமும் பண்போடும் பாசத்தோடும் பழகினார்கள். இங்கு வந்த பிறகுதான் விஸ்வம் ரகுவை முதன்முதலாகச் சந்திக்கிறான்.

அத்தியாயம் - 18

விஸ்வத்தின் வாழ்க்கையில் ஒரு விடிவுகாலம் பிறந்தது. வாழக்கையின் ஒவ்வொரு கட்டத்திலும் மனிதன் ஏதோ ஒன்றிற்காக ஏங்குகிறான். அது கிடைத்துவிட்டால் மகிழ்ச்சி வெள்ளத்தில் மூழ்குகிறான். அந்த நல்ல விடியலுக்கு உதவியவர்களுக்கு நன்றி கூறுகிறான். அவன் வழிபடும் தெய்வத்தை வணங்கி வழிபடுகிறான். கடவுள் கைவிடமாட்டார் என்று தேறுதலடைகிறான். உதவியவர்களைக் கடவுள் உருவில் வந்து தனக்குக் கைகொடுத்தார் என்று போற்றிப் புகழ்ந்து நெகிழ்ந்து போகிறான்; அல்லது மறந்துவிடுகிறான்.

எதுக்காக நாம் ஏங்குகிறோமோ அது நமக்குப் பாதகமானதாகவும் அமையலாம். எதைச் சாதகமானதாக நினைத்து மகிழ்கிறோமோ அது ஏமாற்றங்களுக்கான புதைகுழியாகவும் அமையலாம். “எது நடந்ததோ அது நன்றாகவே நடந்தது” என்று தொடங்கி வருகின்ற கீதாசாரப் பொன்மொழிகள் மனித மனத்தை நிறைவு செய்வதிலும் வழி நடத்துவதிலும் நிறையவே உதவுகின்றன. மனிதன் பிறந்தால் வாழ்ந்துதான் ஆகவேண்டும். வருபவற்றை ஏற்றுத்தான் ஆகவேண்டும். எதிர்நீச்சல் போடலாம். அந்த முயற்சியிலும் தோற்றுப் போகலாம். உறுதியோடு எதையும் தாங்கும் இதயம் வேண்டும்தான் — அதற்கான சக்தி இருக்க வேண்டும்.

விஸ்வத்துக்கு, அவன் அன்பு மனைவி பாரதியும் அருமைக் குழந்தையும் வாழ்க்கையின் அர்த்தத்தைப் புரிய வைத்தார்கள் என்றாலும், வாழ்க்கையில் தொடர்ந்து கொடுமைகள் இழைக்கப்பட்டபோது மனம் அங்கலாய்ப்படைந்திருக்கிறது. அப்போது கிடைக்கின்ற சிறிய உதவிகூடப் பெரிய ஆறுதலை அளித்திருக்கிறது.

வாழ்க்கையில் தத்தளித்துக்கொண்டிருந்த விஸ்வத்தின் முன்னால் உறுதியான உதவிக்கரம் ஒன்று. ரகு, என்ற மனிதனின் உருவத்தில் நீண்டுவந்தது.

அப்படி விஸ்வத்திற்கு, ஒரு சிறிய ஓட்டல் துவங்குவதற்கான தொடக்க ஏற்பாடுகள் நிறைவு பெற்றன. ஓட்டல் நடத்துவதற்கான கட்டிடத்திற்கு ஒரு மாதத்திற்கு முன்பே முன்பணம் தந்து ஒழுங்கு செய்திருந்ததால் தேவையான மற்ற பொருட்களை விஸ்வமும் ரகுவும் ஒன்றாகச் சென்று பார்த்து வாங்கினார்கள். கடைக்குத் தேவையான பராமரிப்புப் பணிகள் செய்து முடிக்கப்பட்டன. கட்டிடத்திற்கு வெள்ளையடித்தார்கள்.

ரகு, தானாகவே எல்லா ஏற்பாடுகளையும் செய்தான். ரகுவின் பொறியாளர் நண்பர் எல்லா வேலைகளையும் மேற்பார்வையிட்டுக் கவனித்துக்கொண்டார். கடை திறப்புவிழாவுக்கு முந்திய நாள் ரகுவும், விஸ்வமும், பாரதியும், குழந்தையுமாக ஒரு டாக்சியில் வந்திறங்கினார்கள். எல்லா வேலைகளையும் முன்னாலேயே செய்து முடித்திருந்ததால் அவர்களுக்குச் சிரமங்களேதுமிருக்கவில்லை.

விஸ்வமும் பாரதியும் காலைச் சிற்றுண்டிக்கான ஏற்பாடுகளைச் செய்தார்கள். பிறகு பாரதியும் குழந்தையும் இஞ்சினியரின் குடும்பத்தோடு அவர்கள் குடியிருப்பில் தங்கினார்கள். மின் விளக்குகள் ஏற்பாடு செய்யப்பட்டன. கொஞ்சநஞ்சமிருந்த வேலைகளைச் செய்து முடிக்க வேலைக்காரர்களை ஏற்பாடு செய்துவிட்டு ரகுவும் இஞ்சினியரும், விஸ்வமும்கூட நின்று கவனித்துக்கொண்டார்கள். யாரும் அன்று தூங்கவில்லை. பாரதிக்கும் தூக்கம் வரவில்லை.

கடையைத் திறந்து வைக்க பொறியாளரை ரகு இரண்டு நாட்களுக்கு முன்பே வேண்டிக்கொண்டான். அவர் எவ்வளவோ மறுத்தும் ரகு விடவில்லை.

பாரதியின் மனம் மகிழ்ச்சியாலும், நன்றிப் பெருக்காலும் நிறைந்து வழிந்தது. நடந்துகொண்டிருக்கின்ற நிகழ்வுகளை நினைத்தபோது அவளுடைய கண்கள் பனித்தன. வாழ்க்கையில் எந்தத் திட்டங்களுமில்லாமல், ஒரு 'ஓட்டல்' தொழிலாளியாகவே உழைத்துக் காலத்தைக் கழிக்க வேண்டுமென்ற எண்ணத்தைத் தவிர விஸ்வத்திடம் எந்தக் கனவுகளும் இருந்ததில்லை. அவனுடைய அம்மா இறந்தபிறகு தனக்கென்றிருந்த சின்னக் குடிசை வீட்டையும் அவனுடைய அப்பா வாங்கியிருந்த கடனுக்காக கடன் கொடுத்தவர்கள் பறித்துவிட்டார்கள். அப்படி ஏதும் ஆதாரமின்றி, துணையின்றி, எதிர்பார்ப்புகளின்றி நின்ற

அவனுக்கு ஆதரவாக, துணையாக நின்று தைரியம் சொல்லி, எந்த எதிர்பார்ப்புமின்றி எல்லாச் செலவுகளையும் செய்து இராப்பகலாக எல்லா வேலைகளையும்தானே முன் நின்று செய்து முடித்த ரகுவை பாரதி நெஞ்சில் வைத்து வணங்கினாள். தனக்கு உடன்பிறப்புகள் இருந்தால்கூட இவ்வளவு உதவியிருப்பார்களா என்று அவள் ஐயப்பாட்டோடு சிந்தித்தாள். ஒவ்வொரு மனிதனும் தன் சொந்த நலனிலும் உயர்விலும் மட்டும் அக்கறை காட்டுகின்ற இந்தக் காலத்தில் முற்றிலும் அன்னிய மனிதராக வந்து பாசமழை பொழிகின்ற ரகு அவள் முன் தெய்வமாக உயர்ந்து நின்றான்.

கடையின் கன்னி மூலையில் மேஜை வைத்து அதில் விரிப்பு விரித்து பூ, பழம், எலுமிச்சைப் பழங்கள், குத்துவிளக்கு எல்லாம் வைத்தார்கள். குத்துவிளக்குக்குக் குங்குமம் தொட்டு, பூ வைத்துக் கட்டப்பட்டது. மேஜையில் கடவுள் படமும் அதன் இருபக்கங்களிலும் விஸ்வத்தின் அப்பா படமும், பாரதியின் அப்பா படமும் வைக்கப்பட்டு படங்களுக்குப் பூமாலை சூட்டப்பட்டது. குத்துவிளக்கில் எண்ணெய் ஊற்றி ஐந்து திரிகள் வைக்கப்பட்டன. வருகின்ற விருந்தாளிகளுக்குத் தருவதற்கு சந்தனம், குங்குமம், கற்கண்டு, வெற்றிலை பாக்கு ஆகியவை வைக்கப்பட்டன. குளிர்பான புட்டிகள் அடுக்கி வைக்கப்பட்டன. ஒரு பக்கத்தில் குழந்தைகளுக்குத் தருவதற்கு இனிப்புகள் குவித்து வைக்கப்பட்டன. பால் காய்ச்சுவதற்கான அடுப்பும் பாத்திரமும் வைக்கப்பட்டன. நடைவாயிலில் குலைவாழை மரங்கள் கட்டப்பட்டு மாவிலைத் தோரணம் எல்லாம் கட்டப்பட்டது. கடை திறந்து பால் காய்ச்சுவதற்கான இடத்தில் இரவே பாரதி கோலம் போட்டு வைத்திருந்தாள். சமையலறையில் பலகாரங்கள் தயாரித்து வைக்கப்பட்டிருந்தன.

பொறியாளர் குமாரசாமி, நாடா கத்தரித்து கடையைத் திறந்து வைத்தார். குத்துவிளக்கில் முறையே ஊர் பஞ்சாயத்து தலைவர், ரகு, குமாரசாமியின் மனைவி, விஸ்வம், பாரதி, விஸ்வம் வேலை பார்த்துக்கொண்டிருந்த கடையின் சொந்தக்காரர் ஆகியோர் தீபமேற்றி வைத்தனர். விஸ்வமும் பாரதியும் மேஜை மீதிருந்த படங்களைத் தொழுதார்கள். குழந்தையின் கைகளை பிடித்துத் தொழ வைத்தார்கள். பிறகு கொஞ்சமும் எதிர்பாராத நேரத்தில் ரகுவின் கால்களில் விழுந்து வணங்கினர். ரகு அவர்களைத் தடுத்தான். ஒலி பெருக்கியில் மங்கள இசை இசைக்கப்பட்டது. கூடியிருந்தவர்களுக்கெல்லாம் முதலில் குளிர்பானமும் குழந்தைகளுக்கு இனிப்புகளும் வழங்கப்பட்டன. முதல் விற்பனையை ஊர் பஞ்சாயத்து தலைவர் தொடங்கி வைத்தார்.

கடையின் சமையற்கட்டைத் தொட்டு ஒரு பெரிய அறையிருந்தது. அதுவே விஸ்வமும் பாரதியும் தங்க போதுமானதாக இருந்தது.

அன்று மாலையே, சனிக்கிழமை மாலையில் வருவதாகச் சொல்லிவிட்டு ரகு திரும்பிப் போனான். முடிந்தவரை எல்லாச் சனிக்கிழமையும் வரவேண்டுமென்று விஸ்வமும் பாரதியும் ரகுவைக் கேட்டுக்கொண்டார்கள்.

ஒவ்வொரு சனிக்கிழமை மாலையும் விஸ்வமும் பாரதியும் குழந்தையும் ரகுவின் வருகையை எதிர்பார்த்திருந்தார்கள். ரகு அவர்களோடிருக்கும் ஒவ்வொரு நிமிடமும் அவர்களுக்குப் புதுத்தெம்பும் உற்சாகமும் தந்தது.

கடையில் நல்ல வியாபாரம் நடந்தது. லாபத்தை மட்டும் கருதாமல் வாடிக்கையாளர்களின் திருப்தியைச் சம்பாதிக்க வேண்டுமென்று ரகு அவர்களுக்கு அறிவுரை கூறியிருந்தான் என்றாலும் அவர்களுக்கு நல்ல லாபம் வந்தது.

கணக்கு வழக்குகளைப் பாரதியே பார்த்துக்கொண்டாள். கணவனும், மனைவியும் கடுமையாக உழைத்தார்கள். வீட்டுச் செலவுகளைப் பாரதி கட்டுப்படுத்தினாள்.

குழந்தையை நன்றாக வளர்த்து, நல்ல பள்ளியில் சேர்த்துப் படிக்க வைத்து பெரியவனாக்க வேண்டுமென்று ரகு விஸ்வத்துக்கும் பாரதிக்கும் அடிக்கடி அறிவுரை கூறினான். ஒரு மனிதன் தன்னுடைய நல்ல ஆசைகளை நிறைவேற்ற எடுத்துக்கொள்ளும் முயற்சிகளுக்குக் கடவுள் எப்போதும் துணையாக இருப்பார் என்று எடுத்துக் கூறினான். குழந்தைக்கு நல்ல கதைகள் சொல்லித் தந்து அவனுடைய கதை கேட்க வேண்டுமென்ற ஆவலைத் தூண்ட வேண்டுமென்று விஸ்வத்துக்கும் பாரதிக்கும் அறிவுரை வழங்கினான். அவர்களுடைய எல்லா முயற்சிகளுக்கும் தன்னுடைய ஒத்துழைப்பு எப்போதும் இருக்குமென்று உறுதியளித்து உற்சாகமூட்டினான்.

ஓட்டல் தொடங்கி வருடம் இரண்டு உருண்டோடிவிட்டன. விஸ்வத்தின் சேமிப்புக் கணிசமாக உயர்ந்துகொண்டிருந்தது. ரகு வீட்டிற்கு வரும்போதெல்லாம் விஸ்வம் அவனுடைய கையிருப்பு நிலையை ரகுவோடு பகிர்ந்து கொள்வான். ரகுவும் மகிழ்ச்சியடைவான்.

ஒரு தடவை கடைக்குப் பக்கத்தில் பத்து சென்டு மனை விலைக்குக் கொடுக்கக் கிடப்பதாகவும், அங்கு மனையின் விலை மிகவும் குறைவு என்றும் விஸ்வம் கூறினான். "மாலையில் அதைச்

சென்று பார்த்து சாருக்குப் புடிச்சா வாங்கிடலாம்" என்றான் விஸ்வம். ரகுவும் மகிழ்ச்சியோடு ஆமோதித்தான்.

விஸ்வமும் குடும்பமும் ஓட்டலிலேயே தங்கினார்கள். ஓட்டல் அமைந்திருந்த கட்டிடம் நவீன வசதிகளேதுமில்லாத பழைய கட்டிடமாக இருந்தபோதும் ஒரு குடும்பம் தங்குவதற்குப்போதுமான வசதிகளோடு விசாலமாக அமைந்திருந்தது. அந்தக் கட்டிடத்தின் பக்கவாட்டில் சாய்வாகக் கட்டியிருந்த அறையைத்தான் ஓட்டல் சமையற்கூடமாகப் பன்படுத்தி வந்தார்கள். நடுத்தளத்தை அவர்கள் தங்குவதற்கு பயன்படுத்தினார்கள். ஒரு குளியலறையும் கழிவறையும் தனியாக அமைத்திருந்தார்கள். ரகு வந்தால் தங்குவதற்காக, விஸ்வம் படுக்கையறையாகப் பயன்படுத்திவந்த சற்றுப் பெரியதான அறையின் ஒரு பகுதியை மூங்கில் பாய்கொண்டு தயாரித்த ஒரு தட்டியால் மறைத்து வசதிகளும் செய்திருந்தார்கள். பக்கத்தில் வாடகைக்கு ஒரு தனி வீடு அமையும்வரை இதுபோன்ற ஓரமைப்பு தேவையாயிற்று.

ஒரு வெள்ளிக்கிழமை. ரகு ஒரு நண்பரின் ஜீப்பில் முன்னதாகவே விஸ்வத்தின் வீட்டுக்கு வந்துவிட்டான். பாரதி, ரகு தங்கும் அறையைச் சுத்தம் செய்தாள். அந்த அறையில் இருந்த கயிற்றுக் கட்டிலில் போடப்பட்டிருந்த மெத்தையை தூசி தட்டிப் போட்டு அதன்மீது ஒரு சலவை செய்த விரிப்பும் புது உறை போட்ட தலையணையும் வைத்தாள். கொஞ்ச நாளைக்கு இதைவிட சிறப்பான ஏற்பாடு செய்ய அவர்களால் முடியவில்லை.

ரகு, அவனுக்காக ஒதுக்கப்பட்ட அறையில் வந்து ஓய்வெடுத்தான். அவனுக்காக ஒரு மேஜையையும், மேஜை விளக்கும், மின் விசிறியும் ஏற்பாடு செய்யப்பட்டிருந்தன. விஸ்வம் அந்த அறைக்கு வந்தான். தரையில் அமர்ந்து கொஞ்சநேரம் பேசிக்கொண்டிருந்தான். பாரதி சூடாகக் காப்பிகொண்டு தந்தாள். ரகு குழந்தையைப் பற்றி விசாரித்ததும் "அவன் தூங்கறான். முழிச்சதும்கொண்டாரேன்" என்றாள் பாரதி. "இவரு, பக்க்ததிலெ வசதியான ஒரு வீடு வாடகைக்குப் பாத்துக்கிட்டிருக்காரு. வீடு அமைஞ்சதும் சார் தினமும் இங்கு வந்து தங்கணும். இரண்டு வேளைக்காவது வீட்டிலெ சமைச்ச சாப்பாடு சாப்பிடலாமே. தொடர்ந்து ஓட்டல் சாப்பாடு உடம்புக்கு ஒத்துக்காது" என்றாள் பாரதி. "இங்கிருந்து வசதியா பஸ் இருக்கு. பஸ் பயணம் கொஞ்சம் சிரமம்தான். அதனால்தான் தினமும் வர கட்டாயப்படுத்தவும் முடியலை. எப்படியும் வாரத்துக்கு ரெண்டு நாள் அரசு விடுப்பிருக்கும். அப்ப கண்டிப்பா சார் இங்கெ வந்திரணும். வசதியா ஒரு வீடு பாத்துக்கிட்டிருக்கேன். சீக்கிரம் கண்டுபுடிச்சிடலாம்" என்றான்

விஸ்வம். "சார் கொஞ்சம் ஓய்வெடுங்க. மேல் அலம்பிக்கிறதுக்கு தண்ணி சூடாக்கித்தாரேன்" என்ற பாரதி அங்கிருந்து சமையற்கட்டை நோக்கி நடந்தாள். ரகு படுக்கையில் சாய்ந்தான். கொஞ்ச நேரத்தில் தூங்கிப்போனான். ஒரு குட்டித் தூக்கம்.

அன்று இரவு ரகுவும், விஸ்வமும், குழந்தையும் ஒன்றாக அமர்ந்து உணவருந்தினார்கள். சிறிது நேரம் ரகு குழந்தையோடு விளையாடிக்கொண்டிருந்தான். குழந்தைக்குத் தூக்கம் வந்ததும் பாரதி அவனை ரகுவிடமிருந்து எடுத்துப் பாயில் கிடத்தினாள்.

கொஞ்ச நேரம் ரகுவும் விஸ்வமும் பேசிக்கொண்டிருந்தார்கள். பிறகு "சார் படுத்துக்குங்க நாளைக்கு விடுமுறைதானே", என்று சொல்லிவிட்டு விஸ்வம் எழுந்து சென்றான். ஒரு கோப்பையில் சூடான பால்கொண்டு வந்த பாரதி மருந்தெல்லாம் கொண்டாந்திருக்கேளா? என்று கேட்டாள். ரகு தலையசைத்தான். அவனுக்கு இரவு குடிப்பதற்கு ஜீரகமிட்டுக் காய்ச்சிய வெந்நீரும் டார்ச் லைட்டும்கொண்டு வைத்துவிட்டு "மணி ஒன்பதரையாச்சு" என்று கூறிவிட்டு பாரதி சென்றாள். அறைக்கதவைச் சாத்திவிட்டு வந்த ரகு கொஞ்ச நேரம் படித்துக்கொண்டிருந்தான். பிறகு படுத்துத் தூங்கிவிட்டான்.

ஒரு மணி நேரத்தில் தூக்கம் கலைந்து படுக்கையைவிட்டு எழுந்த ரகு டார்ச் விளக்கின் உதவியோடு கடியாரத்தைப் பார்த்தான். மணி பனிரண்டு. கொஞ்ச நேரம் படுக்கையிலமர்ந்தான். வெந்நீர் அருந்தினான். மனம் அமைதியிழந்து போயிருந்தது. சுமதியையும் இறந்துபோன அப்பாவையும் நோயாலும் தீராத மன உளைச்சலாலும், தனிமையாலும் அவதிப்படும் அம்மாவையும் பற்றிய நினைவுகள் மனதை வெகுவாக அலைக்கழித்தன. இனித் தூக்கம் வராது. கண்களை அடைத்துவிட்டு துயிலாத கண்களோடும் உறங்காத நினைவுகளோடும் படுத்துக்கிடக்க வேண்டியதுதான்.

ரகு படுத்திருந்த பகுதியையும், விஸ்வமும் பாரதியும் படுத்திருந்த படுக்கையறையையும் மறைத்திருந்த மூங்கில் தட்டியின் அடிப்பகுதி வழியாகவும் தட்டியிலிருந்த சிறிய துவாரம் வழியாகவும் மெல்லிய வெளிச்சம் கசிந்துகொண்டிருந்தது. தூங்கிக்கொண்டிருந்த குழந்தை அடிக்கடி விழித்துக் கொள்வான். அதனால் ஒரு பச்சை நிறப் படுக்கையறை லைட்டை எரிய விட்டிருந்தார்கள். மணி பனிரண்டை கடந்து விட்டிருந்ததால் பச்சை நிற படுக்கையறை விளக்கு பிரகாசமாக எரிந்துகொண்டிருந்தது.

ரகு கண்களை அடைத்துக் கிடந்தானேயொழிய தூங்கவில்லை. மனமும் தூங்கவில்லை. புரண்டு புரண்டு படுத்தான். போன

தூக்கம் திரும்பவில்லை. கொந்தளித்துக்கொண்டிருந்த மனம் அமைதியடையவில்லை. அந்த நல்ல மனிதனை ஏதோ ஒரு பலவீனம் உலுக்கியது. சிந்தித்துத் தெளிவு பெற இயலாத நிலையால் தவித்தான். மனக்குதிரை அவனுடைய கட்டுப்பாடுகளில் இருந்து தன்னை விடுவித்துக்கொண்டு திமிறியது. ஏதோ ஒரு உந்துதல். சாத்தானின் தூண்டுதல்; பலவீனத்துக்கும் சபலங்களுக்கும் அடிபணிந்தான். விஸ்வத்தின் படுக்கையறைப் பகுதியில் முனகிக்கொண்டிருந்த குழந்தை சற்று பலமாகவே அழத் தொடங்கினான்.

பலவீனமான நிமிஷங்கள் ரகுவின் உணர்ச்சிகளைப் பிடித்து உலுக்கின. அவன் மறைப்புத் தட்டியின் பக்கத்துக்கு நீங்கினான். தட்டியின் சின்னத் துவாரங்களில் கண்களைப் பதித்து விஸ்வத்தின் படுக்கை அறையை உற்று நோக்கிக்கொண்டிருந்தான்.

குழந்தையின் அழுகைக்குரல் வலுக்கவே பாரதி படுக்கையில் இருந்து வாரிச்சுருட்டி எழுந்தாள். உடுக்கையவிழ்ந்த மேனியோடிருந்த அவள் ஒரு துண்டால் உடம்பை அரைகுறையாக ஒரு கையால் மறைத்தபடி மகன் அருகே சென்றாள். குழந்தை சிறுநீர் கழித்திருந்ததால் அவனுக்கு போர்த்தியிருந்த துணிகளும் 'தொப்புத் தொப்பென்று' நனைந்து போயிருந்தன. மகனை வாரியெடுத்துத் திரும்பியவள் ஏதேச்சையாக தட்டியின் மறுபக்கத்திலிருந்து உற்று நோக்கிக்கொண்டிருந்த கண்களைக் கண்டு அதிர்ந்தாள். கலவரமடைந்த பாரதி பரபரப்போடு ஒரு பெரிய விரிப்பை விரைந்தெடுத்து உடம்பு முழுவதையும் மறைத்தாள். அந்தத் தடுப்புக்கு மறுபக்கத்தில் தெரிந்த கண்கள் இப்போது தெரியவில்லை. நடந்தது நிஜமா? இப்படியும்கூட நடந்திருக்குமா? ஒருவேளை மனபிரம்மையோ? ஒரே குழப்பம். நெஞ்சில் படபடப்பு. வார்த்தைகளால் விளக்க முடியாத ஒரு நடுக்கம். மிகவும் உடைந்து போன பாரதி குழந்தையைக் கணவனின் பக்கத்தில் கிடத்தினாள்.

ரகு மிகவும் நொந்து போனான். இறந்துபோன தன் காதலியைப் பற்றிய தணியாத காதலும் அணையாத மணக்குமுறலும் அவனை சமநிலையிடிந்தவனாக்கியிருந்தது. குற்ற உணர்வு அவனை வாட்டியெடுத்தது. அவனும் துவண்டு போய்க் கட்டிலில் வந்து விழுந்தான். தான் இழிநிலைக்குத் தாழ்ந்துபோக நேர்ந்ததை நினைத்து மனமுடைந்து தலையிலடித்துக்கொண்டான். மறுநாள் இதுபற்றி ஏதாவது விமர்சனம் பாரதி தனியாகவோ, கணவனும் மனைவியும் சேர்ந்து நின்றோ எழுப்பினால் அப்படியே அவன் உயிரற்ற பிணமாகச் சுருண்டு விடுவான். அவனுடைய கற்பனை

அவனை ஆட்டிப்படைத்தது. அவனுக்கு சுயம் தேற்றிக்கொள்ள முடியவில்லை. அது எப்படி நடந்தது என்றுகூட எண்ணிப் பார்க்க முடியவில்லை. எப்படியோ பொழுது விடிந்துவிட்டது. காலம் யாருக்கும் சலுகை செய்வதற்காகவோ, அல்லது யாரையும் தண்டிப்பதற்காகவோ மெத்தனம் காட்டுவதில்லையே.

பாரதி மிகவும் கலங்கிப் போயிருந்தாள். இது முற்றிலும் எதிர்பார்க்காத ஒரு நிகழ்வு. பாரதி ரகுமீது வைத்திருந்த மிக உயர்ந்த நன்மதிப்பும், நம்பிக்கையும் விரிசல் கண்டு நின்றன. இதைக் கணவனிடம் பக்குவமாகச் சொல்லலாமா? என்று நினைத்தாள். சொன்னால் என்னென்ன நடக்குமோ என்ற அச்சம் அவளை உலுக்கியெடுத்தது. என்றாலும் பொருத்தமான சூழ்நிலை ஏற்படும்போது பக்குவமாக இதைச் சொல்லி ரகு சாருக்கு உள்ள தொடர்பைக் குறைத்துக் கொள்ள வேண்டுமென்றும் அவருக்குத் தரவேண்டிய பணத்தைத் தவணை முறையிலாவது தந்து தீர்த்துவிட வேண்டுமென்றும் கணவனிடம் சொல்ல அவள் நினைத்துக்கொண்டாள். நாட்களும் மாதங்களும் நகர்ந்தன.

அத்தியாயம் - 19

அது ஒரு மாரிக்காலம். ஒரு வாரமாகக் கொட்டித் தீர்த்த மழை ஓய்ந்திருந்தது. அணையின் நீர்ப் பிடிப்புப்பகுதி கணிசமாக உயர்ந்திருந்தது. தேயிலைத் தோட்டத்தை வளைத்து ஓடிக்கொண்டிருந்த சிறிய நீரோடையில் ஆரவாரத்தோடு ஓடிக்கொண்டிருந்த தண்ணீர் சற்று அமைதியடைந்திருந்தது. தார்ச் சாலைகளிலும் அதன் ஓரங்களிலும் சிதறிக்கிடந்த குப்பை கூளங்கள் மழை நீரால் அடித்துச் செல்லப்பட்டு சாலை துப்புரவாகியிருந்தது. மழைக்காலத்தில் அந்தப் பகுதியில் அதிகமாக மழைநீர் தேங்குவதில்லை. பூமி மேடுகளும் பள்ளங்களுமாயிருந்தது.

நான்கு நாட்களுக்கு முன்புதான் சிறு சிறு தூறல்களோடு மழை விடை பெற்றிருந்தது. எப்போதும் மப்பும் மந்தாரமுமாக இருட்டிக்கொண்டிருந்த வானம் மேகமூட்டம் கலைந்து நீல வானமாகத் தெளிந்திருந்ததால் ஈரமாயிருந்த தார்ச் சாலை காய்ந்து போயிருந்தது. நீல வானத்தில் ஆங்காங்கே பஞ்சுப் பொதிகள்போல் வெண் மேகக் கூட்டங்கள் நகர்ந்துகொண்டிருந்தன. கட்டியாக நகர்ந்துகொண்டிருந்த மேகத்தின் சில பகுதிகள் உடைந்து அணையையொட்டிய மலையடிவாரம்வரை இறங்கி அன்னநடை போட்டுக்கொண்டிருந்தன. அது கண்ணுக்கு ரம்மியமான விருந்தாயிருந்தது.

இன்னும் ஓரிரு நாட்களில் ஓடையில் ஓடிக்கொண்டிருந்த நீர் தெளிந்து நீர் வரத்து குறைந்து விடும். ஓடை சிறு சிறு சலசலப்போடு தெளிந்த நீரோடு கண்ணுக்கும் காதுக்கும் இனிமையாகிவிடும். இப்போதெல்லாம் மழைக்காலம் தவறி வருகிறது. ஆனால் இந்தத் தடவை மழை, காலாகாலத்தில் தவறாமல் பெய்தது, தோட்டக்காரர்களையும் விவசாயிகளையும்

மகிழ வைத்திருந்தது. மழை கொட்டிக்கொண்டிருந்தபோதும் தோட்டத்துக்கும் ஃபாக்டரிகளுக்கும் அணைக்கட்டுப் பகுதிக்கும் செல்லும் தொழிலாளிகளும், பள்ளிக்கூடத்திற்குச் செல்லும் குழந்தைகளும் குடைகளில் ஒதுங்கியோ தலையில் தொப்பி வைத்துக்கொண்டோ சென்றுகொண்டிருந்தார்கள். பள்ளிக்கூடங்கள் மற்றும் மருத்துவமனையைத் தாண்டி இரண்டு அரசுப் பேருந்துகள் ஓடிக்கொண்டிருந்தன. ஆனால் மழையினால் சாலைகளில் ஆங்காங்கே பழுது ஏற்பட்டிருந்ததால் பேருந்துகள் நேரம் தவறி வந்துகொண்டிருந்தன. மேலும், வருடம் போகப் போக அதிகமாகிக்கொண்டிருக்கும் மாணவர்கள் மற்றும் பயணிகளின் தேவைக்கு அவைபோதுமானதாக இருக்கவில்லை. மக்கள் கடைகளின் முன்னால் கூடி நின்று போக்குவரத்துத் துறையையும், நெடுஞ்சாலைத் துறையையும், அரசையும் விமர்சித்துக்கொண்டிருந்தார்கள்.

கடந்த இரண்டு வாரங்களாக மழை அறவே நின்றுபோய் வெயில் காய்ந்துகொண்டிருந்தது. வானொலியில் காலநிலை பற்றி கணித்துக்கூறும் ஊழியர்கள் மழை நின்று விட்டதாகவே தொடர்ந்து அறிவிப்பு விடுத்துக்கொண்டிருந்தனர். தொழிலாளிகள், பள்ளி மாணவர்கள் ஆகியோர் முகத்தில் புது உற்சாகத்தைக் காண முடிந்தது.

ரகு கடந்த வாரம் விஸ்வத்தின் வீட்டிற்கு வரவில்லை. விஸ்வமும் பாரதியும் சிறிது கலவரமடைந்தார்கள். அலுவலகத்தில் வேலை மிகுதி காரணமாகவும் அவர் வராமலிருந்திருக்கலாம் என ஆறுதலடைந்தார்கள். இரண்டு நாட்களில் விஸ்வத்திற்கு ஒரு முக்கிய அலுவல் காரணமாகப் பட்டணத்திற்குச் செல்ல வேண்டிய அவசியம் ஏற்பட்டது. ஏதாவது நண்பர் ஒருவரை அனுப்பி அந்த வேலையை முடித்திருக்கலாம். ஆனால் ரகு சாரையும் பார்க்கலாமே என்ற எண்ணத்தால் அவனே சென்றுவிடுவது என முடிவு செய்தான். இதைச் சொன்னபோது பாரதியும் ஆமோதித்தாள். கடையைக் கவனித்துக் கொள்ள பாரதியிடமும் ஓட்டல் ஊழியர்களிடமும் கூறிவிட்டு மதியம் இரண்டு மணிக்கே அவன் பட்டணத்திற்குப் புறப்பட்டுச் சென்றான். மாலை ஒன்பது மணிக்கு பட்டணத்திலிருந்து ஊருக்குக் கடைசிப் பேருந்து வரும், அதில் திரும்பிவிடலாம் என முடிவு செய்தான். மேலும் சற்று வசதியான ஒரு வாடகை வீடு பார்த்திருப்பதையும் ரகு சாரிடம் கூறலாம். அந்த வீட்டின் மாடியிலுள்ள அறை ரகுவுக்காக ஒதுக்கப்பட்டிருந்தது.

பட்டணத்துப் பேருந்து நிலையத்தில் பேருந்து நின்றதும் விஸ்வம் இறங்கினான். முதலில் ரகுசாரைப் பார்க்க வேண்டும் என்ற ஆவல் மேலிட்டது. பேருந்து நிலையத்திலிருந்து நடந்து வெளியில் வந்தான். முதலில் தென்பட்ட ஆட்டோவில் ஏறி ரகு வேலை பார்க்கும் அலுவலகத்தின் பெயரைச் சொன்னான். அலுவலகத்தை அடைந்ததும் ஆட்டோவுக்குத் தர வேண்டிய காசைத் தந்துவிட்டு அலுவலகத்தை நோக்கி நடந்தான். அலுவலகத்தில் பார்வையாளர்களுக்கான அறையில் போடப்பட்டிருந்த பெஞ்சில் அமர்ந்தான். அவனைக் கண்டதும் கண்ணன் அவனை நோக்கி வந்தார். முதலில் நலம் விசாரித்த கண்ணன் “சாரிடம் சொல்கிறேன். பைல்கள் பாத்துக்கிட்டிருக்கிறார்” என்று கூறிவிட்டு ரகுவின் அறையை நோக்கி நடந்தார். விஸ்வம் தேடிக்கொண்டு வந்திருக்கின்ற தகவலைச் சொன்னதும் ரகு எழுந்து விஸ்வத்தை நோக்கி வந்தான். முதலில் “எல்லோரும் நலமா விஸ்வம்?” என்று நலம் விசாரித்தான். விஸ்வத்தின் குழந்தையைப் பற்றி மிகுந்த அக்கறையோடு விசாரித்தான். விஸ்வத்தையும் அழைத்துக்கொண்டு தன் தனி அறைக்குச் சென்றான். அவர்கள் பேசிக்கொண்டிருக்கும்போதே கண்ணன் இரண்டு கோப்பைகளில் தேநீரோடு அறைக்குள் நுழைந்தார். கடந்த வாரம் ரகு விஸ்வத்தின் வீட்டிற்குப் போகாமலிருந்ததால் அவனும் பாரதியும் மிகவும் கலக்கமடைந்து விட்டதாக விஸ்வம் சொன்னான். “குழந்தை உங்களை ரம்பவும் தேடுகிறா”னென்றான்.

கடந்த ஒரு வாரம் அலுவலகத்தில் வேலை மிகுதியாக இருந்ததாகவும் மக்கள் தொடர்புடைய அலுவலகமாதலால் அவர்களுக்குச் சிரமமேற்படாமல் பார்த்துக் கொள்ள வேண்டியிருக்கிறது என்றும் நேற்றும் இன்றும் ஆட்களே வரவில்லையென்றும் ரகு கூறினான். “இந்த வெள்ளிக்கிழமை கண்டிப்பாக வருவேன். என்ன வேலையிருந்தாலும் முடித்துவிட்டு வந்துவிடுவேன்” என்று விஸ்வத்தைப் பார்த்து ரகு கூறினான். “எனக்குப் பட்டணத்தில் ஒரு வேலையாகணும். வேலையை முடிச்சிட்டு இங்கு வந்து சாரை பார்த்துவிட்டுத்தான் வீட்டுக்குத் திரும்பணும்” என்றான் விஸ்வம். எவ்வளவு நேரமானாலும் இங்கேயே வந்திடுங்க. உங்களுக்காக நான் இங்கேயே இருப்பேன்” என்று ரகு கூறியதும் விஸ்வம் ரகுவைப் பார்த்து “இந்த வெள்ளிக்கிழமை சார் கண்டிப்பா வரணும். தோட்டத் தொழிலாளிகளெல்லாம் இந்த சனிக்கிழமை ஒரு நாடகம் போடறாங்க. கண்டிப்பா நீங்க வரணும்ணு நச்சரிச்சாங்க. மூணு

டிக்கட் வாங்கியிருக்கேன். நாடகத்துக்கு தலைமை தாங்க நான் உங்களை கேட்டுக்கணும்ணு சொன்னாங்க. சார் பேரைப் போட்டு நோட்டீஸ்கூட அடிச்சிருப்பாங்க" என்றான்.

"அய்யோ அதெல்லாம் எதுக்குச் சொன்னீங்க. நாடகம் பாக்க நம்ம எல்லாரும் போகலாம். அந்த ஊரிலெ வேறெ என்ன பொழுதுபோக்கிருக்கு. நான் கண்டிப்பா வருவேன். நம்ம நாடகத்துக்குப் போகலாம். ஆனா நாடகத்துக்குத் தலைமை தாங்க இன்னொருவரை ஏற்பாடு செய்யச் சொல்லுங்க" என்றான் ரகு. விஸ்வம் மன நிறைவோடு புன்னகைத்தவாறு அலுவலகத்திலிருந்து வெளியிலிறங்கினான்.

/\

அத்தியாயம் - 20

சனிக்கிழமை — முந்தினநாள் இரவு ரகு, விஸ்வத்தின் வீட்டிற்கு வந்துவிட்டதால் விஸ்வத்தின் வீடு கலகலப்பாகிவிட்டது. காலையில் ஓட்டலுக்கு வந்ததும் விஸ்வம் ஓட்டல் வேலைக்காரர்களில் முதியவரான செல்லப்பனை அழைத்து தனக்கு மாலையில் வெளியில் ஒரு வேலை இருப்பதாகவும், மாலை ஐந்து மணிக்குச் செல்ல வேண்டுமென்றும் அதனால் கடையைக் கவனிக்க வேண்டுமென்றும் அவனிடம் கூறினான். “இரவு 9 மணிக்கு கடையை அடைச்சிட்டுச் சாவியை நீங்களே வெச்சிருங்க. காலையிலெ என் வீட்டுக்குக் கொண்டு வந்தாபோதும். நான் குடும்பத்தோடு வெளியிலெ போகணும். வீட்டிலெயும் யாரும் இருக்கமாட்டா. மேசையை நல்லா பூட்டி அதுக்க சாவியையும் நீங்களே வெச்சிருங்க. சாவிகளைச் சாயங்காலம் ஞாபகமா எங்கிட்டேருந்து வாங்கிடுங்க” என்று கூறினான் விஸ்வம்.

காலையில் ஒன்பது மணிக்கு சிற்றுண்டி அருந்த ஓட்டலுக்கு வந்த மைக்கேல் விஸ்வத்திடம் வந்து மெல்லிய குரலில் ஒரு முக்கிய தகவலைக் கூறினார். “விஸ்வம் அண்ணாச்சிக்குத் தகவல் தெரியுமா? வடக்கு வூட்டு பண்ணையாரய்யா போயிட்டாரு. நேத்தக்கி இரவு நெஞ்சுவலிக்கிண்ணு சொல்லியிருக்காரு. அவர் மகனுக்குத் தகவல் கொடுத்து அவர் வந்துஉடனே மருத்துவமனைக்குக் கூட்டீட்டு போயிருக்காங்க. இரவே போயிட்டாரு. ‘பாடி’யை காலையிலெதான்கொண்டாந்தாங்க. யாருக்கும் விஷயம் தெரியாது. நீங்க அவருக்கு நெருக்கமானவராச்சே அதனால சொன்னேன். நல்ல மனுசன். வயது எம்பதுக்கு மேலெயிருக்கும். எப்பவும் கடைக்கு வந்து டீ குடிச்சிட்டு உங்ககிட்டே பேசிக்கிட்டே இருப்பாரே. இந்தச் சம்பவமெல்லாம் ராத்திரி நடந்ததாலெ யாருக்கும் தெரியாது. அதுவும் படுக்கயிலெ விழாமெ சட்டு

புட்டுண்ணு போயிட்டாரு. நல்ல மனுசங்களுக்கு சாக்காலம் இப்படிதான் இருக்கணும்." என்றார் மைக்கேல்.

இந்தத் தகவலைக் கேட்டு விஸ்வம் அதிர்ந்து போனான். பதற்றத்தோடு "எனக்கு இப்ப நீங்க சொல்லித்தான் தெரியும். நான் உடனே போகணும். கடையைப் பூட்டிரலாமா?" என்று மைக்கேலைக் கேட்டான். "கடையை உடனே பூட்டவேண்டாம். மதியத்துக்குப் பிறகு வேணும்னா அடையுங்க. இப்ப நீங்க அவங்க வீட்டுக்கு போயிப் பாருங்க. சாயங்காலம் அஞ்சு மணிக்குப் பிறகு எடுக்கிறதா சொன்னாங்க. நீங்க கடைசிவரை இருக்கணுமே?" என்று விஸ்வத்தைக் கேட்டார் மைக்கேல். "கண்டிப்பாகூட இருக்கணும். நான் உடனே போயிப் பாக்கணும்" என்று கூறி விட்டு இந்தத் தகவலை கடை ஊழியர் செல்லப்பனிடம் கூறிய விஸ்வம் "கடையைப் பாத்துக்குங்க. மத்தியானம் கடையை அடைச்சுரணும். நான் வீட்டுக்குப் போயி தகவலைச் சொல்லீட்டு உடனே துட்டி வீட்டுக்கு அப்படியே போகணும்" என்று கூறிவிட்டு வீட்டை நோக்கி நடந்தான் விஸ்வம்.

இறந்துபோன பெரியவரை நன்றிப்பெருக்கோடு நினைவு கூர்ந்தான். இறந்து போனவர் ஊரில் கொஞ்சம் வசதியானவர். ஒரே மகன் பட்டணத்திலுள்ள அரசு மருத்துவமனையில் உதவியாளராக வேலை பார்க்கிறார். குழந்தைகளின் படிப்பு வசதிக்காக அங்கேயே வாடகைக்கு வீடமர்த்தித் தங்கியிருந்தார். விடுமுறை நாட்களில் வீட்டிற்கு மனைவி குழந்தைகளோடு வந்து போவார். நில புலன்களைக் கவனிப்பதற்காக பெரியவரும் மனைவியும் ஊரிலேயே தங்கி இருந்தார்கள். பெரியவர் வட்டிக்குப் பணம் தரும் தொழிலையும் நடத்தி வந்தார். நியாயமான வட்டிக்கு நகைகள் பெற்றுக்கொண்டும் நம்பிக்கையின் பேரிலும் கடன் தந்து வந்தார். விஸ்வமும் அவசரத்துக்கு அவரிடம் பணம் பெற்றிருக்கிறான். ஐநூறு ரூபாய்க்கு குறைவாக கைமாத்து வாங்கினால் அவர் அதுக்கு விஸ்வத்திடம் வட்டி வாங்குவதில்லை. விஸ்வம் கட்டாயப்படுத்தினாலும் மறுத்துவிடுவார். ஓட்டலில் ஏதாவது சாப்பிட்டால் அதற்கான காசைக் கட்டாயப்படுத்தி உடனே தந்துவிடுவார். அவரிடம் பேசிக்கொண்டிருப்பதில் விஸ்வம் ஒரு சுவாரசியத்தை அனுபவித்திருக்கிறான். அவருடைய மறைவு அவனுக்கு ஒரு பேரிழப்பு ஏற்பட்ட உணர்வை ஏற்படுத்தியது.

வீட்டில் நுழைந்த விஸ்வம் பாரதியைத் தேடிக்கொண்டு அடுப்படிக்குச் சென்றான். கைவேலையாக இருந்த பாரதியிடம் பண்ணையாரய்யா இறந்து போன செய்தியைக் கூறினான். அவளும் அதிர்ச்சியோடு "பாவம் நல்ல மனுசன்" என்று கூறி

வருந்தினாள். நீ உடனே ரெடியாயிட்டா நம்ம ரண்டு பேருமா ஐயா வீட்டுக்குப் போயிட்டு வரலாம். நீ கொஞ்ச நேரத்திலெ திரும்பிடலாம். நான் மயானத்துக்குப் போயி எல்லாம் முடியறதுவரை இருந்தாகணும். கொஞ்ச நேரம் கழிச்சு வந்து சாருக்கிட்ட இதை நாமே சொல்லலாம்" என்றான் விஸ்வம்.

"இடையிலெ வாரதெல்லாம் சரிப்பட்டு வராது. சாருக்கிட்ட இப்பவே சொல்லிடுங்க. நாடகத்துக்கு வாங்கின டிக்கட்டுகளை வேறெ யாருக்காவது குடுத்திடுங்க" என்றாள் பாரதி. "அது சரிப்பட்டு வராது பாரதி. நாடகத்துக்குக் கண்டிப்பாப் போகணும். சாரும் மெனக்கெட்டு பட்டணத்திலேந்து வந்திருக்காரு. அவருக்கு ஏமாத்தமா இருக்கப்படாது. நானே சாருக்கிட்டெ பேசிக்கிறேன்" என்றவன் ரகுவைப் பார்க்க மாடியிலுள்ள அறைக்கு ஏறிச்சென்றான். அவரிடம் பெரியவருடைய மரணச் செய்தியையும் அதனால் ஏற்பட்ட இக்கட்டான சூழ்நிலையையும் கூறினான். இதையெல்லாம் பொறுமையோடு கேட்டுக்கொண்டிருந்த ரகு "ஊரிலெ உங்களுக்கு நெருக்கமான பெரிய மனுசன் இறந்திருக்காரு. நீங்க கண்டிப்பா ஈமச் சடங்கெல்லாம் முடியறவரை நிண்ணாகணும். நாடகமெல்லாம் பெரிய விஷயமேயில்லை. அதைப்பத்தி கவலைப்படாதீங்க" என்றான் ரகு.

"இல்லை. சாருக்கு அசௌகரியமில்லைண்ணா நீங்களும் பாரதியும் குழந்தையுமா நாடகத்துக்கு போயிட்டு வாங்க. நான் பாரதிக்கிட்ட சொல்லி சாயங்காலம் தயாரா இருக்கச் சொல்லி வெக்கிறேன். மயானத்திலெ எல்லாம் முடிஞ்ச உடனே நான் நாடகம் நடக்கற இடத்துக்கு வந்திடுவேன்" என்றான் விஸ்வம்.

"பாரதியையும் குழந்தையையும் கூட்டிக்கொண்டு நாடகத்துக்கு போறதிலெ எனக்கென்ன சிரமம்? ஆனாலும் கண்டிப்பா போயாகணுமாண்ணு யோசியுங்க. பாரதிக்கிட்டெயும் கேளுங்க" என்றான் ரகு.

விஸ்வம் உடனே மாடிப்படி இறங்கி வந்து இறந்த வீட்டுக்குப் போக ரெடியாகி நின்றுகொண்டிருந்த பாரதியிடம் நாடகத்துக்குப் போகச் செய்த ஏற்பாட்டைச் சொன்னான். அவள் அதிர்ச்சியடைந்தாள். "நீங்க சில நேரங்கள்லெ சின்னப்பிள்ளை மாதிரி நடந்துக்கிறீங்க. அண்ணா இதை விரும்பமாட்டார். நீங்க சொன்னதுக்காக சம்மதிச்சிருக்காரு. அவரையும் சங்கடப்படுத்தி என்னையும் தர்மசங்கடத்திலெ மாட்டிவிட்டிருவீங்க. நாடகத்துக்குப் போகாட்டி மானமா இடிஞ்சு விழுந்திரும். பள்ளிப் பிள்ளைங்க அடிக்கிற கூத்தை அவரு பாத்திருக்கமாட்டாரா? இனியிப்ப நான் போகலேண்ணு

சொன்னா அவரு மனசு சங்கடப்படும். அவரை மதிக்காமெ போன மாதிரி ஆகிடும். இப்படி மாட்டிவிட்டிட்டீங்களே. பாரதிக்கு உடம்பு சரியில்லேண்ணு சொல்லிப் பார்க்கிறேளா?" என்று கூறிய பாரதி மிகவும் குழம்பிப் போனாள்.

"சரி சரி அதும் இதும் பேசிட்டிருக்காதெ. அவரு உன் உடன்பிறப்பு மாதிரி நடந்துக்கிறாரு. அவரு ரெம்ப சந்தோசமாத்தான் ஒத்துகிட்டாரு. நாம இப்ப இறந்த வீட்டுக்குப் போகணும். புறப்படு. கொஞ்ச நேரம் அங்கு இருந்துவிட்டு ஒன்னை திரும்ப வீட்டுக்குக்கொண்டு விட்டுட்டுப் போறேன். ஒரு சாவி நான் வச்சிக்கிறேன். சாயங்காலம் நான் வரமுடியாது. சாயங்காலம் வீட்டைப் பூட்டிக்கிட்டு நீங்க ரெண்டு பேரும் குழந்தையையும் கூட்டிக்கிட்டு நாடகத்துக்கு போயிட்டு வாங்க. சாரிட்டெ எதுவும் உளறி வைக்காதெ" என்று விஸ்வம் கூறினான்.

"நீங்க ஏதாவது சாப்பிட்டேளா? மத்தியானம் வீட்டுக்கு வந்து சாபிட்டுட்டுப் போறேளா?" என்று பாரதி விஸ்வத்தைக் கேட்டாள். "நான் இப்பத்தான் கடையிலிருந்து சாப்பிட்டேன். அது ஒண்ணும் பெரிய பிரச்சினை இல்லை. மயானத்திலிருந்து நான் நேரா நாடகம் நடக்கிற இடத்துக்கு வந்திடுவேன்" என்றான் விஸ்வம்.

மாலை ஆறு மணிக்கு ரகுவும் பாரதியும் குழந்தையுமாக நாடகத்துக்கு புறப்பட்டுப் போனார்கள். கொஞ்ச தூரம்தான் என்றாலும் ஆட்டோவில் அவர்கள் போனார்கள். அந்த சந்திப்பில் ஒரேயொரு ஆட்டோக்காரர்தான் ஆட்டோ ஓட்டிக்கொண்டிருந்தார். அவர் சற்று தொலைவிலுள்ள கிராமத்திலிருந்து வந்து அந்த சந்திப்பில் சவாரிகளுக்காகக் காத்திருப்பார். ஒன்பது மணியோடு வீட்டிற்குத் திரும்பி விடுவது என்பதில் அவர் கண்டிப்பாயிருந்தார்.

நாடகம், தோட்ட உடமைக்குச் சொந்தமான ஒரு மண்டபத்தில் ஏற்பாடாயிருந்தது. தோட்டத் தொழிலாளர்களின் எளிய வீட்டு நிகழ்ச்சிகளுக்கு அதைப்பயன்படுத்தி வந்தனர். அதோடு குறைந்த வாடகைக்கு ஊரிலுள்ளவர்களின் வீட்டு நிகழ்ச்சிகளுக்கும் வாடகைக்கு விட்டுக்கொண்டிருந்தார்கள். மண்டபத்தின் ஒரு பகுதி தோட்டத்தின் ஸ்டோர் ரூமாகப் பயன்படுத்தப்பட்டிருந்தது.

மண்டபத்துக்கு முன்னால் வந்திறங்கிய ரகுவையும், பாரதியையும் நாடகம் நடத்தும் இளைஞர்கள் அன்போடு வரவேற்று உள்ளே அழைத்துச் சென்று தேநீர் வழங்கினார்கள். விஸ்வம் வராததின் காரணத்தை அவர்கள் தெரிந்திருந்தார்கள்.

உள்ளூர் மாணவர்கள், நடிப்புக்கலையில் தேர்ச்சி பெற்றிருந்த ஒன்றிரண்டு தோட்டத் தொழிலாளர்களோடு வெளியிலிருந்து திறமையான நடிகர்களையும், நடிகைகளையும் அழைத்திருந்தார்கள்.

பாரதியின் மகன் ரகுவின் மடியில் அமர்ந்து சுவாரசியமாக நிகழ்ச்சியை ரசித்துக்கொண்டிருந்தான். சில கட்டங்களில் நாடகம் பார்க்க வந்தவர்கள் பாராட்டி கை தட்டியபோது அவனும் கை தட்டி சிரிப்பதைப் பார்த்து பாரதியும், ரகுவும் வாய்விட்டுச் சிரித்தார்கள். நாடகம் முடிந்தது. தேசீய கீதம் பாடினார்கள். மண்டபத்தை விட்டுப் புறப்படும்போது ஒரு மாணவன் வந்து "யாராவது துணைக்கு வரணுமா சார்?" என்று விசாரித்தான். "வேண்டாம் அப்பா — கொஞ்ச தூரம்தானே. 'டார்ச்' இருக்கு. உங்களுக்கெல்லாம் இங்கு நிறைய வேலையிருக்கும். எனக்கு சிரமமொண்ணுமில்லை" என்றான் ரகு. கொஞ்சம் கொஞ்சம் இடைவெளி விட்டு தெருவிளக்குகள் இருந்தன. குழந்தையை ரகு தோளில் எடுத்துக்கொண்டான். அவன் உடனே தூங்கிவிட்டான்.

முக்கால் கிலோமீட்டர் தூரம் தோட்டத்துக்கு நடுவில் அமைத்திருந்த தார் ரோடு வழியாக நடக்க வேண்டும். ரோட்டில் பள்ளங்களோ, கற்களோ கிடப்பதைப் பார்த்து பாரதி நடக்க வசதியாக ரகு 'டார்ச் லைட்'டை அவள் நடந்து வந்த பகுதிக்கு திருப்பிக் காட்டிக்கொண்டே வந்தான். ஓரிடத்தில் ரோடு வளைந்து செல்லும் ஒரு பகுதி. அங்கு காட்டுமரங்கள் அடர்த்தியாக வளர்ந்திருந்ததால் மின் வெளிச்சம் குறைவாக இருந்தது. திடீரென சாலையைக் கடந்து ஏதோ ஒரு ஜந்து ஓடியது. பாரதி பயந்து ரகு நடந்து சென்றுகொண்டிருந்த பகுதிக்கு ஒதுங்கினாள். ரகு, பாரதியின் இடது கையைப் பற்றினான்.

பாசத்தோடு "பயந்திட்டியா பாரதீ, காட்டு அணிலோ, பூனையோ ஓடியிருக்கும். அதுக்குப்போயி பயந்திட்டியா? இந்த 'டார்ச்'சை நீயே வெச்சுக்க. இதை அணைக்காமெ வச்சுரு. இந்த வளைவுக்கு அப்புறம் மின் கம்ப வெளிச்சம் தெளிவாக இருக்கும். இப்ப இந்த ரோட்டிலெ வாகனம் எதுவும் இருக்காது. ரோட்டு ஓரமாக ஒதுங்காமெ நடுரோடு வழியாவே நடக்கலாம்" என்று கூறியவன் அவள் கையைப் பற்றியிருந்த பிடியை வீட்டை அடைவதுவரை விடவில்லை. பாரதி மிகவும் பயந்து போயிருந்தது அவளுடைய முகமும் கழுத்தும் வியர்வையால் நனைந்திருந்ததிலிருந்து தெரிந்தது. "ரெம்ப பயந்திட்டியா அம்மா?" என்று ரகு ஆதரவோடு வினவினான். குழந்தையைக் கட்டில்லெ படுக்க வெச்சிடு. அவன் ஒண்ணும் சாப்பிடல்லையே? எழுப்பி கொஞ்சம் பாலாவது குடுக்கலாமா?" என்று கேட்டான்.

“இல்லைண்ணா. சாயங்காலம் சாதம் சாப்பிட்டான். நாடகம் பாத்துக்கிட்டே பிஸ்கட்டும் சாப்பிட்டுக்கிட்டிருந்தான். எழுப்பினா கலாட்டா பண்ணுவான். அடம் பிடிச்சு அழுவான். தூங்க வெச்சிட்டு வாறேன். அண்ணா கை கால் அலம்பிட்டு வாங்க. தோசை வார்த்துக் கொடுக்கிறேன்” என்றாள் பாரதி.

“எனக்கு எதுவும் வேண்டாம். ஆறு மணிக்குத்தானே திருப்தியா டிபன் பண்ணினேன்” என்றான் ரகு.

ரகுவும் பாரதியும் பேசிக்கொண்டிருக்கும்போதே விஸ்வம் வீட்டுக்குள் நுழைந்தான். “நீங்க வந்திட்டீங்களா சார்? நாடகம் ரசிக்கும்படியா இருந்திச்சா? மயானத்திலெ இவ்வளவு நேரமாயிற்று. இறந்தவரின் ஒரு நெருங்கின உறவுக்காரரு வந்திட்டிருக்கிறதா ஃபோன் பண்ணினாரு. அவருக்காக வெயிட் பண்ணினாங்க” என்றான் விஸ்வம்.

“மணி பதினொன்னாகப் போவுது. பிறகு பேசிக்கலாம். உங்களுக்கு வென்னீர் சுட வெக்கிறேன். குளிச்சிட்டு நீங்களும் அண்ணாவும் சாப்பிடுங்க” என்று பாரதி இடைமறித்தாள்.

எனக்கு வெந்நீர் எல்லாம் வேண்டாம் என்று கூறியபடி குளியலறைக்குள் நுழைந்த விஸ்வம் குளித்து முடித்துவிட்டு தலை துவட்டியபடியே வெளியில் வரும்போது ரகு அங்கில்லை. மாடிக்கு போயிருந்தான்.

“அண்ணா சாயங்காலம் டிபன் சாப்பிட்டதாலெ ஒண்ணும் வேணாம்ணு சொல்லீட்டாங்க. இந்தப் பாலை அவருக்குக்கொண்டு தந்திட்டு நீங்க சாப்பிடுங்க” அங்கெ பேசிக்கிட்டு நிக்காதீங்க. அவரு தூங்கட்டும்” என்றாள் பாரதி. பாலை ரகுவிடம் தந்த விஸ்வத்திடம் வழியில் பாரதி ஏதோ பிராணியைக் கண்டு பயந்த சம்பவத்தை விவரித்தான் ரகு.

“ஒண்ணும் கஷ்டமேற்படலையே?” என்று பயந்து போய் விசாரித்த விஸ்வத்திடம் “சீ ஒண்ணுமேயில்லை. காட்டுப் பூனையோ அணிலோ அது பாட்டுக்கு ரோட்டைக் கடந்து ஓடிப்போச்சு. பாரதி பக்கமா ஓடினதாலெ அவ ரெம்ப பயந்திட்டா” என்று ரகு கூறியதும், இரண்டு பேரும் சிரித்தார்கள். “அவ இப்படித்தான். பயந்தாங்கொள்ளி. வீட்டிலெ எலியையோ, கரப்பான்பூச்சியையோ பாத்தாலே ஒதுங்கி ஓடிடுவா. சார் தூங்குங்க. நேரம் ஒரு பாடாச்சு” என்று கூறிவிட்டு விஸ்வம் படியிறங்கி வந்தான்.

அவன் முகத்தில் புன்னகை தவழ்ந்துகொண்டிருந்தது. "சோறு சூடாக்கி வெச்சிருக்கு. இண்ணைக்குப் பூரா எதுவும் சாப்பிடாமெ அலைஞ்சிருக்கேள்ளா?" ஏதோ புஞ்சிரி தெரியுதே என்ன விசேஷம்?" என்று பாரதி கணவனை விசாரித்தாள்.

விஸ்வம் : நீ ரோட்டிலை ஓடின எலியையோ முயலையோ கண்டு பயந்திட்டயாமே?

"எலியோ, புலியோ! இருட்டுல என் பக்கமா ஓடினா பயப்படாமெயிருக்கிறதெப்படி? இருட்டிலெ ஒண்ணும் தெரியல்லெ. சுத்தி காட்டு மரங்க நின்னதாலெ கும்மிருட்டு" என்றாள் பாரதி.

"எம் பொண்டாட்டி ஜான்சி ராணி மாதிரி வீரமான பொண்ணுண்ணு நினைச்சுக்கிட்டிருக்கேன்!" சீண்டினான் விஸ்வம்.

"வம்பளந்ததும் என்னைப் புகழ்ந்ததும்போதும். சாப்பிடுங்க. பாவம் அண்ணாச்சியும்தான் பயந்திட்டாரு. நீங்க ஓங்கப் பாட்டுக்கு போயிட்டீங்க" பாரதியின் மனதில் முன்பு ஒரு இரவு நிகழ்ந்த சம்பவத்தால் சிறுத்துப்போயிருந்த ரகுவின் பிம்பம் மீண்டும் வளர்ந்து உயர்ந்திருந்தது. "அவரு ஒரு மூத்தகூடப் பிறப்புப்போல பாசமா அழைச்சிக்கிட்டு வந்தாரு" என்றாள் பாரதி.

"அது எனக்குத் தெரிஞ்சுதானே அவரோடெ ஒன்னையும் குழந்தையையும் அனுப்பிச்சு வெச்சேன். நான் வந்திருந்தா மட்டும் குழந்தையையும் ஒன்னையும் தோளிலெ தூக்கிக்கிட்டு வந்திருக்கவா முடியும்?" என்றதும் அவள் சிரித்துவிட்டாள்.

அவர்கள் உண்டு முடித்தார்கள்.

பின்னர் உணவருந்திய தட்டுக்களைக் கழுவுவதற்காக எடுத்துச் சென்றாள் பாரதி. "நான் கழுவட்டுமா" என்று மனைவிமீது மிகுந்த அக்கறையோடு கேட்ட விஸ்வத்திற்கு "நீங்க போயி படுங்க நான் கழுவி வெச்சிக்கிட்டு வந்திடறேன்" என்று கூறி சிரித்தாள்.

உணவருந்திய தட்டுக்களோடு கழுவுவதற்கு வேறு பாத்திரங்களும் இருந்ததால் சற்று நேரமாகிவிட்டது. கைகால் கழுவி முகமும் அலம்பிவிட்டு படுக்கை அறைக்கு பாரதி சென்றபோது விஸ்வம தூங்கிவிட்டிருந்தான். ஒரு கையில் மகனை அணைத்தபடியே படுத்திருந்தான்.

"பாவப்பட்ட மனுசன். ஒரு சட்டைகூட போட்டுக்கல்லெ. நெஞ்சு திறந்திருக்கு. வெளியிலெ குளுந்த காத்து வீசுது. ஜன்னலைக்கூட அடைக்கலெ. பச்சைத் தண்ணீலெ தலை குளிக்காதீங்கண்ணு

சொன்னப்பவும் கேக்கல்லெ". தன் கணவனை நினைத்து பாரதி அங்கலாய்த்தாள்.

ஒரு போர்வையெடுத்து விஸ்வத்துக்குப் போர்த்திவிட்டாள். ஜன்னலை அடைத்தாள். அவன் பக்கத்தில் படுத்திருந்த அவளுக்கு உடனே தூக்கம் வரவில்லை. ரகு அண்ணா பற்றி அவளுக்கதுவரை இருந்து வந்த கணிப்பு அடியோடு மாறியது. "ஒரு பாசமுள்ள மூத்த சகோதரர்போல அன்பு காட்டிய அவரைப் போய்தான் சந்தேகப்பட்டது தப்புதான். வீட்டுக்காரரு அடிக்கடி சொல்வது மாதிரி அவரு களங்கமில்லாத மனிதர். எந்த மரியாதை குறைஞ்ச நடவடிக்கையும் அவரிடம் இருக்கல்லெ. குழந்தையையும் என்னையும் ரெம்ப அக்கறையோடு அழைச்சிட்டு வந்தாரு. அவளுடைய மனதில் ஒரு புது சந்தோஷம் பொங்கியது. நிம்மதிப் பெருமூச்சோடு தூக்கத்திலாழ்ந்துவிட்டாள்.

/ \

அத்தியாயம் - 21

அன்று மதியத்திற்குப் பிறகு கடைக்கு விடுமுறை நாள். விஸ்வம் மிகவும் உற்சாகமாகக் காணப்பட்டான். மகனோடு விளையாடிக்கொண்டிருந்தான். மனைவியிடமும் மிகக் குழைவாக நடந்துகொண்டான். "ஏன் கண்ணு நீ இன்னைக்கு ரெம்ப அழகாயிருக்கியே என்ன விஷயம்? தேவதை மாதிரி இருக்கிறெ" என்று கொஞ்சலாகப் பேசினான் விஸ்வம்.

"இருக்கும். இருக்கும். ஏன் இண்ணைக்கும் என் எலும்பை யெல்லாம் முறிக்கணும்போல தோணுதா? குழயறதைப் பாத்தா அப்படித்தான் தெரியுது" என்று கூறிக்கொண்டே அவள் அவன் வயிற்றைக் கிள்ளினாள். அவள் கையைப் பற்றி இழுத்து அவன் மடியில் உட்கார வைத்த விஸ்வம் "ஏன் பாரதி சினிமாவிலெ ஹீரோ ஹீரோயினெ தூக்கிட்டு டான்ஸ் ஆடினாப்பல ஆடினா என்னன்னு தோணுது" என்றான். "ரொம்ப வழியாதீங்க. நம்ம பிள்ளைக்கு மூணு வயசாயிடுச்சி. நீங்க கிறுக்குத்தனமா ஏதாவது செஞ்சா அவனே கை கொட்டி கிண்டல் பண்ணுவான். புரிஞ்சு நடந்துக்கங்க. உங்களிட்ட ஒரு முக்கியமான காரியம் சொல்லணும்ணு கொஞ்ச நாளா நினைச்சுக்கிட்டிருக்கேன். சொன்ன கோவப்பட மாட்டியளே?" என அவனைக் கேட்டாள்.

"எப்படா உண்மையா உன்னை நான் கோவப்பட்டிருக்கேன்—? கேக்க வேண்டியதை இவ்வளவு நாளா நீ ஏன கேக்காமயிருந்தெ—? சரி சொல்லு!"

"ரகு சாரைப் பத்தி நீங்க என்ன நினைக்கிறீங்க?" என்று பாரதி கணவனைக் கேட்க "அவரைப் பத்தி நான் என்ன நினைக்க இருக்கு?— அவரு தங்கமான மனுசன். நமக்கு அவரு தெய்வம் மாதிரி. ஏன் உனக்கென்ன வந்தது? ஏன் இப்படிக் கேக்கிறெ?

இதைக் கேக்கறதுக்கு மாசக்கணக்கா யோசிக்கணுமா? மனசிலெ என்ன தோணினாலும் அதை மறைச்சு வைக்கமாட்டியே? இப்ப உனக்கு என்ன ஆச்சு?" என கேள்விகளை அடுக்கினான் விஸ்வம்.

"பாத்தியேளா? சொல்லுமுன்னாலேயே என்னமா படபடக்கறீங்க. உங்களுக்கு மூக்கு நுனியிலெ கோவம். கோவம் வந்தா சாமி வந்தமாதிரி குதிப்பீங்க அதான்..." என்று பாரதி இழுத்தாள். கட்டிலில் படுத்திருந்த அவள் தலையைத் தூக்கி அவன் மடியில் வைத்தான். "இப்ப சொல்லு. என் முகத்தைப் பாத்து சொல்லு. நான் கொஞ்சம்கூட ஆத்திரப்படமாட்டேன்" என்றான். பாரதி அந்த சம்பவம் பற்றி பேசத் தொடங்கினாள். "ஒரு மாசமிருக்கும். உங்களுக்கு ஒரு பழக்கமுண்டே! படுக்கப் போனா என் துணியையெல்லாம் அலங்கோலப்படுத்தி என்னைப் பிடிச்சுக் கொஞ்சறது". ரகு மூங்கில் தட்டியின் துவாரம் வழியாக அவர்கள் படுக்கையறையை உற்று நோக்கியதை அவள் ஒவ்வொன்றாகச் சொல்லச் சொல்ல விஸ்வத்தின் முகத்தில் கலவரக் கோடுகள் படருவதைப் பாரதியால் கவனிக்க முடிந்தது.

விஸ்வத்தின் முகத்தை இரு கைகளாலும் அணைத்தபடி "நீங்கள் ரெம்ப கலவரப்பட்டு அவரோடெ சண்டைக்குப் போகமாட்டேளே அத்தான்?" என்று விஸ்வத்தைக் கெஞ்சினாள். "அந்தப் பயத்தாலெதான் இந்த விஷயத்தை இதுவரை சொல்லாமெ வெச்சிருந்தேன். அவரோடு நீங்க வெச்சிருக்கிற நெருக்கத்தைக் கொஞ்சம் கொஞ்சமா குறைக்கணும். அவருக்குத் தர வேண்டிய பணத்தையெல்லாம் தவணையிலாச்சும் திருப்பிக் கொடுக்கணும் அப்படியெல்லாம் ஒங்ககிட்டே சொல்லணும்ணு நினைச்சுக்கிட்டிருந்தேன்..." அவள் பேச்சை முடிக்கவில்லை.

"நீ ரெம்ப கவலைப்படறதோ, கலவரப்படறதோ சரியில்லை பாரதி. அவரு அவ்வளவு இழிவான மனுசனில்லெ. நேரம் பாத்துச் சொல்ல நினைச்ச ஒன்னுடைய விவேகத்தெ நெனைக்கறப்ப பெருமையா இருக்கு" என்றான் விஸ்வம். என்றாலும் அவனுடைய நெஞ்சு வேதனைப்பட்டது. தொண்டையில் வலி ஏற்படுவதை உணர்ந்தான். ரகுவின் மேல் அசைக்க முடியாத நம்பிக்கையும் அறுக்க முடியாத பாசப் பிணைப்பும் வைத்திருந்த விஸ்வம் ஒரு பேய்க்கதை கேட்டுக்கொண்டிருக்கும் குழந்தைக்கு ஏற்படும் மனச் சிலிர்ப்போடு முழுவதையும் கேட்டுக்கொண்டிருந்தான். இனம் புரியாத ஓர் அச்ச உணர்வு அவனை ஆட்டிப்படைத்தது. என்றாலும் தெளிவு நிறைந்த, வேதனை ஊற்றெடுக்கின்ற வார்த்தைகளில் "பாவப்பட்ட மனிசன். ஆனால் கெட்ட எண்ணம்கொண்ட மனிசன் என்ற முடிவுக்கு நம்ம வரக்கூடாது" என்று கூறினான்.

"இன்னும் ஒரு விசயம் சொல்லணும். நான் பேச்சை முடிக்கு முன்னாலெ அவசரப்பட்டிட்டீங்க" என்று பேச்சைத் தொடர்ந்தாள் பாரதி. "இந்தச் சம்பவத்துக்கு முன்னாடி ஒரு நாள் அந்தி நெருங்கிட்டிருந்த நேரம். கடையிலெ யாரும் இல்லை. வேலையாட்களும் கடையையொட்டிய மாமர நிழலிலெ இருந்து பேசிக்கொண்டிருந்தாங்க. நேந்திரப்பழ அப்பம் செய்வதுக்கான மாவைக்கரைச்சு வெச்சுக்கிட்டு ரொம்பப் பழுக்காத பழத்தை மெல்லிசா நறுக்கிட்டிருந்தேன். நீங்க வெளியிலே போயிருந்தீங்க. அப்பம், சாரு அங்கெ வந்து ஒரு கசேரெயிலெ இருந்தாரு. "சாயா போட்டுத் தரட்டுமா"ண்ணு கேட்டேன். "இப்ப வேண்டாம்மா" என்று சொன்னவரு ஓரமா இருந்த ஒரு கசேரெயிலெ மாறியிருந்து ஒரு சிகரெட்டை பத்த வெச்சாரு.

"சாரு ஊருக்கு போயி ஒரு மாசம் இருக்குமே" என்றேன். "ஏன் கேக்குறீங்க" என்று கேட்டார். "சாருக்க ஊரைப் பாக்க எனக்கும் ஆசையாயிருக்கு" என்று சொன்னேன். உங்க எல்லாரையும் ஊருக்கு அழைச்சுக்கிட்டு போக அம்மாவும் சொல்லியிருக்காங்க என்று சாரு சொன்னார்.

"சாருக்க கலியாணத்தோடெ அங்கு வரலாமிண்ணிருக்கோம்" என்று சொன்னதும் அவர் முகம் கறுத்துப்போச்சு. ரெம்பவும் மனசு கஷ்டப்படற மாதிரி மௌனமாயிட்டாரு."

நான் ஏதாவது தப்பா கேட்டிட்டேனா சார்? என்று அவரைக் கேட்டேன். "இல்லையில்லை. பாரதி ஒண்ணும் தப்பா கேக்கலை. பாசமா இருக்கிற எல்லாரும் இப்படி கேக்கத்தானே செய்வாங்க" என்றார். கொஞ்ச நேரம் மௌனமா இருந்தவரு "எனக்கு அப்படியொண்ணு நடக்காது" என்று கூறிவிட்டு எழுந்து சென்றார்.

"நீ இதையெல்லாம் ஏன் கேக்கப்போனெ?" என்று விஸ்வம் மனைவியை மென்மையாகக் கடிந்துகொண்டான். அவள் தொடர்ந்தாள். "சார் அவருடைய அறையிலிருந்து கொஞ்ச நேரத்திலெ திரும்பி வந்தார். அவருடைய பர்சைத் திறந்து ஒரு போட்டோ படத்தை என்கிட்டெ நீட்டினார். போட்டோவை வாங்கிப் பார்த்த நான் அதிர்ச்சியடைஞ்சிட்டேன். அந்த படத்திலிருந்த பெண் 'அச்சொட்டா' என்னைப்போலவே இருந்தா. ஆனா வசதியான, படிச்ச ஒரு பட்டணத்துப் பொண்ணுக்குள்ள களையோடு நல்ல உடைகளோடு அந்த போட்டோவிலிருந்தா. "இந்த போட்டோ?" என்று அதிலிருக்கும் பெண் யாருண்ணு தெரிஞ்சுக்க நான் சாரைக் கேட்டேன்.

"அவர் கொஞ்ச நேரம் பதிலேதும் சொல்லலெ. அவரு நொந்து போயி பேசினாரு. "நான் என்னுடைய வேதனைகளை

மத்தவங்ககிட்ட சொல்லி ஆறுதல் பெற விரும்பமாட்டேன். ஆனா நீயும் விஸ்வமும் என்கூடப் பிறப்புகள் மாதிரி ஆயிட்டீங்க. விஸ்வம் என்கிட்டெ எதுவும் துருவித்துருவி கேக்கறதில்லை. என்கிட்டெ ஆழமான அன்பு வெச்சிருந்தப்பவும் என் சொந்த விஷயங்களை கேட்கறதை அவன் விரும்பல்லை. அது அவனுடைய இயல்பு. ஆனாலும் அவனும் சரி நீயும் சரி எனக்காக இவ்வளவு மாஞ்சுமாஞ்சு பணிவிடை செய்யறதெ என்னாலெ மறக்க முடியாது. என்னிடம் வெச்சிருக்கிற ஆழமான அன்பை என்னாலெ ஒதுக்கவோ மறக்கவோ முடியாது. அம்மாவைவிட்டா எனக்கு எந்தச் சொந்தபந்தமும் கிடையாது. எனக்குச் சொந்தம்னு சொல்லிக்க இப்ப நீங்க மட்டும்தான் இருக்கீங்க."

"இதைக் கேட்டப்ப என்னையறியாமலே எனக்கு உடம்பெல்லாம் புல்லரிச்சுப்போச்சு. கண்ணு ரெண்டும் நெறஞ்சு போச்சு. என் நெஞ்சு சாரை நெனச்சு வேதனைப்பட்டது. நம்ம மேலெ அவரு வெச்சிருக்கிற நம்பிக்கையை நெனச்சப்ப என் நெஞ்சு குளுந்து போச்சு."

ரகு சார் தொடர்ந்து பேசினார். "ஊரிலெ எங்க வீட்டுக்கு தொட்டு அடுத்த வீட்டிலெ தங்கியிருந்த குடும்பம், எங்க அம்மாவோடும் அப்பாவோடும் ரம்பவும் நெருக்கமாயிட்டாங்க. அந்த வீட்டுக்கார அம்மா, ஓய்வு கிடைக்கிறப்ப எல்லாம் எங்க வீட்டுக்கு வந்து அம்மாவோடு பேசிக்கிட்டிருப்பாங்க. அவங்களுக்கு சுமதீண்ணு ஒரேயொரு பெண்ணு. உன்னிடம் காமிச்சது அவளுடைய போட்டாதான். ஏழெட்டு வருசங்களா ஒண்ணா பழகினோம். நாங்க வளர்ந்து பெரிசுகளானதும் நாங்க நெருக்கமா ஒருத்தரையொருத்தர் நேசிச்சோம். ஒருவரைப் பிரிஞ்சு மத்தவர் வாழ முடியாது என்ற நிலைக்கு வந்திட்டோம். ஒரு நாளைக்குக்கூட ஒருவரை ஒருவர் பாக்காமெ போயிட்டா ரெண்டு பேரும் துடிச்சுப் போயிருவோம். அவ பி.ஏ.,வரை படிச்சா. நான் தொடர்ந்து படிச்சேன். ஆனாலும் வீட்டிலிருக்கும் நாட்கள்ளெ ஒதுக்குப்புறமான ஓரிடத்திலெ தவறாம சந்திச்சுப் பேசுவோம். அவ எனக்காக என்ன தியாகமும் செய்யத் தயாராயிருந்தா. நானும் அப்படித்தான். என் வீட்டிலெயும் அவ வீட்டிலெயும் எங்க காதல் விஷயம் அரசல் புரசலா தெரியவந்தப்பவும் எங்களை ரெண்டு வீட்டிலயும் கண்டிக்கலெ. என்னுடைய எம்.ஏ. படிப்பு முடிஞ்சதும் ரெண்டு பேரும் திருமணம் செய்துக்கலாம்னு திட்டமிட்டோம். என்னைச் சந்திக்க வரும்போதெல்லாம்அவங்க வீட்டிலெ செஞ்ச பலகாரங்களைக் கொண்டு வந்து எனக்கு ஆசையாசையா ஊட்டுவா. அவ என்னை விட நல்லவளா

இருந்திருக்கா. என்னை தவிக்கவிட்டுட்டு வேதனைகளில்லாத உலகத்துக்குப் போய் சேந்திட்டா. அவளை ஒரு நாகம் தீண்டி அவ இறந்து போயிட்டா". அவரு தொடர்ந்து பேசிக்கிட்டேயிருந்தார்.

இதயத்தை ஒடச்சுப்போட்ட சம்பவங்க. ஏக்கங்கள், நிராசைகள், தொடர்ந்து வந்த துக்க சம்பவங்கள், வெறுமை நிறைஞ்ச வாழ்க்கை எல்லாம் அவரு என் முன்னால் பரத்தி வெச்சப்ப அவரு தாங்கிக்க முடியாத வேதனையால் உடைஞ்சு போனார். அவருடைய கண்ணு ரண்டும் நெறஞ்சு போச்சு. ஒரு சின்னக்குழந்தையைப்போல அவரு அழுதுவிட்டார். இதுக்கு முன்னாலெ அவர் அழுவதை நான் பார்த்ததில்லை. நானும் மனசொடைஞ்சு அழுதிட்டேன். அவருக்கு ஆறுதல் கூறினேன். "அழாதீங்க அண்ணா. நான்தான் எதையெதையோ கிளறிட்டேன். நடந்து போனதெயெல்லாம் நினைச்சு இப்படி கவலைப்பட்டுக்கிட்டேயிருந்தா ஒடம்புக்கு ஆகாது" என்றேன். "தெய்வ சங்கல்பம்" என்று கூறி அவரே அமைதியானார்.

"பாரதீ!" என்றழைத்த விஸ்வம் "நீ மூங்கில் தட்டியிலிருந்த துவாரம் வழியா நம்ம படுக்கையறையை சாரு உத்துப் பாத்தாருண்ணு சொன்னியே அந்தச் சம்பவத்துக்குப் பிறகுதானே தோட்டத்திலெ நாடகம் பாக்க நீயும் குழந்தையும் சாரோடெ போனீங்க" என்று மனைவியைக் கேட்டான். "ஆமா" என்றாள் பாரதி. "அப்ப ஒங்கிட்டெ அவரு கண்ணியமாத்தானே நடந்துக்கிட்டாரு?" என்று கேட்டான் விஸ்வம். "அப்ப எனக்கு அவர் மீதிருந்த தப்பான அபிப்பிராயம் அப்படியே மாஞ்சு போகும்படியா நடந்துக்கிட்டாரு. அந்த பாவப்பட்ட மனுசன் ஒரு மூத்தகூடப்பிறப்பைப்போல என்னை அன்போடும் அக்கறையோடும் பாத்துக்கிட்டாரு. எனக்கு அவரு மேலெயிருந்த சந்தேகமெல்லாம் அப்படியே மாஞ்சு போச்சு அத்தான்" என்றாள்.

விஸ்வமும் உணர்ச்சி வசப்பட்டுக் குழம்பிப் போயிருந்ததை அவனுடைய முகம் காட்டியது. என்றாலும் விஸ்வம் அவன் உள்ளத்தின் கருவறையில் தெய்வச்சிலையாக வடித்து வைத்திருந்த ரகுவுக்கு மங்கலேதும் ஏற்படவில்லை. அவன் பாரதியைப் பார்த்து மெல்லிய குரலில் சொன்னான். "நீ அன்பே உருவான அந்த மனிதரைக் கொஞ்சமும் சந்தேகப்படக்கூடாது. அவரை இதுவரை எப்படி அன்பு பாராட்டிக் கவனிச்சமோ அதிலெ எந்தக் குறையும் வரக்கூடாது. அவருடைய காதலி, உருவத்தில் உன்னைப் போலெ இருந்தார் என்ற விஷயம் இப்போது நீ சொல்லித்தான் எனக்குத் தெரிஞ்சது. ரகு சாரின் குடும்ப விஷயங்களேதும் அவர் என்னிடம் சொன்னதில்லை."

“நான் போயி இதையெல்லாம் உங்ககிட்டெ சொல்லிருக்க வேண்டாம். நீங்களும் ரம்ப நொந்து போயிருக்கீங்க, நான்...” தொடர்ந்து பேச முயன்ற பாரதியின் வாயை அவன் கையால் பொத்தினான்.

“எதையும் என்கிட்டேந்து நீ மறைக்கறதில்லை. அதனாலெ எல்லாத்தெயும் சொல்லிட்டெ. நீ சொன்னது சரிதான். இதிலெ எந்தத் தப்புமில்லெ. தப்புச் செய்திட்டேண்ணு நீ வேதனைப்படவும்கூடாது. ஆனாலும் என் மனசு நீறின மாதிரி இருக்கு. ரகு சாரு தவறு செய்தாருண்ணு நினைச்சு மனசு வேதனைப்படலை. நான் அந்தப் பாவப்பட்ட உசிரெ எப்படிக் காப்பாத்தப்போறேன்னு நினைச்சாத்தான் என் மனசு வேதனைப்படுது. இப்ப எனக்கு உன் அரவணைப்பு வேணும். உன் உடம்போடெ ஒட்டிக் கிடந்தா என் நெஞ்சின் சூடு கொஞ்சம் தணியும்”. பாரதி கணவனை நெஞ்சோடணைத்துக்கொண்டாள். அவனுக்குத் தூக்கம் வரவில்லை. ஆனால் கொஞ்சம் ஆறுதல் கண்டான்.

திறந்து கிடந்த ஜன்னல் வழியா ஊதக்காற்று கடந்து வந்தது. பாரதி ஒரு போர்வையெடுத்து ரெண்டு பேருக்குமாக போர்த்திக்கொண்டாள். “என் செல்லம் உறங்குங்கத்தான். நமக்கு எந்தக் கஷ்டமும் வராதுண்ணு சமாதானப்படுங்க. ரகு அண்ணாவை எந்தக் குறையும் வெக்காமெ நம்ம காப்பாத்தலாம். கடவுள் எல்லாரையும் நல்லா வெச்சுப்பாரு. அதையும் இதையும் நினைச்சு அலட்டிக்காதீங்க. எனக்கு எப்பவும் தைரியம் சொல்லித் தேத்தற நீங்க சில நேரங்கள்ளெ சின்னக் குழந்தை மாதிரி ஆயிடறீங்க. ஏன் அத்தான் இப்படி?” என்று கூறியபடியே அவன் நெற்றியில் முத்தம் தந்தாள்.

பாரதியின் அழகும் அன்பும் விஸ்வத்துக்கு ஒருபோதும் சலிப்பு ஏற்படுத்தியதில்லை. அவளுடைய அரவணைப்பும் அன்பும், ஆறுதலும் அவனைக் கொஞ்சம் கொஞ்சமாக சமநிலைக்குக்கொண்டு வந்தன.

/1\

அத்தியாயம் - 22

மூன்று வாரங்களாக ரகு, விஸ்வத்தின் வீட்டிற்கு வரவில்லை. விஸ்வத்தின் ஓட்டலிருந்த 'அம்பாள்புரம்' தொடர்பு கொள்வதற்கு வசதியில்லாத ஊராக இருந்தது. பொறியாளர் நண்பரோடு விசாரிக்கலாமென்றால் அவர் சில மாதங்களுக்கு முன்பு அலுவலக வேலையாக குடும்பத்தோடு சென்னைக்கு சென்றவர் இன்னும் திரும்பவில்லை. அவருக்கு சென்னையிலிருக்கும்போதே மாற்றல் கிடைத்துவிட்டது. விஸ்வம் தனிமையாக ஓட்டல் வேலைகளைக் கவனித்து வந்ததால் தொலைவிலுள்ள ரகுவின் அலுவலகத்திற்கோ ரகு தங்குமிடத்திற்கோ சென்று விசாரிக்க முடியவில்லை. கணவனும் மனைவியும் மிகவும் கவலையடைந்தார்கள். எல்லா வார இறுதியிலும் மாலையில் அவர்கள் ரகுவின் வருகைக்காக காத்திருந்தார்கள். அவர்கள் குழந்தையும் தேடத் தொடங்கினான்.

நான்காவது சனிக்கிழமையும் ரகு வரவில்லை. ஊருக்குச் செல்வதாயிருந்தால் ரகு தகவல் அனுப்பியிருப்பார் என்று அவர்கள் மிகவும் கவலைக்குள்ளானார்கள். விஸ்வம் கடையைப் பார்த்துக் கொள்ள பாரதியையும் அவளுக்கு உதவி செய்ய பக்கத்து வீட்டுக்காரரின் மனைவி விசாலத்தையும் ஏற்பாடு செய்துவிட்டு அதிகாலையில் பட்டணத்துக்குப் புறப்பட்டுச் சென்றான். பேருந்து நிலையத்தில் இறங்கி முதலில் அலுவலகத்திறகுச் சென்று விசாரித்தான். விஸ்வத்தைக் கண்ட அலுவலக உதவியாளர் கண்ணன் விஸ்வத்தை நோக்கி இறங்கி வந்தார். மூன்று நாட்களுக்கு முன்பு ரகு அம்மாவைப் பார்ப்பதற்காக ஊருக்குச் சென்றதாகவும் நேற்று அவருக்கும் உடம்பு சரியில்லையென்று தந்தியனுப்பியிருப்பதாகவும் கூறினார். விஸ்வம் மிகவும் சோர்ந்து போனான்.

இப்படியொரு தகவலை விஸ்வம் எதிர்பார்க்கவில்லை. அலுவலகத்தில் வேலை மிகுதி காரணமாக அவர் இரண்டு சனிக்கிழமைகளும் வரவில்லையென்று நினைத்திருந்த விஸ்வத்துக்கு இந்தத் தகவல் மனக் கலக்கத்தை ஏற்படுத்திவிட்டது. உடம்புக்குச் சரியில்லையென்றால் என்ன விதமான உடல் நலக்குறைவாக இருக்குமென்று நினைத்துப் பதற்றம் அடைந்தான். அவர் கொஞ்சநாள் கடுமையான கவலையால் பாதிக்கப்பட்டிருந்தது விஸ்வத்துக்குத் தெரியும்.

அவருக்கு எந்தக் கஷ்டமும் வராமலிருக்க வேண்டுமே என்று கடவுளை வேண்டினான். ஊருக்குப் போகவில்லையென்றால் கண்டிப்பாக அவர் அம்பாள்புரத்திலுள்ள விஸ்வத்தின் வீட்டிற்கு வந்திருப்பார்.

விஸ்வத்தின் மகன் நடராஜிடம் ரகுவுக்கு மிகப் பற்றுதல். அவனோடு கொஞ்சி விளையாடும்போது அவர் தன்னையே மறந்துவிடுவார். குழந்தையோடு ரகு மிக மகிழ்ச்சியாக இருப்பதைப் பார்த்து பாரதியும் விஸ்வமும் மிகவும் சந்தோஷப்படுவார்கள்.

ரகுவுக்குப் பெரிய துன்பங்களோ உடல் நலக்குறைவோ வரக்கூடாதென்று பாரதி கடவுளை திரும்பத்திரும்ப வேண்டினாள். விஸ்வம் உடனேயே வீட்டுக்குத் திரும்பி வந்தான். ரகு ஊருக்குப் போயிருப்பது பற்றியும் ஊருக்குச் சென்றவர் உடல் நலமில்லையென்று தந்தியடித்திருப்பதையும் சொல்லி கவலைப்பட்டான். பாரதியும் மிகவும் பதறிப்போனாள். கணவனும் மனைவியுமாக யோசித்து மறுநாளே ரகுவின் ஊருக்குச் சென்று விஸ்வம், ரகுவைப் பார்த்து வரவேண்டுமென்று முடிவெடுத்தார்கள். விஸ்வம் திரும்பி வரும்வரை இரண்டோ மூன்றோ நாள் பக்கத்து வீட்டு விசாலத்தை பாரதியின் துணைக்காகவும் கடையைக் கவனிக்கவும் வைத்துக் கொள்ள வேண்டுமென்று ஏற்பாடாயிற்று.

விஸ்வத்தின் கடையிருந்த இடத்தைச் சுற்றிச் சின்ன சின்ன வீடுகள் இருந்தன. குடிசைகளில் சாதுவான கூலித் தொழிலாளிகள் வசித்து வந்தார்கள். விஸ்வத்தின் குடும்பத்தோடு உண்மையாகவும் உதவியாகவும் இருந்தார்கள். என்ன உதவி செய்யவும் தயாராக இருந்தார்கள்.

மேலும் மாற்றலாகிச் சென்ற பொறியாளர் அந்தக் குடும்பத்தோடு நெருக்கமாக இருந்தது அங்குள்ள மக்களுக்கு விஸ்வத்தின் குடும்பத்தோடு மதிப்பும் மரியாதையும் ஏற்படக் காரணமாயிருந்தது.

அத்தியாயம் - 23

மறுநாள் காலையில் விஸ்வம் ரகுவின் ஊருக்குப் புறப்பட்டுச் சென்றான்.

ரகுவின் தெளிவான வீட்டு விலாசம் விஸ்வத்திடம் இருந்தபோதும் தேயிலைத் தோட்டங்களுக்கு நடுவில், குடியிருப்புப் பகுதியோடு ஒட்டியிருந்த வீட்டைக் கண்டு பிடிப்பதில் சற்று சிரமம் ஏற்படத்தான் செய்தது. அழகான சிறிய வீடு. வீட்டைச் சுற்றி சுற்றுச் சுவர். வீட்டின் முன் பக்கத்தில் அழகாகப் பராமரிக்கப்பட்ட தோட்டம். ரோஜாச் செடிகளும், பிச்சி, முல்லை போன்ற செடிகளும், குரோட்டன்ஸ் செடிகளும் இருந்தன. நாலைந்து தென்னை மரங்கள், மாமரங்கள், வாழை மரங்கள் எல்லாம் வீட்டைச் சுற்றி செழுமையாக வளர்க்கப்பட்டிருந்தன. சுற்றுச் சுவர் கேட்டில் கை வைத்தபோது அது திறந்து கிடப்பது தெரிந்தது. என்றாலும் மரியாதை கருதி விஸ்வம் 'கேட்' பக்கம் சற்று நேரம் நின்றான். வீட்டிற்குள்ளாலிருந்து நடுத்தர வயதைத் தாண்டிய ஓர் அம்மா வெளியில் வந்து "என்ன வேணும்?" என்று விசாரித்தார். "நான் ரகு சாரைப் பாக்கணும்" என்றதும் "வாங்க வாங்க" என்று அவனை வரவேற்று அந்த அம்மா வீட்டிற்குள் அழைத்துச் சென்றார். ரகு படுத்திருந்த அறைக்குக் கூட்டிச் சென்று "கண்ணா உன்னைத் தேடி யாரோ வந்திருக்காங்க பாருப்பா" என்று அரைத் தூக்கத்திலிருந்த ரகுவை எழுப்பிக் காட்டி விஸ்வத்தைப் பக்கத்திலிருந்த நாற்காலியில் அமரச் சொன்னார்.

ரகு மிகவும் சோர்ந்து போய்க் காணப்பட்டான். முகம் களையிழந்து போயிருந்தது. மூன்று நான்கு நாட்களாக சவரம் செய்யப்படாத முகம். கண்களில் ஒரு வகை மிரட்சி. எப்போதும்

விஸ்வத்தைப் பார்க்கும்போது ரகுவின் முகத்தில் பளிச்சிடும் அன்னியோன்னியமான மகிழ்ச்சியையும் உற்சாகத்தையும் காணமுடியவில்லை.

விஸ்வம் மிகவும் வேதனையடைந்தான். ரகுவின் வெறித்துப் பார்க்கும் பார்வை விஸ்வத்தை ரெம்பவும் உலுக்கியது. ரகு எழுந்தமர்ந்து விஸ்வத்தின் கையைப் பற்றினான். அவனுடைய அம்மாவை நோக்கி 'விஸ்வம்' என்று மட்டும் கூறினான். அந்த அம்மாவின் முகத்தில் ஆச்சரியமும் அன்பும் பளிச்சிட்டன.

"அப்படியா?" எனக் கூறிவிட்டு வீட்டிற்குள் சென்று கையில் காப்பியோடு வந்த அம்மா கோப்பையை விஸ்வத்திடம் நீட்டி "சாப்பிடப்பா" என்றார். "உன்னைப் பத்தியும், பாரதி, குழந்தை எல்லாரைப்பத்தியும் ரகு நிறைய சொல்லியிருக்கான். எல்லாரும் நல்லாயிருக்காங்களா?" என்று விசாரித்தார். குழந்தை எப்படியிருக்கான்? ரெம்ப தூரம் பயணம் செஞ்சு வந்தது களைப்பா இருக்கும். குளிச்சு டிபன் சாப்பிட்டுவிட்டு கொஞ்சம் ஓய்வெடப்பா, பிறகு பேசலாம். ரகு வந்தண்ணைக்கு ரெம்ப சோர்ந்து போயிருந்தான். நேத்திக்கும் இன்னைக்கும் பரவாயில்லை. பிறகு பேசலாம். காப்பியைச் சாப்பிட்டுட்டு குளியுங்க. குளியலறையிலெ வெந்நீர் வரும்" என்று சொல்லிவிட்டு சமையற்கட்டுக்குச் சென்றார்.

குளிருக்கு இதமான சூடான காப்பியை உறிஞ்சிக் குடித்துக் கொண்டிருந்த விஸ்வத்தின் மனசு ரகுவின் நிலமையைப் பார்த்து மிகவும் வேதனைப்பட்டது. ரகுவை இந்த நிலையில் இதற்கு முன்பு விஸ்வம் பார்த்ததில்லை. ரகுவின் தாயார் வயதிற்கு அதிகமான முதுமையோடு காணப்பட்டார். அவர் மிகவும் இளைத்துப் போயிருக்கிறார் என்பதை ஊகித்துக் கொள்ள முடிந்தது. அவர் ஏற்கனவே நோயாளி என்பதை ரகு சொல்லி விஸ்வம் அறிந்திருந்தான். ரகு நல்ல உடல் நலத்தோடும், மன நலத்தோடும் இருந்திருந்தால் அவன் வீட்டில் விஸ்வம் வந்ததும் அவனை உற்சாகத்தோடு வரவேற்று தாயாருக்கு அறிமுகம் செய்திருப்பான். ஆனால் விஸ்வத்தைப் பார்த்ததும் ரகு எங்கோ எதையோ பார்த்துக்கொண்டிருப்பதுபோல் தெரிந்தது.

ரகு உடம்புக்கு முடியாமலிருக்கிறார் என்ற விபரத்தை கண்ணன் ஏற்கனவே சொல்லியிருந்தார் என்றாலும் இது போன்ற சூழலை விஸ்வம் எதிர்பார்க்கவில்லை.

விஸ்வத்தின் வாழ்க்கையில் தன்னம்பிக்கை ஏற்படுத்தி ஒளிமயமான எதிர்காலத்துக்கு வழிகாட்ட அகல் விளக்கேற்றி

வைத்த அந்த அன்புத் தெய்வம் மனநிலை பாதிக்கப்பட்டவர்போல் படுத்திருக்கிறார். இதெல்லாம் இரண்டு மூன்று நாட்களுக்குள் ஏற்பட்டிருக்கின்றன. நல்லவர்களைக் கடவுள் ரெம்பவும் சோதிக்கிறார் என்று எண்ணி விஸ்வம் உருகினான்.

அத்தியாயம் - 24

ரகு அண்ணாவைப் பார்க்கப் புறப்பட்டுச் சென்ற கணவர் வீட்டைக் கண்டுபிடிக்க எப்படியெல்லாம் சிரமப்படுகிறாரோ என்று தவித்துக்கொண்டிருந்த பாரதியின் மனதை கடந்த கால நிகழ்வுகள் முற்றுகையிட்டன. திருமணத்திற்கு முன்பு அவளுடைய தந்தை தினக் கூலியாகக் கிடைக்கும் காசையெல்லாம் மகளிடம்தான்கொண்டு கொடுப்பார். வேலை கிடைக்காத நாட்களில் அவர் முகத்தில் ஒரு அங்கலாய்ப்பு தெரியும். அவர் மகளிடம் வந்து மகள் முகத்தை நோக்குவார். அந்தப் பார்வையில் அன்று ராத்திரி பசியாற என்ன செய்வது என்ற பதைபதைப்பும், மகளை நன்றாக வைத்துக் கொள்ள முடியவில்லையே என்ற இயலாமையும் தெளிவாகத் தெரியும். பிறகு நாடியில் கையூன்றியபடி திண்ணையில் சோர்ந்துபோய் சாய்ந்திருப்பார். அப்போது தந்தையின் பின் பக்கத்தில் அவள் வந்தமர்ந்து அவர் நாடிக்கு கொடுத்திருக்கிற கையை அகற்றுவாள். “ஏன் இப்படி இடிஞ்சு போய் உட்காந்திட்டீங்கப்பா? வீட்டிலெ எல்லாம் இருக்கப்பா. அடுப்பிலெ சோறு ஆயிட்டிருக்கு. கொஞ்சம் அந்தப் பாயிலெ சாஞ்சுக்குங்க. சோறு வெந்திடும். குழம்பும் ஆனதும் சோறு போடறேன். ஒண்ணாயிருந்து சாப்பிடலாம்” என்று உற்சாகமூட்டுவாள்.

அந்த வீட்டில் அடுப்பெரியவில்லை என்ற நிலைமை வராமல் முடிந்தமட்டும் பாரதி விழிப்போடிருந்திருக்கிறாள்.

மனக்குரங்கு அடுத்த கிளைக்குத் தாவியது.

எல்லா ஞாயிற்றுக் கிழமையும் ரகு வீட்டிற்கு வந்துகொண்டிருந்தான். அவர்களோடு இருந்து உணவருந்தினான். குழந்தைக்குக் கதைகள் சொல்லித் தந்து அவனோடு விளையாடி

மகிழ்ச்சியாகப் பொழுது போக்கினான். இரவு ஒன்பது மணிக்கு ஓட்டலை மூடிவிடுவார்கள். பிறகு இரண்டு பெஞ்சுகளை ஒன்றாக இணைத்து அதில் கொசுவலை கட்டி மெத்தை விரித்து ரகுவுக்குப் படுக்கை தயார் செய்வார்கள். அன்று அவனுக்குப் பிடித்தமான உணவு வகைகள் இருக்கும். உணவருந்திவிட்டு ஓய்வாக இருக்கும்போது ஓட்டல் நடத்துவதிலுள்ள சிரமங்கள் பற்றியும் லாபம் பற்றியும் ரகுவிடம் உற்சாகமாக விவரிப்பார்கள். மிகவும் மகிழ்ச்சியாக இருப்பதாகச் சொல்வார்கள்.

அதைக் கேட்டு ரகு மிகவும் மகிழ்ந்து போவான். வரும் லாபத்தில் கடைக்கான தட்டுமுட்டுச் சாமான்கள் வாங்கிப் போடவும் வசதிகளை ஏற்படுத்தவும் ரகு அறிவுரை கூறுவான். என்ன தேவையிருந்தாலும் தன்னிடம் முழு உரிமையோடு கேட்க வேண்டுமென்று ரகு கூறுவான். "விஸ்வம் என்னை எப்போதும் ஒருகூடப்பிறப்பா நினைக்கணும். அன்னியமா நினைக்கக்கூடாது. அதுதான் எனக்குப் பிடிக்கும்" என்று சொல்லி அவர்களை உற்சாகப்படுத்துவான்.

அத்தியாயம் - 25

விஸ்வத்தின் ஓட்டல் சிறப்பாக நடந்துகொண்டிருந்தது. விஸ்வத்தின் சேமிப்பு வளர வளர அவன் ஓட்டலை விரிவுப்படுத்திக்கொண்டிருந்தான்.

விஸ்வம், உடல் நலமில்லாமலிருந்த ரகுவைப் பார்க்கச் சென்ற மறுநாள் மாலையில் பொறியாளர் குமாரசாமி விஸ்வத்தைத் தேடிக்கொண்டு வந்தார். அவரை பாரதி அன்போடு வரவேற்றாள். விஸ்வம் எங்கேயென விசாரித்தபோது அவள் ரகு சார் உடம்புக்கு சரியில்லாமெ ஊருக்கு போயிருப்பதாகவும் மூன்று வாரங்களா அவர்கள் வீட்டுக்கு வரவில்லையென்றும் சொன்னாள். அவரைப் பார்க்க வீட்டுக்காரர் ரகு அண்ணாவின் அலுவலகத்திற்கு போய் விசாரித்தபோதுதான் தகவல் தெரிந்தது என்றாள். "நாங்க ரம்ப குழம்பி போயிட்டோம். வீட்டுக்காரர் அண்ணாவைப் பாத்திட்டு வர அவர் ஊருக்கு நேத்துதான் போயிருக்காரு. உங்களுக்கு தெரியப்படுத்தக்கூட முடியாமெ போயிருச்சு. மன்னிச்சுக்குங்க சார்" எனறாள். "நீங்க சென்னையிலேந்து எப்ப வந்தீங்க சார்?" என்றும் பாரதி விசாரித்தாள்.

இதுக்கெல்லாம் வருத்தப்படாதீங்க. பதற்றமா இருக்கிறப்ப ஒண்ணும் நினைவுக்கு வராது. நானும் ரம்ப நெருக்கடியிலெதான். ஊருக்கு போகிறதுக்கு முன்னாலெ எப்படியும் ரகுவை போய் பார்ப்பேன். விஸ்வம் வந்ததும் எனக்கு தகவல் சொல்லச் சொல்லுங்க. ஒரு முக்கிய தகவல் சொல்லத்தான் விஸ்வத்தைத் தேடிக்கொண்டு வந்தேன். வந்த இடத்திலெ இப்படியொரு சேதி. சின்ன ஜுரமாத்தான் இருக்கும். எனக்கு பதவி உயர்வு தந்து என்னை சொந்த ஊரான தஞ்சாவூருக்கு மாத்தியிருக்காங்க. பக்கத்திலெ இருக்கிற உங்ககிட்டெ சொல்லிக்கிட்டு ரகுவை

போய்ப் பார்த்துச் சொல்லலாம்னு நினைச்சேன் என்றார் பொறியாளர். ஆனாலும் நேத்தைக்கே ரகுவுக்குப் போனிலெ தகவல் சொல்ல நினைச்சேன். தொடர்பு கிடைக்கலெ. ஊருக்கு புறப்பட்டுப் போறதுக்கு முன்னாலெ ரகுவைக் கண்டிப்பா போய்ப் பார்ப்பேன்" என்றார்.

ஆச்சரியத்தோடும், உற்சாகத்தோடும் பொறியாளரை நோக்கிய பாரதி "சந்தோஷமா இருக்கு சார். உங்களைப் பிரிவதில் ரெம்ப வேதனைதான். ஒரு அண்ணனைப்போல உதவியா இருந்தீங்க. ஆனா பதவியுயர்வு கிடைச்சதையும் சொந்த ஊருக்கு மாத்தல் கிடைச்சதையும் நினைச்சா மகிழ்ச்சியாகவுமிருக்கு" என்று கூறிவிட்டு அவருக்கு தேநீர் தயாரிக்க அடுக்களைக்குச் சென்றாள். தேநீரோடு திரும்பி வந்தவள் "வீட்டுக்காரர் வந்ததும் அம்மாவையும் குழந்தைகளையும பார்க்க வருவோம்" என்றாள். புறப்படத் தயாரான பொறியாளரை கேற்று வரை சென்று வழியனுப்பிவிட்டு வந்தாள்.

ரகுவைப் பார்க்க விஸ்வம் புறப்பட்டுச் சென்றது எதிர்பார்க்காத ஒரு நிகழ்வாக அமைந்துவிட்டது. விஸ்வமும் பாரதியும் அதிர்ச்சியும், குழப்பமும் அடைந்திருந்த காரணத்தால் ரகுவின் உடல் நிலை பற்றியோ அவரைப் பார்க்க விஸ்வம் போக இருப்பது பற்றியோ ரகுவின் நண்பரான பொறியாளரை தெரியப்படுத்த இயலாமற் போய்விட்டது. இதுவும் ஒரு கவலையாக அவள் மனதில் தொற்றிக்கொண்டது. மேலும் அவர் தங்கியிருக்குமிடமும் அவளுக்குத் தெரியவில்லை. விஸ்வத்தின் கடை திறப்பு விழாவின்போது பொறியாளர் தங்கியிருந்த வீட்டிலிருந்து சில மாதங்களுக்கு முன்பு சற்றுத் தொலைவில் வேறு வீட்டிற்கு ஜாகையை மாற்றியிருந்தார். விஸ்வம் திரும்பி வந்ததும் பார்த்துக் கொள்ளலாம் என அவள் அமைதியடைந்திருந்தாள்.

அப்போது அடுத்த வீட்டுக்காரர்களான கதீஜாவும், மேரிக்குட்டியும் பாரதியின் வீட்டிற்கு வந்தார்கள். அவர்களுக்கு ஓய்வு கிடைக்கும்போது இப்படி வருவது வாடிக்கைதான். கொஞ்ச நேரம் பாரதியோடு பேசிக்கொண்டிருப்பதில் அவர்களுக்கு ஒரு நிம்மதி. ஆனால் பாரதி நிம்மதியிழந்து மிகவும் சோர்ந்து போயிருந்த காரணத்தால் வந்தவர்களை உற்சாகமாக வரவேற்க அவளால் முடியவில்லை. வந்தவர்கள் பாரதியின் வீட்டு வராந்தாவில் அமர்ந்தார்கள். நாட்டு நடப்புகள் பற்றிய பேச்சு ஆரம்பமாயிற்று. பொருட்களின் விலை விஷம்போல் ஏறிக்கொண்டு போவது பற்றி மேரிக்குட்டி ரொம்பவும் அங்கலாய்த்தாள்.

கூலி வேலைக்குப் போகும் கணவன்கொண்டு வரும் காசை எடுத்துக்கொண்டு அவள்தான் கடைக்குச் சென்று சாமான்களும், காய்கறிகளும், மீனும் மற்ற பொருட்களும் வாங்கிவரவேண்டும். அந்தக் காசில் வீட்டுக்குத் தேவையான அத்தியாவசியப் பொருட்கள்கூட வாங்க முடிவதில்லை. இந்த நிலையில் நாலு காசு எப்படி மிச்சம் பிடிப்பது? மேரிக்குட்டி அங்கலாய்த்தாள். நாற்பத்தைந்து வயதைத் தாண்டிய அவளுக்கு மூன்று குழந்தைகள். குழந்தைகள் எல்லோரும் நன்றாகச் சாப்பிடக் கூடியவர்கள். சாப்பாடு கொஞ்சம் குறைந்து போனாக்கூட உட்கார்ந்த இடத்தைவிட்டு எழும்ப மாட்டார்கள். மூத்த பையன் அடம்பிடிப்பான். அதைப் பார்க்கும்போது மேரிக்கும் அழுகை வந்துவிடும். அவள் அவளுடைய குழந்தைப் பருவத்தை நினைத்துப் பார்த்தாள். அப்போது ஒவ்வொரு பொருளுக்கும் இருந்த விலையை இப்போது அந்தப் பொருளுக்கிருக்கின்ற விலையோடு ஒப்பிட்டு பேசி அங்கலாய்ப்பாள். "எங்க அப்பனும் பெரிய அரசாங்க வேலையொண்ணும் பாக்கலெ. சம்பளமும் கிம்பளமுமா கை நிறைய வாங்கிட்டு வரலெ. அப்பவும் கஷ்டங்கள் இருந்திச்சு. ஆனா நாங்களெல்லாம் அரை வயத்தோடெயும் காவயத்தோடெயும் படுக்கப்போகலெ."

பாரதி அந்த உரையாடலில் கலந்து கொள்ளும் மனநிலையிலில்லை.

"ரெண்டுபேரும் உக்காருங்கக்கா. கொஞ்ச நேரத்திலெ வந்திடுவேன்" என்ற பாரதியிடம் "வீட்டுக்காரரு கடையிலயா?" என்று மேரி வினவினாள்.

"அவரு ஒரு சோலியா புறப்பட்டு போனாரு. நான் ஒத்தயிலெ என்ன செய்ய. எனக்கு கையும் ஓடலெ, காலும் ஓடலெ. ரெம்ப வேண்டப்பட்டவருக்கு ஒடம்பு சரியில்லேண்ணு பாக்கப்போயிருக்காரு" என்றாள் பாரதி.

"சரி சரி நீ வேலைகளைக் கவனி. நாங்க பேசிக்கிட்டிருக்கோம்." மேரிக்குட்டி கதீஜாவைப் பார்த்து பேச்சைத் தொடர்ந்தாள்.

"கொழந்தைங்க மூணும் வளந்திட்டில்லியா அக்கா. மூணு நேரத்துக்கு ஒரு நேரமாவது வயிறு நிறைய கேக்கத்தானே செய்யும்? கொழந்தைங்களைத் தந்த, படைச்சவன் இதைப் பத்தியெல்லாம் நினைச்சுப்பாக்கிறாரா?" என்றாள் கதீஜா.

"அவரெங்கே தந்தாரு. எங்க வூட்டிலெ அவரு சும்மா கெடந்தாதானே" உடனே இடைமறித்தாள் மேரி. இதைக் கேட்டதும்

ரெண்டு பேரும் ஒன்றாகச் சிரித்தார்கள். "ஒனக்கு கவலையில்லெ. வூட்டுக்காரரு அரபுநாட்டுப் பணம்கொண்டாந்து கொட்டராரு. மாசாமாசம் ஒழுங்கா பணம் அனுப்பி வைக்கிறாரு."

"கண்ணுபோடாதெ. அவரு மட்டும் பணம் தோண்டியா எடுக்கறாரு. வேனா வெயில் சூட்டிலெ மாடா ஒளச்சுத்தான் நாலுகாசு சம்பாரிக்கிறாரு. எங்க பாடு மட்டும் செழிச்சுக் கிடக்குதாக்கும். கிடைக்கிறது வாய்க்கும் வயித்துக்கும் சரியாப் போவுது" சற்றே கோபத்தோடு கதீஜா கூறினாள்.

வீட்டுக்குள்ளிருந்த பாரதியும் பேச்சில் கலந்துகொண்டாள்.

"சரி வுடுங்க. வூட்டுக்கு வூடு வாசப்படி. எல்லாருக்கும் கஷ்டம்தான். ஆனாலும் மேரியக்காட்டெ ஒண்ணு சொல்லணும். ஒங்க வூட்டுக்காரரு கெடைக்கிற சம்பளக் காசையெல்லாம் ஒங்ககிட்டெகொண்டு தரச் சொல்லணும். கெடைக்கிறதெயெல்லாம் குடிச்சுத் தீத்திட்டா புள்ளைங்க பாடு கஷ்டம்தானே"

பாரதியின் பேச்சைக் கேட்ட மேரி "இவ ஒண்ணு. நான் சொல்லாமலா இருக்கேன். எளவு மனுசன் காதிலெ எங்கே ஏறுது? சில நேரம் சரிசரிண்ணு சொன்னாலும் சாராயக்கடையைப் பாக்கறப்ப மனசு மாறிப்போவுது பாவம். ஏன் பாரதீ ஒனக்க மச்சான மாதிரி எல்லாருக்கும் நல்ல புருஷனா அமையணுமே. குடுத்து வெச்சவ நீ. பொண்டாட்டி பேச்செத் தட்டமாட்டாரு. கடையிலெயும் நல்ல யாவாரம். ஆமா பாரதி நான் ரெம்ப நாளா ஒண்ணு கேக்கணும்ணு நெனச்சேன். ஒங்க வூட்டுக்கு வாரந்தோறும் ஒருத்தரு வாறாரே யாரவரு? நைசாகக் கேட்டாள் மேரி.

"அது எங்க அண்ணா. என்னோட ஒண்ணுவிட்ட பெரியம்மா மகன். பட்டணத்திலெ வேலை பாக்கறாரு—" பாரதிக்கு நல்ல அரசாங்க வேலையிலிருக்கிற ஒரு அண்ணன் இருப்பதைக் கேள்விபட்டபோது அவர்களுக்கு பாரதிமீது ஒரு மதிப்பு ஏற்பட்டதுபோல் தோன்றியது.

மேரியும் கதீஜாவும் கொஞ்சநேரம் பேசியிருந்துவிட்டுப் புறப்பட்டுப் போனார்கள்.

/|\

அத்தியாயம் - 26

பாரதியின் வீட்டுக்கு வாரம்தோறும் வரும் விருந்தாளி பற்றி அடுத்த வீட்டுக் கோமதியும் ஒரு நாள் விசாரித்தாள். அது என் அண்ணன் என்று பாரதி சொன்னபோது கோமதி அதை ஏற்றுக்கொண்டதாகத் தெரியவில்லை. அவள் ஒரு பொறாமை புடிச்சவ. அதனால் கோமதியின் முகமாற்றத்தை பாரதியும் பொருட்டாக எடுத்துக் கொள்ளவில்லை. விஸ்வம் அங்கு வந்து சாயாக்கடை தொடங்கி அது ஓட்டலாக வளர்ச்சியடைந்து வருவதைக் கோமதி என்றும் பொறாமையோடு நோக்கி வந்தாள். பாரதியிடம் அதிகமாகப் பேசுவதுகூட இல்லை.

பாரதி நல்ல நல்ல சாரிகள் கட்டிக் கணவனோடு வெளியில் செல்வதை அவள் ஓரக்கண்ணால் பார்ப்பாள். விஸ்வத்தின் பொருளாதார நிலை உயர்ந்துகொண்டே வந்தபோது அவன் மனைவிக்கு நகைகள் வாங்கித் தந்தான். சிறு வயதில் அவளுக்குக் கிடைக்காத வசதிகளை அவளுக்குச் செய்து தந்து அவள் மகிழ்ச்சியடைவதைப் பார்த்து அவனும் உள்ளம் குளிர்ந்து போனான். புதுசாக வாங்கிய நகைகளை அணிந்துகொண்டு கணவனோடு கோயிலுக்கோ, பட்டணத்துக்கோ செல்வதைப் பார்த்து கோமதி உள்ளுக்குள் புழுங்குவாள். சமையற்கட்டில் நின்று பிறுபிறுப்பாள்.

"இந்தச் சிறுக்கிக்கு இவ்வளவு பணம் எங்கேருந்து வருது. சாயாக்கடையிலெ யாவாரம் நல்லாத்தான் நடக்குது. அப்படீண்ணாலும் அந்த வருமானத்தை வெச்சு இப்படி சிங்காரிச்சுக்கிட்டு நடக்க முடியுமா? அவ அழகாயிருக்காண்ணு கொஞ்சம் தலக்கனம் உண்டு. வசதியேறிக்கிட்டிருக்கிறதாலெ பவிசும் ஏறுது. இங்கெ வந்து யாவாரம் தொடங்கினப்ப உடுதுணிக்கு மறுதுணியில்லாமெ வந்தவதான். காசு வரவர

கொஞ்சம் தலக்கனமும் கூடிப்போச்சு." கோமதி உள்ளுக்குள் குமுறுவாள்.

எனக்கும் ஒரு வூட்டுக்காரரு இருக்காரே. எதுக்கும் லாயக்கில்லாத மனிசன். தோட்டத்திலெ வேலை செய்யறேண்ணு காலையிலெ போனா இருட்டுறப்ப வந்து சேருவாரு. கொஞ்சம் தண்ணியும் போட்டுக்கிட்டு வீட்டிலெ வந்து விழுந்து கெடப்பாரு. சிலநேரம் கூலியாகக்கொண்டார காசை அவரா எடுத்துத்தாறதுகூடக் கிடையாது. முந்தியை அவுத்து நானா எடுத்தாத்தான். புள்ளைங்களெ குடுக்கிறதிலெ ஒண்ணும் கொறச்சலில்லை. ஒரு நாளெக்குச் சொல்லிப் பாத்தேன். "தோட்டத்திலெ வெட்டி முறிச்சு என்ன சாதிச்சீங்க? பசங்களுக்கு வவுத்துக்குக் கஞ்சி காய்ச்சி வூத்தக்கூட நீங்க கொண்டார காசு பத்தல. புள்ளைங்களைப் பெத்துப்போட மட்டும் தெரியுது. அவங்களுக்கு வவுத்துக்குத் தந்து காப்பாத்தணும்ணு தெரியலெயே." நான் இதெயெல்லாம் பேசனப்ப அந்த மனிசன் வெவஸ்தெகெட்டு கேட்கராரு "நானாடீ பெத்துப்போட்டேன்ணு? அறிவு கெட்ட மனுசன். ராத்திரிக்கு சும்மா கெடந்தாத்தானே?

நீங்களும் ஏதாவது யாவாரம் செஞ்சு நாலுகாசு சம்பாதிக்கப் படாதாண்ணு சொல்லிப்பாத்தேன். அதுக்கும் ஒரு சாமர்த்தியம் வேணுமில்லெ. இந்தச் சனியனிட்டே அதுதான் இல்லையே. இருந்தாலும் வீம்புக்குக் கேட்டாரு "யாவாரம் தொடங்கக் காசும் வேணுமேண்ணு?" "இவ்வளவு நாளா தோட்டத்திலெ கிழிச்சியே என்ன மிச்சம் பிடிச்சிருக்கெ. கிடைக்கிற காசெயெல்லாம் சாராயக் கடையிலெ கொண்டு கொட்டறெ. எங்கெ உருப்பட? சாயாக்கடெ நடத்தறானே விஸ்வம், பாரதிக்க புருசன், அவன் காசு பணத்தெ சாக்குச் சாக்கா கட்டிக்கிட்டா இங்கெ வந்து கடெ தொடங்கினான்? அவன் பெஞ்சாதி அழகா தளதளண்ணு இருக்கா. இங்கெ வாறப்ப எல்லும் தோலுமாத்தான் வந்தா. இப்ப எப்படி ஆயிட்டா? அவளுக்கு எல்லாரும் ஒதவறா. அவளுக்க அண்ணனாம் அண்ணன்! ஒருத்தன் வாரந்தோறும் சட்டயும் கொழலுமா வரானே. அவனை அண்ணன்னு சொல்லிக்கரா. அந்தாளு கொஞ்சம் பசையுள்ளவனாத் தெரியறான். அவனைக் கையிலெ போட்டுக்கிட்டு அவ குதிக்கிறா"

"அவ எப்படியோ போறா. ஒனக்கென்னடி வேணும்? நீயேங் கரிச்சுக் கொட்டறெ?" கோமதியின் கணவன் கேசவன் அவளை அடக்கினான்.

"நீங்களும் அவளுக்கு வக்காலத்தா? அந்த வெள்ளைத்தோலைப் பாத்து இந்த மனுசனுக்கும் கிறுக்குப் பிடிச்சுப்போச்சு" பொறாமை அவள் குரலில் வெளிப்பட்டது.

“கழுதெ! கெடந்து கத்தாதெ. அவங்களுக்குக் கேக்கப்போவுது. அடுத்த வீட்டுக்காரங்களெப் பகைச்சுக்கிட்டு என்ன சாதிக்கப்போறெ? இந்த வீட்டிலெ கஷ்டம்ணு வாறப்ப அரிசியோ, பருப்போ கடம் தந்து உதவுறாங்களே அந்த நன்றியாவது மனசிலெ இருக்கணும். அடுத்த வீட்டுக்காரங்க ஆத்திர அவசரத்துக்கு ஓதவியா இருப்பாங்க” என்றான் கேசவன்.

“எப்பவும் கடத்தைப் பத்தியே நெனச்சிக்கிட்டிரு. கடங்கார மனுசன். குடும்பத்தெக் காப்பாத்த ஒனக்கு வக்கில்லெ. ஒரு சூடு சொரணையும் கெடயாது. தோலிலெ சுளுக்கும் கெடயாது. பைசாயிருந்தா மட்டும் யாவாரம் செஞ்சு குவிச்சிருவையாக்கும். ஒண்ணுக்கும் சாமார்த்தியமில்லாட்டியும் நாக்கு மட்டும் ஒரு மொளத்துக்கு நீளும்!” கணவனைக் குத்திக் காட்டினாள்.

“எனக்கு ஒண்ணுக்கும் சாமார்த்திய மில்லாமல் இருந்ததனாலெத்தான் நீ மூணெண்ணத்தெ பெத்தியா? காலையிலேந்து சாயங்காலம்வரைக்கும் தோட்டத்திலெ மாடா ஒழச்சு ஒங்களுக்கெல்லாம் கஞ்சி ஊத்தறனே, அது போதாதா? ஆண்டவன் என்ன நேமிச்சிருக்கானோ அதுதாண்டீ நடக்கும். சும்ம கெடந்து குதிச்சு ஒண்ணும் சாதிச்சிர முடியாது. முன்னாலெயெல்லாம் நீ எங்கிட்டெ அனுசரணையாத்தான் இருந்தெ. இப்ப நான் ஒனக்கு வேண்டாதவனாயிட்டெனா? யோகமுள்ளவன் நாலு காசு சேக்கறான். அவன் மனைவியும் புள்ளையும் நல்லா வாழுறாங்க. நம்ம பொறாமெப்பட்டதாலெ நீ ஓசந்திரமாட்டெ. அவங்களும் தாந்துபோயிரமாட்டாங்க” என்ற கேசவனிடம் “யோகமுமில்லெ மண்ணாங்கட்டியுமில்லை. அவ பசையுள்ளவங்களை வளைச்சுப் போட்டுக்கரா” என்று வெடித்தாள் கோமதி.

“இங்கெ கெடந்து நாடகமாடாதெ. நீ கெடந்து கத்துறது ஒலகமெல்லாம் கேக்குது. வெனயை வலிச்சு வெக்காதெ. ஒன்னாலெ முடியுமிண்ணா நீயும் வளைச்சுப்பாரு” என்றான் கேசவன். கோபாவேசத்தோடு காறித் தரையில் உமிழ்ந்தாள் கோமதி.

அவளுக்குக் கோபம் தலைக்கேறியது. “வாய்க்கு வந்ததெல்லாம் சொன்னா ஒன்னையும் கொன்னுட்டு இந்த மூணெண்ணத்தெயும் கிணத்திலெ தூக்கிப்போட்டுக்கிட்டு நானும் குதிச்சிருவேன்” என்று அலறினாள். அவர்கள் வீடு ஒரு போர்க்களமாக மாறியது. குழந்தைகள் “ஓ”வென்று அலறியழுதுகொண்டு தாயின் கால்களைக் கட்டிப் பிடித்தார்கள்.

அடுத்த வீட்டிலிருந்து பாரதி ஓடி வந்தாள். "என்ன கோமதியக்கா? இங்கெ என்ன? பிள்ளைங்க என்னமா அழுறாங்க. கொஞ்சம் சமாதானப்படுங்க" என்று சொல்லிக்கொண்டு இளைய இரண்டு குழந்தைகளையும் தாயிடமிருந்து பிரித்து அழைத்துச் சென்றாள். பாரதியைச் சுட்டெரிப்பதுபோல் பார்த்துவிட்டு கோமதி தரையில் அமர்ந்து மடக்கிய கால்முட்டுகளில் தலை கவிழ்த்து அழுதாள்.

பாரதி கோமதியின் கணவனிடம் சென்று "என்ன அண்ணாச்சீ சண்டெ? நீங்களாவது கொஞ்சம் பொறுத்துப் போவக்கூடாதா? குழந்தைங்களெ நான் வீட்டுக்கு கூட்டீட்டுப் போறேன். அவங்க மதியம் ஒண்ணும் சாப்பிடல்லேண்ணு தோணுது. நீங்க கோமதியக்காவெ சமாதானப்படுத்துங்க" என்று கேட்டுக்கொண்டாள்.

"நீங்க போங்கம்மா. அது கெடக்குது கழுதெ. கிறுக்கப்பிடிச்சு ஆடுது. கொஞ்ச நேரத்திலெ தணிஞ்சு போயிடுவா" என்றான் கேசவன்.

நான்கு நாட்களுக்கு முன்பு கோமதியின் வீட்டில் ஒரே கூக்குரல் கேட்டது. கோமதியை அவளுடைய கணவன் கேசவன் சரமாரியாக அடித்தான். தாயைத் தகப்பன் கண்மண் தெரியாமல் தாக்கியதையும் அவள் ஒப்பாரி வைத்து அழுவதையும் பார்த்த குழந்தைகள் "ஓவென" அலறியழத் தொடங்கினார்கள். வீடு அல்லோலகல்லோலப்பட்டது. கேசவன் குடித்துவிட்டு வந்திருப்பான் என்று விஸ்வம் மனைவியிடம் சொன்னான்.

"அந்த மனுசனும் எத்தனைதான் பொறுப்பான். கோமதிக்கு வாய் ரெம்ப அதிகம். எப்பவும் புருசனைத் திட்டிக்கிட்டேயிருப்பா. அந்தாளு ஒண்ணு சொன்னா இவ ரெண்டு சொல்லுவா. கொஞ்சமும் பொறுத்துப் போகமாட்டா. அந்தாளும் குடிக்கிறதுக்கு ஒரு அளவு கெடயாது. நாலு வயிறு களியணுமே?. கிடைக்கிறதை வீட்டுக்காறீட்டை கொண்டு கொடுத்தா அவ எல்லாருக்குமா ஆக்கிப்போடுவாளே. அது கெடயாது. என்னத்தெச் சொல்ல. கொழந்தைகளைப் பாத்தா ரெம்ப மறுக்கடியா இருக்கு. மூணு நேரத்துக்கு ஒரு நேரமாவது வயித்துக்குக் கொடுக்க வேண்டாமா? சின்னம் சிறிசுக எவ்வளவுதான் பசி தாங்கும்."

"அவனை மட்டும் சொல்லாதே பாரதீ. அந்தம்மாவுக்கும் திமிரு கொஞ்சம் ஜாஸ்திதான். குடிக்காத நேரத்திலெ கேசவன்

ரம்ப நல்லவன்தான். வீட்டுக்காரனுக்குக் கொஞ்சம் அடங்கிப் போனா என்ன?"

"அவ அடங்கிப் போகமாட்டா. நீங்க சொன்ன மாதிரி குடிக்காமெ இருக்கிறப்ப சில நேரங்கள்ளெ ரெண்டு பேரும் கொஞ்சிக் கொழயறதைப் பாக்கணுமே. நல்லா இருக்கிறச்ச வீட்டுக்காரன்கிட்டை அன்பாப் பேசி அவனைத் திருத்த அவளுக்குத் தெரியாது. அது ஒரு முசுடுபிடிச்ச பொம்பிளை" என்றாள் பாரதி.

"இப்ப என்ன செய்ய? அந்த கொழந்தைங்க கதறதெப் பாக்க முடியலெ. நீ கொஞ்சம் போயி அந்த கெழந்தைங்களைக் கூட்டீட்டு வாயேன்" விஸ்வம் சொன்னதும் பதறினாள் பாரதி.

"அய்யய்யோ நான் போமாட்டேன். வேணும்ணா நீங்க போயி ஓங்க பிரண்டெ கூப்பிட்டுச் சமாதானப்படுத்துங்க".

"கேசவன் அண்ணாச்சி தோட்டத்திலெ கூலி வேலை பாக்கிறவரு. வெளியிலெ போயி பாடுபடுறவனுக்கு என்னென்னமோ சங்கடங்கள் இருக்கும். அவன் வேலை செய்யறதிலெ ஏதாவது கொறை கண்டிட்டா அந்த திமிரு பிடிச்ச மேஸ்திரிங்க என்னல்லாம் பேசுவானுங்க தெரியுமா? அந்தச் சூட்டோடெ வீட்டிலெ வந்து ஏறறவனை வீட்டுக்காரிதானே சமாதானமா பேசி சரி பண்ணணும்." என்று கூறினான் விஸ்வம்.

"அதுதான் அந்த பொம்பளைக்கு தெரியாதே?" என்ற பாரதியிடம், "சரிதான். நீ கடையைப் பாத்துக்க. நான் போயி கேசவன்கிட்டெ பேசி இழுத்துக்கிட்டுவாறேன்" என்று வெளியே கிளம்பிய விஸ்வத்திடம் "ஓங்களையும் அந்தம்மா கண்ட மேனிக்கு திட்டும். பொறுத்துக்குங்க. போடற சத்தத்திலெ காதும் அடைக்குது. வேதனையாவும் இருக்கு" என்று பாரதி சொன்னாள்.

"இவரு சொல்லுவதும் சரிதான். வெளியிலேருந்து வேதனையோடெ வாற வீட்டுக்காரன் பெண்டாட்டிக்க அன்பையும் ஆதரவையும் எதிர்பாத்துத்தான் வீட்டுக்குள்ளெ நொழைவான். வாறவனுக்கு சூடாக்குடிக்க கஞ்சித்தண்ணி இல்லாட்டியும் பச்சைத் தண்ணியைப் பாசத்தோட தந்து, கிட்டெ நின்னு சமாதானப்படுத்தலாமில்லெ? தோட்டத்திலேருந்து வாறவன் பசியோடயும் வருவான். சிலநேரம் குடிச்சிட்டும் வருவான். மத்தியானம் குழந்தைகளுக்கு அவிச்சு வெச்ச மரச்சீனிக் கெழங்கெ அவனுக்கும் தந்து நல்ல வார்த்தெ சொல்லி அவனைத் திருத்த அவளுக்குத் தெரியாது. யாரெக்கொற சொல்ல?

கடவுளைத்தான் சொல்லணும். என்ன செய்வது? பக்கத்து வீடா இருக்கு. எத்தனை நாளுக்குத்தான் கண்ணையும் காதையும் பொத்திக்க முடியும்?" தனக்குத்தானே பேசிக்கொண்டாள் பாரதி.

விஸ்வம் "கேசவண்ணா" என்றழைத்தபடி அந்த வீட்டில் ஏறிப்போனதைப் பார்த்த கோமதி தன் கணவனைத் திட்டுவதை விட்டுவிட்டு விஸ்வத்தின் பக்கம் திரும்பினாள்.

"கேட்டேளா ஓட்டல் முதலாளி! நீங்க ஓங்க பாட்டுக்குப் போங்க. இப்ப எதுக்கு இங்கெ வந்தீங்க? இந்த நாடகத்தைப் பாக்கவா? இல்லை இவருக்கு உபதேசம் பண்ணவா? ஓங்களுக்கு உபதேசம் பண்ண ஓங்க வீட்டிலெ எவ்வளவோ இருக்கும். மொதல்லெ அதைப்போயி செய்யுங்க. புருசன் மனைவியை அடிக்கிறதும், மனைவி புருசனை ஏசுவதும் ஊரிலெ இல்லாத அதிசயமொண்ணுமில்லெ. எங்களை சமாதானம் பண்ணிவைங்கண்ணு ஓங்களை அழைச்சமா? நீங்க போயிட்டு வாங்க அண்ணாச்சி" என்று விஸ்வத்தைச் சாடினாள். விஸ்வம் வெளியிலிறங்கினான். கேசவன் எதுவும் பேசாமெ கல்லுப்பிள்ளையாராட்டமா உட்கார்ந்திருந்தான்.

வீட்டில் ஏறி வந்த விஸ்வத்தைப் பார்த்ததும் பாரதி கணவனைப் பார்த்து சிரித்தபடியே கேட்டாள். "போன காரியம் என்னாச்சு? சமரசம் பண்ணி வெச்சிட்டேளா?"

"உண்மையிலேயே சமரசமாயிடுச்சு. அந்தம்மா என்னைப்பாத்து கோபப்படத்தான் செய்தா. ஆனாலும் அவ வூட்டுக்காரரு மேலெ இருந்த கோவம் என்மேலெ தாவிடுச்சு எனக்கென்ன சேதம். அவங்க வூட்டுச் சண்டை நின்னிடுச்சில்லா? என்று பதில் சொன்னான்" விஸ்வம்.

"இன்னும் அரைமணி நேரம் கழிச்சுப் போய் பாத்தா புருசனும் பொண்டாட்டியும் மூணு பிள்ளைங்களும் ஆளுக்கொரு மூலையாய் படுத்துத் தூங்கிட்டிருப்பாங்க. கொழந்தைங்களெப்பாக்க பாவமா இருக்கும். வயிறெல்லாம் ஒட்டிப்போய்க் கிடக்கும். நம்மாலே என்ன செய்யமுடியும்? கொழந்தைங்க என்ன பாவம் செஞ்சாங்க? போயி கூட்டிக்கிட்டு வந்து சாப்பிட ஏதாச்சும் குடுக்கலாமிண்ணா என் நிழலைப் பாத்தாலேபோதும் அந்தப் பொம்பிளை படமெடுத்த நல்லபாம்பு மாதிரி சீறி விழும். தலையெழுத்து. என்ன செய்ய? நொந்துகொண்டாள் பாரதி.

சு. கிருஷ்ணன் ✦ 139

அத்தியாயம் - 27

இரண்டு நாட்களாக கோமதி, பாரதியை நேருக்கு நேர் பார்த்தபோதும் பேசமல் போய்விட்டாள். கோபம் தணியவில்லை. "ஆத்திரம் வந்து பாரதியின் புருசனை கண்மண் தெரியாமல் பேசிவிட்டோமோ?" என்ற குற்ற உணர்வும் அந்த முகத்தில் அப்பிக்கிடந்தது.

மூன்றாவது நாள் பின்வாசல் வழியாக வெளியே போக வந்த விஸ்வம் வாசலுக்கு வெளியில் கோமதி நிற்பதைப் பார்த்தும் போன வேகத்தில் வீட்டுக்குள் திரும்பிப் போனான். பாரதி சமையற்கட்டில் வேலையாயிருந்தாள். அவளிடம் சென்று அடக்கிய குரலில் "பாரதி! ஓம்பிரண்டு; அதுதான் கோமதி அக்கா ஒனக்காக பின்வாசல் பக்கம் நிக்கிறா. கோவமெல்லாம் தணிஞ்சுபோச்சு. ஏதோ ஒதவிக்காக ஒன்னைத் தேடி வந்திருப்பா. அவமேலெ கோவப்பட வேணாம். ஏதும் நடக்காதது மாதிரி நடந்துக்க. பாவம், கேக்கறதெக் கொடுத்து அன்பா பேசியனுப்பு" என்றான். முகத்தைக் கொஞ்சம் கடுகடுப்பாக வைத்துக்கொண்டுதான் பாரதி கோமதியை எதிர்கொண்டாள்.

"என்ன கோமதியக்கா? உள்ள வாங்க." பாரதி கோமதியை வீட்டுக்குள் அழைத்தாள்.

"அவசரமா ஒரு படி அரிசி வேணும். பத்து ரூபாவும் வேணும் பாரதி. அடுத்த வாரம் திருப்பித் தந்திரலாம்." தயங்கித் தயங்கிக் கேட்டாள் கோமதி.

பாரதி உடனே வீட்டுக்குள் சென்று கோமதி கேட்ட அரிசியும் ரூபாயும் எடுத்துக்கொண்டு அதோடு குழந்தைகளுக்காகக் கொஞ்சம் பலகாரங்களும் கோமதியிடம்கொண்டு தந்தாள். பலகாரங்களைத் தனியாகத் தந்து "இதைக் கொழந்தைங்ககிட்டெ குடுங்க அக்கா" என்று சொன்னாள். இதெதுக்கு. சோறாக்கத்தானே

போறேன் என்று கூறிக்கொண்டே கோமதி அவற்றையும் வாங்கிக்கொண்டாள்.

கணவனிடம் வந்த பாரதி சிரித்தாள். "முந்தாநாள் நடந்ததையெல்லாம் அவ மறந்திட்டா. பாத்தா பாவமாவும் இருக்கு; ஆச்சரியமாவும் இருக்கு".

"விட்டுத் தள்ளு. மனிசங்க பல விதம். கடவுள் படைப்பிலெ எத்தனையெத்தனை விதம் விதமான மனுசங்க. சிலதை எடுத்துக்கணும். சிலதெ மறந்திரணும். சிலதெ படிப்பினையா மனசிலெ வெச்சுக்கணும். பழிக்குப்பழி, வெட்டுக்கு வெட்டுண்ணு இருந்திட்டா இந்த உலகம் எத்தனை நாள் தாக்குப்பிடிக்கும். ஒனக்கு அவசர வேலையேதும் இல்லேண்ணா கொஞ்சம் உக்காரு. ரெம்ப நாளுக்கு முன்னாலெ என் குரு சொன்ன ஒரு கதையை நான் உனக்கு சொல்லுதேன். மறக்கமுடியாத கதை. இது ஒரு மேலெ நாட்டு ஞானி எழுதிய புத்தகத்திலெ உள்ள கதையாம்." என்று தொடங்கினான் விஸ்வம்.

"நீங்க அவசரமா புறப்பட்டுக்கிட்டிருந்தேளே. இப்பபோய் கதை சொல்ல ஒக்காந்துக்கிட்டீங்க!" "உனக்குக் கதை சொல்லித் தரதிலெ எனக்குக் கொள்ளெ ஆசை. நீ சின்னக் கொழந்தையாயிருக்கச்ச என்கிட்டெ கதை சொல்லக் கேட்டு வருவியே." என்றான் விஸ்வம்.

'அதெ ராத்திரி வெச்சுக்கலாமே' என்ற பாரதியிடம் "அப்பம் வேறெ கதையெல்லாம் இருக்குமே. கொஞ்ச நேரத்திலெ முடிச்சிடலாம். இன்னும் கொஞ்ச நேரம் கடையிலெ ஆரும் வரமாட்டாங்க. வந்தாலும் அய்யப்பன் கவனிச்சுப்பாரு" என்றான் விஸ்வம்.

"சரி சொல்லுங்க" என்றதும் "ஓர் ஊரிலெ ஒரு பாதிரியாரு இருந்தாராம். பெரிய அறிவாளியாம். கடவுள் மேலெயும் கடவுள் படைப்புகள் மேலெயும் பாதிரியாருக்கு அப்படியொரு நம்பிக்கை. அவரு தினமும் மாலையிலெ அவருடைய மாளிகையையொட்டிய தோட்டத்திலெ நடக்கப் போவாராம். அவருக்குத் தொணையா அவருடைய வேலையாளும் போவாராம். ஒரு நாள் பாதிரியாரு நடந்து போயிக்கிட்டிருக்கிறப்ப பாதையையொட்டிய புதரிலிருந்து ஒரு கருந்தேள் வந்ததாம். அது ஒரு வேளை பாதிரியார் பக்கம் ஓடி வந்து அவரைக் கடிச்சிடுமோண்ணு பயந்த வேலையாள் பக்கத்திலே கெடந்த ஒரு கல்லை எடுத்துக்கிட்டு அந்த தேளை நசுக்கிக் கொல்லத் திரும்பினாராம். பாதிரியார் வேலையாளை அவசரமாக தடுத்துவிட்டுச் சொன்னாரே ஒரு வார்த்தை அதுதான் நம்மை ரெம்ப யோசனை பண்ண வைக்குது" என்று கதை சொல்ல ஆரம்பித்தான்.

சு.கிருஷ்ணன்

"என்ன சொன்னாராம்?" இது பாரதி.

"அதைக் கொல்லக்கூடாது. அதுவும் கடவுளுடைய படைப்புதானே? அது கடிக்க வருதுண்ணா பயமாகவும் இருக்கலாம், அதனுடைய இயல்பாகவும இருக்கலாம். நாம் அது கடிக்காதபடிக்கு ஒதுங்கிப் போயிரணும். அப்படீண்ணு சொன்னாராம். அண்ணைக்கு இந்த வார்த்தைகளெச் சொன்னப்ப குரு ரொம்பவும் உணர்ச்சி வசப்பட்டிட்டாரு. பாரு, கடவுளுடைய படைப்பிலெ என்னென்ன அதிசயங்கள்! வேறொரு படைப்பு மாதிரி ஒரு படைப்பு இருக்கிறதில்லை. சில விசயங்களைப் பாத்துக்கிட்டு இப்படியுமாண்ணு நாம வாயைப் பிளந்து நின்னிருவோம்" கதையை முடித்தான் விஸ்வம்.

"இதையெல்லாம் பொத்தகத்திலே படிக்காட்டியும் அறிவாளியான மனிசரு வாயாலெ கேட்டுத் தெரிஞ்சுக்கிட்ட நீங்க மட்டும் ஏன் அடிக்கடி சிங்கம், கரடி மாதிரி சாடி விழறீங்க? அமைதியாயிருக்க முடியல்லையே" என்று பாரதி கேட்டதும்...

விஸ்வம் கொஞ்ச நேரம் எதுவும் பேசவில்லை. பிறகு "அதுதான் நான் சொன்னனே ஆண்டவன் படைப்பிலெ எத்தனையெத்தனை அதிசயங்கள்ணு. அது என் இயல்பு" என்று சொன்னதும் முதலில் பாரதியும் பிறகு இரண்டு பேருமாக விழுந்து விழுந்து சிரித்தார்கள்.

கோமதி, பாரதி தந்த பொருட்களையும்கொண்டு அவளுடைய வீட்டு வாசலில் காலெடுத்து வைத்ததும் கேசவன் அவளைப் பார்த்துக் கேட்டான் "தந்தாங்களா?" இதைக் கேட்டதும் கோமதிக்குக் கோபம் பொத்துக்கொண்டு வந்துவிட்டது. அரிசியிருந்த ஓலைப்பெட்டியை அவள் கோபத்தோடு தரையில் வைத்தாள். கொஞ்சம் அரிசிமணிகள் தரையில் சிந்தின. "கெடச்சது! கெடச்சது. எனக்கின்னு ஒண்ணு கெடச்சிருக்கே புருசன்னு. கடம் வாங்கிகொண்டாந்து போடுதுக்கிண்ணே என்னை கெட்டீட்டு வந்தியளே. சூடு சொரணை கொஞ்சமாவது இருக்கா? இதைத் தந்தப்ப பாரதிக்க மொகம் போன போக்கெப் பாக்கணுமே. என்ன ஒரு பவுசு! அவளெயண்டித்தான் நம்ம பொழைக்கிறோம்கற எளக்காரம். எண்ணைக்கு வந்தது இந்தப் பவுசெல்லாம்?"

"கோமதீ! என் செல்லமே!! ஏன் ரெம்ப அளக்கிறெ. ஆருக்குத்தான் தலைக்கனம் இல்லெ? உன் அப்பன் உன் கையைப் புடிச்சு எங்கிட்டெ தந்தப்ப என் அருமை மகளெ ஒங்கக்கிட்டெ ஒப்படைக்கிறேன்னாரு. அவ 'திமிரை' சீதனமாத் தாரேன்னு சொல்லாமெச் சொன்னாரு" என்றான் கேசவன்.

கோமதிக்கு மிகுந்த எரிச்சல். "இதெப்பாருங்க. ஒங்களுக்கு சொரணையில்லாட்டியும் நாக்கு ரொம்ப நீளம். நேத்தைக்குத்தான்

ஒரு பாட்டுப்பாடி முடிச்சிருக்கு. இண்ணைக்கும் தொடங்காதீங்க. என் அப்பனை ஏங்க இழுக்கறீங்க? பாவம் அவரு செத்த இடம் புல்லுமொளச்சு எத்தனையோ வருசமாச்சு? அவரு செஞ்ச பாவம் ஓங்களை மாதிரி ஓராளுக்கு என்னை கெட்டிவச்சதுதான்" என்று சொல்லிட்டு கோமதி அந்த இடத்தைவிட்டு நகர்ந்தாள். கோமதி அன்று அமைதியாகிப் போயிருந்தாள்.

வறுமையும், துன்பங்களும் மனிதனைப் பொங்கியெழவும் வைக்கிறது. அடங்கிப் போகவும் செய்கிறது. அன்று கோமதி கணவனுக்கு பணிந்து போனாள். எப்படியும் அவன் அவளுக்கு தாலிகட்டி கூட்டீட்டு வந்தவன். கொஞ்சமோ நிறையவோ அவன் உழைச்சுகொண்டுவருகிற காசில்தான் அந்த வீட்டில் அடுப்பெரியணும். முடியாமெப் படுத்துக்கிடந்தா அவன்தான் காப்பியோ, கஷாயமோ தயாரிச்சுக்கொண்டு வந்து அவள் பக்கத்திலமர்ந்து பாசத்தோடெ அவளெப்பிடிச்சு உட்கார வெச்சுத் தரணும் கோமதி நினைத்துக்கொண்டாள்.

அவர்கள் சண்டையிடுகிறார்கள். சமரசம் செய்து கொள்கிறார்கள். அன்பு பாராட்டுகிறார்கள். வெறுப்பை உமிழ்கிறார்கள். அவர்கள் வாழ்க்கைக்குத் தெளிவான குறிக்கோள்கள் எதுவும் இல்லை. பல படிகளைக் கடந்து கர்ப்பகிரகத்தில் சிலையாய் உறைந்துள்ள வெற்றிகளைப் பற்றி அவர்கள் சிந்திப்பதில்லை. அடுத்த படியைக்கூடச் சிந்திப்பதில்லை. நிர்க்கின்ற படியிலிருந்து உருண்டு கீழே விழாமலிருக்க வேண்டுமே என்ற அச்ச உணர்வுதான் அவர்களை ஆட்டிப்படைக்கின்றது. வாழ்க்கையை அனுபவிக்க விரும்புகிறார்கள் என்பதை விட வாழ்க்கை கைநழுவிவிடக்கூடாதே என்ற அச்சம்தான் அவர்களை ஆட்டிப் படைக்கிறது. அவர்களைப் பொறுத்தவரை சூரியன் உதிக்கிறான். அஸ்தமிக்கிறான். இருட்டு வருகிறது. மீண்டும் சூரிய உதயம். வெளிச்சம். பசியடங்க உணவும், தூக்கமும் முழுமையாகவோ அரைகுறையாகவோ கிடைத்துவிட்டால் அவர்கள் வாழ்க்கையை வென்றுவிட்டதாக நினைக்கிறார்கள். கனவுகள் வரத்தான் செய்கின்றன. அப்போது பறக்கிறார்கள். மகிழ்கிறார்கள். திடீரென்று மிகக் கீழே விழும்போது ஒரு நெட்டலோடு கண்விழித்துக் கொள்கிறார்கள்.

கேசவன் உழைப்பாளிதான். அவனைக் கண்காணிக்கும் கங்காணிகள் அவன் வேலையைப் பாராட்டிப் பேசினால் புல்லரித்துப்போகிறான். கடுமையாகக் குறை கூறினால் சுருங்கிப் போகிறான். அவன் குடிக்கிறான் என்பது உண்மை. ஆனால் பெரிய குடிகாரனல்ல. அவனோடு வேலை செய்கின்ற எல்லாத் தொழிலாளர்களும் குடிக்கிறார்கள். அவனும் குடிக்கிறான். மீதிக் காசை கோமதியிடம்கொண்டு கொடுக்கிறான்.

அது குடும்பத் தேவைகளுக்குப்போதுமானதாக இல்லை. அவன் என்ன செய்வான்? அதோடு மூன்று குழந்தைகள். கோமதி பெரிய இடைவெளியில்லாமல் குழந்தை பெறுகிறாள். இருக்கிற குழந்தைகள்போதும் என்ற எண்ணம்தான். தோட்டத் தொழிலாளிகளிடையே குடும்பக் கட்டுப்பாடு விழிப்புணர்வு தீவிரமாகவே உள்ளது. ஆனால் அதனால் உடல் நலம் பாதித்துவிடுமோ என்ற அச்சம் அவர்களை விட்டு அகலவில்லை. இது தொடர்பாக அவர்களுக்கு எந்தத் தெளிவுமில்லை. தோட்டத்திலுள்ள மருத்துவமனை மருத்துவர் இது பற்றி அவ்வப்போது அறிவுரைகள் வழங்குகிறார். அவர்களுடைய ஆதாரமற்ற அச்சத்தைப் போக்க விளக்கமளிக்கிறார் என்றாலும், இது தொழிலாளர்களிடையே முழுமையாக எடுபடவில்லை.

"அவருக்கென்ன சொல்லிட்டுப் போயிடுவாரு. அவரு வாங்கற சம்பளம் செரிக்கணுமில்லெ. நமக்கு வந்தா நாமதானே பட்டுத் தொலைக்கணும். நம்ம வீட்டுக்காரிக்கு வந்தாலும் நம்மதானே படணும். வேலை செய்ய முடியாதபடி உடம்பு கெட்டுப்போயிட்டா வூட்டிலெ அடுப்பு எரியாமெப் போயிடுமே. அப்ப யாரு கஞ்சி வூத்தறது" என்று தொழிலாளர்கள் புலம்பினார்கள். வூட்டுக்காரியைக் கருத்தடை செய்யச் சொல்ல நிறையப்பேருக்கு மனம் வரல்லெ. இருக்கிற குழந்தைகளையே நல்லா காப்பாத்த முடியல்லெ. குழந்தைங்க நெஞ்சுக்கூடு தெரியிறமாதிரி வயிறு உப்பி இருக்கிறதெப் பாக்க கேசவனுக்கு நெஞ்சுக்குள்ள வலியேற்படும். சத்தான உணவுகள் வாங்கித்தர அவனால் முடியவில்லை.

பட்டினியில்லாமெ நாட்களை ஓட்டவே சிரமமாயிருக்கும்போது விசேஷ கவனிப்பெல்லாம் நடக்கிற காரியமா? ரெண்டாவது குழந்தை பிறந்தபோது குழந்தைச் செல்வம்போதுமென்று அவன் நினைத்தான். "இதுக்கு மேலெ வேண்டாம் கோமதீ. இதோடெ நிறுத்திக்கலாம். குடும்பம் இன்னும் பெரிசாயிட்டா நம்மாலெ காப்பாத்த முடியாதம்மா" என்று ஒரு நாள் கோமதியிடம் கேசவன் சொன்னான். "இருக்கிறதெ மட்டும் சீராட்டித்தான் வளக்கிறேளாக்கும்? ஒரு நாளைக்கு ஒரு வேளைச் சாப்பாடுகூட குடுக்க முடியலெ. சில நாளைக்கு ராத்திரி சாப்பாடு போட முடியலெ. குழந்தைங்க ரெண்டு பேரும் போடறதை சாப்பிட்டு முடிச்சு காலித்தட்டெயும் என்னையும் மாறி மாறி பாக்கறப்ப நெஞ்சு வெடிச்சுடும் போலெ இருக்கு.போதும் மக்களே இப்ப எழும்புங்க. நாளைக்கு வவுறு நெறைய போடலாம்டா கண்ணாண்ணு சமாதானம் சொல்றப்ப என் கண்ணும் அவங்க கண்ணும்,தானே நெறஞ்சிடுது. இந்த கைக் கொழந்தைக்கு மட்டும் என் நெஞ்சிலே பாலா இருக்கு?" வெறும் நெஞ்செத்தான் சப்பிக்கிட்டிருக்கு.

சும்மா பாலு ஊறுமா? குழந்தைங்கபோதும்போதும்ணு சொல்றேளே கொழந்தைங்களை ஆண்டவனா கூரையைப் பிச்சிக்கிட்டு கொட்டறாரு. நீங்க சும்மாக் கெடந்தாத்தானே. அப்ப மட்டும் ஒலகத்திலெ உள்ள எந்த பொம்பளைக்கும் இல்லாத அழகெல்லாம் எங்கிட்ட இருக்கிற மாதிரி கதையளப்பீங்க. தங்கமே, செல்லமேண்ணு கூப்பிடுவீங்க. கொஞ்ச நேரம் கழிச்சு ஆவேசமெல்லாம் போயிடும். வேண்டாா வெறுப்பு வந்திடும்".

"ஏன் கோமதி ஒன்னைத் தவிர வேறெ எவளையாவது நான் ஏறெடுத்துப் பாத்திருப்பேனா?" இடைமறித்தான் கேசவன். "ஓங்களெ எவளாச்சும் திரும்பிப் பாக்கணுமே. இவரு பெரிய மன்மதராசாண்ணு நெனப்பு!" சீண்டினாள் கோமதி. "ஒரு காலத்திலெ நீயும் ரம்ப ஆசைப்பட்டுத்தானே என்னைக் கண்ணாலம் கட்டிக்கிட்டெ." என்று கேட்டானா கேசவன். "சரிசரி வுட்டுத்தள்ளுங்க. நடந்ததெயெல்லாம் பேசிக்கிட்டேயிருந்தா கதைக்கு முடிவே வராது. என்ன செய்யணும்ணு சொல்லுங்க." என்ற கோமதியிடம், "நான் குடும்ப கட்டுப்பாடு செய்றதா தீர்மானிச்சிட்டேன். லோனப்பன் என்னென்னவோ பயமுறுத்தறான். ஏலத்துப் போயிருமாம். குறுக்கு நிமிர முடியாமெ வலிக்குமாம்" என்றான் கேசவன்.

"ஆமாங்க. அடுத்து வூட்டு முத்தாச்சியும் அப்படித்தான் சொன்னா. நீங்க ஒருத்தரு பாடுபட்டுத்தான் குடும்பத்தெக் காப்பாத்தணும். நான் ஏதாவது வேலைக்குப் போறேண்ணா அதுக்கும் வுடமாட்டீங்க. நானாவது பல்லெக்கடிச்சுக்கிட்டு கட்டுப்பாட்டோடெ இருந்திருவேன். நீங்க கட்டுப்பாடில்லாதவரு. ஓங்களாலெ ஆசையை அடக்க முடியலெ. வந்து கெஞ்சறப்ப என்னாலெயும் ஒதுங்க முடியல்லெ. நாம என்ன சினிமா நாடகம்ணா போறோம். இருக்கிற சந்தோசம் இது ஒண்ணுதானே. பாழாப் போன வைராக்கியமெல்லாம் அப்படியே ஐசு மாதிரி கரைஞ்சு போயிடுது. அடுத்த வீட்டு வசந்தியிருக்காளே அவளுக்கு நெறய விசயம் தெரியும். அவ, நாங்க ஆத்துக்கு குளிக்கப் போறப்பகூட வந்தா எப்பவும் வளவளண்ணு பேசிக்கிட்டு வருவா. 'கிலுக்காம்பெட்டி' மாதிரி சிரிப்பா. அவளுக்கும் வீட்டுக்காரருக்கும் இருட்டிலெ நடக்கற விஷயங்களெயெல்லாம் ஒளிவு மறைவில்லாமெ கொட்டிடுவா. அவதான் சொன்னா. பிரசவ வைராக்கியமுண்ணு. வயித்திலெ ஆயிட்டா பெண்டுகளுக்கு ரெண்டுரெண்டு பாத்திரமவாறதுவரெ ரோதனைதான். இனிமே இந்த வெளயாட்டே வேணாம்ணு சொல்லிக்கிடுவா. பெத்தெடுத்து கொழந்தையைக் கையிலெ வெச்சு கொஞ்சறப்ப வாணாம்ணு சொன்ன பேச்சு நிண்ணுபோயி மனசு வேணும்ணு ஏங்குமாம்."

இதைக் கேட்டதும் கேசவன் விழுந்து விழுந்து சிரித்தான். அவன் கோமதியின் தோள்பட்டையில் செல்லமாகத் தட்டினான்; கோமதியும்கூடச் சேர்ந்து சிரித்தாள்.

கடந்த வருடம் அங்கு வந்த மிட்வைப்ஃ தோட்டக்குடியிருப்புப் பெண்களையெல்லாம் அழைத்து ஒன்றாக வைத்துக்கொண்டு குடும்ப நிலைமை, பெண்களுக்குத் தொடர் பிரசவத்தால் ஏற்படும் உடல் நலிவு, குடும்பச் சுமை, ஏறிக்கொண்டிருக்கும் வறுமைநிலை, எல்லாவற்றையும் விளக்கிச் சென்றது கோமதியின் ஞாபகத்துக்கு வந்தது. ஒரு வாரம் கழிச்சு குடும்பக் கட்டுப்பாட்டுக்காக மருத்துவமனைக்குச் செல்வதாகத் தீர்மானம் செய்தாள். வழக்கமாக அவளுக்கோ குழந்தைகளுக்கோ உடம்புக்கு ஏதாவது வந்து மருத்துவமனைக்குப் போனால் பாராமுகமாக பார்க்கும் மருத்தவமனை ஊழியர்கள் “குடும்பக்கட்டுப்பாடு” பிரிவு பற்றி கோமதி விசாரித்ததும் மிகுந்த சுறுசுறுப்போடு, இன்முகத்தோடு, சகோதர பாசத்தோடு, அவளை வரவேற்று அழைத்துச் சென்றார்கள். அன்று சில பரிசோதனைகளுக்குப் பிறகு கோமதி மருத்துவமனையில் அனுமதிக்கப்பட்டாள். அவள் பயந்ததுபோல் எதுவுமில்லை. அறுவைச் சிகிச்சை நடந்தது. ஏழுபது ரூபாயும் ஒரு ‘சாரி’யும் ஊழியர்களின் நல்வாழ்த்துக்களும் பெற்றுக்கொண்டு அவள் வீடு திரும்பினாள்.

கோமதி ஒரு ஆட்டோவில் வீட்டில் வந்து இறங்கும்போது கேசவனும் வீட்டிலிருந்தான். கோமதியைப் பார்த்ததும் “இவ்வளவு நேரம் காணலெயேண்ணு பயந்துபோயிட்டேன். ‘ஆப்பரேசன்’ முடிஞ்சுதா? இந்தப் புள்ளைங்களைத் தனியா வுட்டுட்டு வூட்டைவுட்டு எங்கெ கெளம்பறது?” என்றான் கேசவன்.

“அங்கலாய்ப்பா? ஓங்களுக்கா? பெஞ்சாதி மேலெ எவ்வளவு கருசனைபாருங்க!” என்று கோபத்தை வரவழைத்துக்கொண்டு கூறியபோதும் அவளுடைய முகத்தில் மங்கலான மகிழ்ச்சி தெரிஞ்சது. “ஆப்பரேசனிலெ உசிரு பொழச்சு வந்திருக்கேன். செத்துப் பொழச்சதுதான். வலிதாங்கலெ. ஆமா ஓங்ககிட்டெ ஒண்ணு சொல்லிடறேன். ஆஸ்பத்திரியிலெ கெடச்ச காசிலெ ஒரு பைசா எதுக்கும் தரமாட்டேன். ரெம்ப நாளா காது மூளியாக் கெடக்கு. அப்பா போட்ட கம்மலை கழட்டமாட்டேண்ணு எவ்வளவு சொன்னேன். எங்கிட்டெ கெஞ்சிக்கெரவி வாங்கிட்டீங்க. அதை அடகு வச்சிருந்தாலாவது திருப்பியிருக்கலாம். மகராசன் வித்து தொலைச்சிட்டீங்க. அதுக்குப் பதிலா ஒரு சிறிய பொட்டுக் கம்மலாவது செய்து தரணும்ணு எண்ணம் இருந்துதா? பொண்டாட்டி மூளிக்காதோடெ அலையறாண்ணு ஓங்களுக்கென்ன கவலெ!” என்றாள் கோமதி.

“வந்த காலேடெ ஏன் கோவிச்சுக்கிறெ. வீட்டுக்குள்ளெ போயி முகத்தை அலம்பிட்டு சோறு போட்டுத்தின்னு. சோறாக்கி சாளை மீனு கொளம்பு வெச்சிருக்கேன். பசங்க எல்லாம் சாப்பிட்டாச்சு. கொழந்தைகளுக்குச் சோறு குடுத்துட்டு ஒனக்காகத்தான் சாப்பிடாமெ காத்துக்கிட்டிருந்தேன்” என்று மனைவியிடம் பரிவோடு பேசினான் கேசவன். “கதையளக்காதீங்க. தண்ணி போட்டுக்கிட்டு வந்து நீங்களும் ஒரு வெட்டு வெட்டினீங்க. தெரியுதே. கண்ணு செவந்திருக்கு.”

கருத்தடை அறுவைச் சிகிச்சையின்போது கிடைத்த காசில் கோமதி ஒரு சிறிய கம்மல் வாங்கினாள். கல் பதிக்காதது. ஆனாலும் அந்த தங்கக் கம்மல் பளபளப்பாயிருந்தது. ஜமீலாவையும் தொணைக்கு கூட்டிக்கிட்டுப் போயி நகைக்டையிலிருந்து வாங்கி வந்த காலோடெ சாமி படத்தின் முன் அந்த நகையை வைத்து பயபக்தியோட வணங்கி எடுத்தாள். அரிசிப் பானையிலெ வைத்தாள். நகையையோ காசையோ முன்னாலெயெல்லாம் அரிசியிலெ புதைச்சு வைப்பா. இப்பத்தான் அரிசிப் பானையிலெ அரிசி மிஞ்சுவதில்லையே. எப்போது காதிலெ போடலாம்ணு யோசிச்சுக்கிட்டிருந்தாள். “நல்லநாள் நல்ல நேரம் பாத்துப்போடணும்” என்று நினைத்துக்கொண்டாள். அந்தச் சிறிய நகையாவது நிரந்தரமா தங்கணும். கேசவன் தோட்டத்திலிருந்து இன்னும் வரவில்லை. என்னதான் ஏசினாலும் பேசினாலும் அவரு புருசன். அவரு கையாலேயே போடச் சொல்லணும். “ஒங்க கையாலே போட்டதை ஒரு நாளும் எடுக்கப்படாதுண்ணு கேட்டுக்கணும்” என்று நினைத்துக்கொண்டாள்.

கேசவன் வந்ததும் அந்தக் கம்மலை எடுத்துக்கொண்டு அவனிடம் சென்றாள். “இதைத் தொறந்து பாருங்க” என்றதும் கேசவன் திறந்து பார்த்தான். “நல்லாயிருக்கு கோமதி. நகைக்கடையிலேருந்து நீயா தெரிஞ்செடுத்தெ?” நல்லாயிருக்கு” என்று மனைவியின் ரசனையைப் பாராட்டினான். “என்னை மெச்சினதெல்லாம்போதும். ஜமீலாவும் கூடெ வந்திருந்தா. ரெண்டு பேருமாத்தான் பாத்தெடுத்தோம். சின்னக் கண்ணாடியை வெச்சுக்கிட்டு இதைக் காதிலெ போட எனக்குத் தெரியும். ஆனா மனசு கேக்கலெ. “கல்லானாலும் கணவன், புல்லானாலும் புருசன் பாங்களே” அது இல்லாமெப்போயிருமா. ஒங்க கையாலேயே என் காதிலெ மாட்டுங்க. நான் செத்த பிறகுதான் இதைக் கழத்தணும்ணு நெனச்சிக்கிட்டுப் போடுங்க” என்று அவன் முன் காதை நீட்டினாள். கேசவன் சற்றுத் தயங்கி நின்றான். “கோமதி இது மாதிரியெல்லாம் பேசாதெ. எனக்குக் கம்மலு பெரிசில்லெ. சாகிறதும் பொழைக்கிறதும் ஆண்டவன் நெனச்சபடிதான்

நடக்கும். அதனாலெ சாவைப்பத்தியெல்லாம் இனி பேசப்படாது. பேசினெ புடரியை நெரிச்சிருவேன்" என்று செல்லமாக அவள் முதுகில் குத்தினான். "நல்ல காலம் வராமலா போகும். அப்ப பெரிய கம்மலு செஞ்சு அதைப் போடதுக்காகத்தான் இதைக் கழட்டுவேன். அப்படி நெனச்சுக்கிட்டுதான் இதைக் காதிலெ போடப்போறேன். எனக்குக் கோடிகம்மலைவிட என் கோமதிதான் பெரிசு" என்றான் கேசவன்.

"ஐய்யா, ஒங்க பேச்செல்லாம் பழைய கருப்பட்டி மாதிரி இனிக்குது. குடிகாரன் பேச்சு விடிஞ்சாப்போச்சும்பாங்க." கேசவன் கோமதியின் காதுகளை அவனுடைய வேட்டித்தலைப்பால் துடைத்துவிட்டு ஒவ்வொரு கம்மலாக மாட்டிவிட்டான். பிறகு அவளுடைய கன்னத்தைச் செல்லமாக வருடினான். "போதும் வழியாதீங்க. கம்மல் நல்லயிருக்கா?" கோமதி கணவனைக் கேட்டாள். "ஏன் கோமதி? சொல்லுதேண்ணு கோவிச்சுக்காதே. தங்கக் குடத்துக்குப் பொட்டு வெச்ச மாதிரி இருக்கு என்று சொல்லிவிட்டுச் சிரித்தான். அந்தச் சிரிப்பலையில் அவளுடைய முகத்தில் மந்தகாசத்தின் ஒளி கலந்து மின்னியது. கோமதி பொய்க் கோபத்தோடு அவனை நோக்கி முறைத்துவிட்டு அங்கிருந்து போனாள்.

இரண்டு மாதங்கள்கூட ஆகவில்லை. பெரிய கம்மல் வரவில்லையென்றாலும் சின்னக் கம்மல் கோமதியின் காதிலிருந்து இடம் பெயர்ந்தது. தங்கக் குடத்துக்கு பொட்டெதற்கு என்று ஆண்டவன் நினைத்தாரா? அப்போது கோமதி புயலாக வீசவில்லை. சுனாமியாகப் பொங்கியெழவில்லை. கணவனைப் பார்த்து ஒன்று மட்டும் தீர்க்கமாகச் சொன்னாள். "இதைப் பணயம் வைங்க. விக்கமாட்டேன்னு எந்தலையிலெ அடிச்சு சத்தியம் செஞ்சிட்டுக்கொண்டு போங்க" என்றாள். கேசவனின் வேண்டுகோளின்படி அவளும்கூடச்சென்று அதைப் பாருக்குட்டியிடம் முப்பது ரூபாவிற்கு அடகு வைத்தார்கள். குழந்தைங்க பட்டினி கெடக்குதெ எப்படி பாத்துக்கிட்டிருக்க முடியும்? என்று கோமதி மனசுக்குள் முனகிக்கொண்டாள்.

அடுத்த ஆறு மாதத்துக்குள் கேசவனுக்குத் தோட்டத்திலிருந்து போனஸ் கிடைத்தது. போனஸை வாங்கிய கையோடு கேசவன் பாருக்குட்டியின் வீட்டுக்கு விரைந்து சென்றான். "என்ன செலவு கெடந்தாலும் கெடக்கட்டும். பெறவு பாத்துக்கிடலாம். மொத வேலையா கோமதிக்க கம்மலை மீக்கணும். அதை காதிலெ நானே போட்டுவிடணும். அப்பத்தான் என் மனசு ஆறும்" என்று மனதுக்குள் சொல்லிக்கொண்டான். கம்மலைக் காக்கிபாண்டு பாக்கெட்டில் பத்திரமாகத் திணித்தான். வீட்டில் வந்து ஏறிய கேசவனிடம் "போனஸ் கெடச்சுதா?" என்று கோமதி கேட்டாள்.

“கெடச்சுது கோமதி. ஆனா நீ என்னைக் கோவிச்சுக்கப்படாது. நீ எனக்ககிட்டெவா. நல்ல காரியம்தான்” என்று மனைவியின் கையைப் பிடிச்சு தன் பக்கத்துக்கு இழுத்தான். “நான் மொத வேலையா பாருக்குட்டிக்க வீட்டுக்கு போயி ஒன் கம்மலை மீட்டு வந்திட்டேன். மத்தச் செலவையெல்லாம் அப்புறம் பாத்துக்கலாம். அதைக் களத்தின நாளிலேருந்து எம்மனசு எவ்வளவு வேதனைப்பட்டது தெரியுமா? அதை உடனே உன் காதிலெ மாட்டிடறேன்” என்றான் அவன். கணவனின் உடலை உரசியபடியே காதைக் காட்டினாள் கோமதி. பிறகு “எனக்கு மட்டும் ஒங்க பாசம் தெரியாதா? நான் சின்னவளா இருக்கச்சயே எல்லாரும் எனக்கு மூக்கு நுனியிலே கோவம்ணு சொல்லுவா? அவ்வளவுதான். என் மனசிலெ ஒண்ணும் இல்லைங்க” என்றாள்.

“தப்பு கோமதி. ஓம்மனசு நிறைய இருக்கு” என்றான் கேசவன். “ஒங்க கோவம் தணியலையா? குத்திக்காட்டிறியளா”. “இல்லை கோமதி. ஒன் மனசு நிறைய பாசம்ணு சொல்ல வந்தேன்” கேசவன் மனைவியை அணைத்துக்கொண்டான். குழந்தைகள் வெளியில் விளையாடச் சென்றிருந்ததால் அவள் கணவனின் தோளில் சாய்ந்தாள். அவன் அவளை அணைத்துக்கொண்டான். இதமான சூட்டில் அந்தத் தம்பதியர் இனிமை கண்டனர். வெளியுலகத்தை மறந்தனர். உள்ளுலகம் எல்லோருக்கும் ஒன்றுதான்.

“கொஞ்சம் இனிப்புப் பணியாரம் வாங்கிட்டு வந்திருக்கேன். குழந்தைகளைக் கூப்பிடு. அவங்களுக்குக் குடுக்கலாம். நான் செலவாளியாப் போயிட்டேண்ணு கோவிச்சுக்காதே கோமதி. கொஞ்சமாத்தான் வாங்கியிருக்கேன் கூ। உள்ளவனுக எல்லாம் சாராயக்கடைக்கு போனானுவ. நான் போகல கோமதி” என்று கூறிக்கொண்டு மனைவியைப் பார்த்தான் கேசவன்.

பாரதி அடுக்களையில் சமையல் வேலை செய்து கொண்டிருக்கும்போது கொஞ்சம் கவனமாகக் கேட்டால் கோமதி வீட்டு சம்பாஷணைகள் காதில் விழும். கோமதியும் கணவனும் பல சந்தர்ப்பங்களில் புதுமணத் தம்பதியருக்கிடையேயான பேச்சுக்கள்போல கொஞ்சிக் குழைந்து பேசுவார்கள். சில நேரங்களில் சற்று கோபமும், வெறுப்பும் கலந்த வார்த்தைகளால் அருவருப்பான அந்தரங்க விஷயங்களையும் பேசுவார்கள். அப்போது பாரதிக்கு அடக்க முடியாத சிரிப்பு வரும். வாயைப் பொத்திக்கொண்டு சிரிப்பாள். ஒரு நாள் “உங்க இளவிலெ கெடந்து சாவதைவிட எங்கெயாவது தொலைஞ்சு போயிடலாம்” என்றாள் கோமதி. “போயேன். யாரு வேண்டாம்ணா” என்று பதிலுக்குச் சொன்னான் கேசவன்.

“சொல்லுவிய. சொல்லுதுனாலெ வாய் வலிக்குமாக்கும். ஒரு நாள் தாக்குப்பிடிப்பேளா? என்ன சண்டை போட்டாலும் ராத்திரி கொழந்தைங்க ஒறங்கின பிறவு எங்கிட்டை ஓண்ட வந்திருவேளே. வந்து சும்மயா கெடப்பிய? முதல்லெ சக்கரை சக்கரையா பேசுவிய. ஒன்னோடெ சேந்து அந்தச் சூட்டிலெதான் ஒறக்கம் வரும்ணு சொல்லுவிய. அப்புறம் கையும் காலும் சும்மா இருக்குமா? மூணெண்ணம் பெத்துப்போட்டாச்சு. இனிமே இந்த எழவு எதுக்குண்ணு தள்ளிவிட்டா பின்னும் வந்து ஒட்டிக்குவிய. சும்மா பீத்தாதீங்க” என்று படபடண்ணு பொரிஞ்சு தள்ளினாள் கோமதி. பாரதிக்கு சிரிப்பாக வந்தது. மத்தவங்களுக்கு கேட்குமே என்று கொஞ்சம்கூட கோமதி கவலைப்பட மாட்டாள். ஆனாலும் சின்ன வயசிலெ கோமதியக்கா அழகாத்தான் இருந்திருக்கணும் என்று கற்பனை செய்துகொண்டாள் பாரதி.

ஒரு நாளைக்கு நல்ல சந்தோஷமா பேசிக்கிட்டிருக்கும்போது “ஏன் கோமதியக்கா நீயும் வூட்டுக்காரரும் பேசுறதெல்லாம் காதிலெ விழுது. கொஞ்சம் மெள்ளப் பேசப்படாதா?” என்று கேட்டு வைத்தாள் பாரதி. “பேசினா என்ன? ஆருக்கும் தெரியாததெயா பேசிட்டேன். ரத்திரி புருசனும் பொண்டாட்டியும் தனியா அறையிலெ போயி கதவைச் சாத்திட்டா அதை யாரும் அருவருப்பா நெனக்கமாட்டாக. உள்ளெ என்ன நடக்கும்ணு எல்லாருக்கும் தெரியும். உள்ளெ நடக்கிறதிலெ பத்திலெ ஒரு பங்கை வெளியிலெ சொன்னாலும் “தானக்கேடு” ஆயிடுமா? எங்க வீட்டிலெ படுக்கறதுக்குக்கூட தனியா இடம் கெடயாது. அதனாலெ கதவச் சாத்தவும் முடியாது. பசங்க எப்ப தூங்குவாங்கண்ணு காத்துக்கிட்டிருக்கணும். நான் இருந்துருவன். பத்து நாளோ ஒரு மாசமோ இருந்துருவன். ஆனா இது இருக்குதே — புள்ளைங்க அப்பன் — கொஞ்சமும் தாக்குப்பிடிக்காது” என்று சொல்லிச் சிரித்தாள். இரண்டு பேரும் ஒன்றாகச் சேர்ந்து சிரித்தார்கள்.

கோமதியின் பேச்சினையும் அவளுக்கும் அவள் கணவனுக்கும் இடையே நடைபெறும் சம்பாஷணைகளையும் நினைத்து நினைத்துச் சிரிப்பதற்கும் ரசிப்பதற்கும் நிறைய விஷயங்களிருந்தாலும் பல நேரங்களில் வேதனை தருகின்ற விஷயங்களும் நிறையவே இருக்கும். அது கோமதியின் குழந்தைகளைப் பற்றியதுதான். மூன்று குழந்தைகள்! எல்லாக் குழந்தைகளும் நன்றாகச் சாப்பிடும் வயது. அவர்கள் பசி வந்தால் பொறுத்துக் கொள்ளும் பக்குவத்தையடையவில்லை. எந்தக் கல்மனமும் கரைந்து போகுமளவுக்கு அழுவார்கள். அம்மாவை உணவுக்காக நச்சரிப்பார்கள். அவர்களுக்கு உடுத்திக்

கொள்ள நல்ல துணிமணிகளில்லை. அவர்களுக்குத் தலைக்கு எண்ணெ தேய்ப்பதோ அவர்களைக் குளிப்பாட்டுவதோகூட பல நாட்களுக்கு ஒரு முறை நடக்கின்ற சடங்குதான். சாப்பாட்டுக்கே திண்டாடும் அவர்கள் எண்ணெக்கும் சோப்புக்கும் எங்கே போவார்கள்? ஆறு, நடந்து போய்வரும் தூரம்தான். கோமதிக்குத் தன் குழந்தைகளை ஆற்றுக்குக் கூட்டிச் சென்று குளிப்பாட்டும் அக்கறையும் குறைவுதான்.

வம்பளப்பதில் கோமதிக்கு அலாதியான விருப்பம். அதுபோலவே கணவனோடும் குழந்தைகளோடும் வழக்கிடுவதில் தயக்கம் காட்டமாட்டாள். சில நாட்கள் கணவனுக்கும் மனைவிக்கும் மோதல் ஏற்பட்டு கேசவன் மனைவியை உதைக்கும்போது கோமதி வேண்டுமென்றே கூக்குரலிட்டு அழுது ஆர்ப்பாட்டம் செய்வாள். இதைப் பார்க்கின்ற குழந்தைகளும் சேர்ந்து அழுவார்கள். “அப்பா அம்மாவைக் கொல்லபோறாரு” என்று அவர்கள் உச்சஸ்தாயியில் அழுவார்கள். வீடு ஒரு போர்க்களம்போலாகிவிடும்.

இதுபோன்ற சந்தர்ப்பங்களில் பாரதியும் விஸ்வமும் இடிந்து போவார்கள். இதுபோன்ற சூழ்நிலை ஏற்பட முக்கியமான காரணம் குழந்தைகளுக்கு உணவு கிடைக்காத அவல நிலைதான். கோமதிக்கு விவேகமும் பொறுமையும் இல்லாததால் குடும்ப நிலைமை மிகவும் சீரழிகிறது. வருகிற காசை வைத்து எப்படி குடும்பச் செலவுகளைச் சரிகட்டுவது என்பது அவளுக்குத் தெரியாது. கேசவன்கொண்டு வருகிற சம்பளத்தில் கொஞ்சமாவது மிச்சம் பிடித்து வைக்க வேண்டுமென்ற அக்கறை கிடையாது. சண்டைபோடுவதில் மட்டும் சளைக்கமாட்டாள். கொஞ்சமும் விட்டுக்கொடுத்துப் பேசமாட்டாள். பேசும்போது மற்றவர்கள் மனம் புண்படுமென்றோ மற்றவர்களுடைய உணர்வுகள் பாதிக்குமென்றோ அவள் நினைக்கமாட்டாள். அவளுக்கு எதிலும் தோல்வி ஏற்படுவதை அவளால் தாங்கிக் கொள்ள முடியாது.

குழந்தையைத் தொட்டிலில் கிடத்தித் தாலாட்டும்போதும் ஆட்டுரலில் அரிசியோ உழுந்தோ அரைத்துக் கொண்டிருக்கும்போதும் காய்கறி நறுக்கும்போதும் பாரதியின் நினைவில் கடந்துபோன நாட்களும் சம்பவங்களும் வந்து போகும். வறுமையில் வாடி வதங்கிய நாட்கள், சொந்தங்களின் இழப்புகளால் ஏற்பட்ட வேதனைகள், இவையெல்லாம் வந்து மனதை நோகடிக்கும்.

/|\

அத்தியாயம் - 28

பாரதியின் நினைவுகள் பிள்ளைப் பருவ நாட்களை நோக்கி நகர்ந்தன. ஒவ்வொரு சம்பவமும் சுழன்று சுழன்று மனதில் வந்து போனது.

வறுமையில் வாடியபோதும் கவலைகள் வாட்டியெடுக்காத பிள்ளைப் பருவ நாட்கள் அவை. மகளைச் சீராட்டி வளர்க்க முடியவில்லையென்றாலும் அவளுடைய தந்தை அவளைப் பாசமழை பொழிந்து வளர்த்தார். அவள் வளர்ந்து வளர்ந்து பெரியவளானபோது விஸ்வத்தோடு இருந்துவந்த உறவின் தன்மை மாறத் துவங்கியது. திருமணம், குடும்ப வாழ்க்கை எல்லாவற்றைப் பற்றியும் அவள் சிறுகச் சிறுகத் தெரிந்துகொண்டாள். விஸ்வம் அவளைத் தாலிகட்டி மனைவியாக ஏற்றுக்கொண்ட நாளை நினைத்துப்பார்த்தாள். அவள் வெட்கப்பட்டு தலை கவிழ்ந்திருந்தபோது அவளுடைய தோழிகளும் சொந்தக்காரப் பெண்களும் கேலி செய்தார்கள். "ஏண்டி இந்த ஆளை முன்னெபின்னே தெரியுமா உனக்கு? வெட்கப்படுறாளாம் — வெட்கம்! மூஞ்சியை கொஞ்சம் உசத்தி புதுமாப்பிள்ளையைப் பாரேன். அவரு தாலிகட்டட்டும். பிறவு கோவப்பட்டுக்கிட்டு எழும்பி ஓடிடப்போறாரு" என்று கிண்டல் செய்தார்கள்.

திருமணம் முடிந்த பிறகு விஸ்வம் அவளை அவன் வீட்டிற்கு அழைத்துப்போகவில்லை. முதலிரவெல்லாம் பாரதியின் வீட்டில்தான். கல்யாணத்துக்கு வந்திருந்த ஒரு சில உறவினர்களும் போய்விட்டார்கள். ஒரேயொரு தளமும் அடுக்களையும்தானே அந்த வீடு. தளத்தில்தான் அவர்களுடைய முதலிரவு. அவளுடைய அப்பா முன் திண்ணையில் படுத்துக்கொண்டார். தயங்கித் தயங்கி விஸ்வம் படுத்திருந்த பாய்க்குப் பக்கத்தில் சென்ற பாரதியின்

கையைப் பிடித்து விஸ்வம் உட்கார வைத்தான். உட்கார்ந்ததும் அவளுடைய வயத்திலெ கிள்ளி கிச்சுகிச்சு மூட்டினான். அவள் சிரிப்பை அடக்கிக்கொண்டு நெளிந்தாள். அப்புறம் விளக்கை அணைத்தான் விஸ்வம். எல்லாப் பெண்களின் வாழ்க்கையிலும் வருவதுதான் முதலிரவு. விஸ்வம் அவளுக்குப் புதிய மனிதனில்லை என்றாலும் பூரண சுதந்திரமளிக்கப்பட்ட புதிய அனுபவங்கள் கிளுகிளுப்பூட்டின. புதிய ஆசைகள், புதிய அச்சங்கள், புதிய அர்த்தங்கள், ஒரு புதிய உலகம் முன்னால் விரிவது தெரிந்தது. அவள் உள்ளுக்குள் சிரித்துக்கொண்டாள்.

அதற்குப்பிறகு எத்தனையெத்தனை இன்னல்கள். எல்லாவற்றையும் பொறுத்துக்கொண்டு கட்டியவனின் கையை இறுகப்பற்றிக்கொண்டு அவன் நிழல்போல் அவள் வாழ்க்கையை ஓட்டினாள். அப்போது எந்த எதிர்பார்ப்புகளும் இருக்கவில்லை. ஒவ்வொரு நாளும் பொழுது விடிஞ்சு, பொழுது சாய்ந்து கண்களை மூடி அரைகுறை தூக்கம் வந்தாலே அது நல்ல நாள்தான்.

ரகு அண்ணா! அந்த நல்ல மனிதரை விஸ்வம் வீட்டுக்கு அழைத்து வந்த நாளை அவள் நினைவு கூர்ந்தாள். வாழ்க்கையில் அவர்களுக்கு ஒரு பிடிப்பை ஏற்படுத்தியது அந்த தெய்வம்தான். அவர் விஸ்வத்திடமிருந்து எதுவும் எதிர்பார்க்கவில்லை. அவர் அவர்களுக்கு எந்த உறவுமில்லை. எந்த வகையிலும் கடமைப்பட்டவரில்லை. வாழ்க்கையில் எந்த ஆசைகளுமில்லாமல் உழன்றுகொண்டிருந்தபோது யாரும் துணையில்லாமலிருந்த அவர்கள் குடிசைக்கு அந்த மனிதர் ஏறி வந்தார். அடுத்த நாளைக்கு அடுப்பு எரியுமா என்ற நிலையில் எந்த நம்பிக்கையுமில்லாது நின்றிருந்தபோது, கைகொடுக்கும் தெய்வமாக அந்த மனிதர் முன்னால் வந்தார், அந்தக் குடும்பத்தை ஒரு வளமான வாழ்க்கைக்கு அழைத்துச்செல்ல.

அவள் நினைவுகளில் மூழ்கியிருந்ததால் அறையில் இருள் பரவி வந்ததைக்கூட உணரவில்லை. "அய்யய்யோ ரம்ப இருட்டினதுகூடத் தெரியலை" என்று கூறிக்கொண்டு எழுந்தபோது வெளியில் யாரோ வரும் காலடியோசை கேட்டது. நினைவுச்சுருள் அற்றுப்போயிற்று. வெளியே எட்டிப்பார்க்கத் திரும்பியவள் கட்டிலைப் பார்த்தாள். குழந்தை நன்றாகத் தூங்கிக்கொண்டிருந்தான்.

ஒரு வாரத்துக்கு முன்னால் குழந்தையின் தொடையில் ஒரு சின்னக்கட்டி வந்தது. அதில் தடவ விஸ்வம் மருந்து வாங்கி வந்திருந்தான். குழந்தையை தூங்க போடுமுன் அந்த மருந்தைத் தடவ மறந்துபோனாள். மருந்தை எடுக்கப் புறப்படும்போதுதான் வெளியில் அந்தக் குரல் கேட்டது.

வெளியில் வந்து அரையிருட்டில் நின்றுகொண்டிருந்த உருவத்தைப் பார்த்தாள். கோமதியக்கா! அவளுடைய கையில் பனையோலையில் செய்த ஒரு பெட்டியுமிருந்தது. அரிசி கடன் கேட்பதற்குத்தான் வந்திருக்க வேண்டும். "என்னக்கா! அங்கெ இருட்டிலெ நிண்ணுக்கிட்டிருக்கெ. கை வேலையா இருந்தேனா? வெளக்குப் போடக்கூட மறந்துபோச்சு. உள்ளெ ஏறிவாக்கா" என்று அவளை அழைத்தபடியே மின் விளக்கின் சுச்சை அமுக்கினாள். அறை முழுவதும் ஒளி வெள்ளம் பாய்ந்தது. "ஒனக்கு நூறு வயசக்கா. ஒன்னெப்பத்தித்தான் நினைச்சுக்கிட்டிருந்தேன். ரெண்டு நாளா காணலையா" என்றாள் பாரதி. என்ன தேவைண்ணாலும் எங்கிட்ட கூச்சப்படாம கேளுங்கக்கா. நான் ஒனக்கக்கூடப்பிறப்பு மாதிரி. எனக்கு ஒண்ணு வந்தா நீதானே வந்து ஒதவணும்" என்று கூறிக்கொண்டு அந்தப் பெட்டியை வாங்கிக்கொண்டு ஸ்டோர் ரூமுக்குள் நுழைந்தாள் பாரதி.

/1\

அத்தியாயம் - 29

"பக்கத்திலே தந்தி ஆபீஸ் இருக்காம்மா?" என்று ரகுவின் அம்மாவிடம் கேட்டான் விஸ்வம்.

"இருக்கு. ஒரு கிலோமீட்டர் போகணும். தொணைக்கு ஆள் அனுப்பி வைக்கிறேன்" என்றாள் ரகுவின் அம்மா. "ரகுவுக்கு நிறைய கூட்டாளிங்க இருக்காங்க. என்ன உதவியும் செய்வாங்க. ரகு இங்கு வந்திருப்பது அவர்களுக்குத் தெரியாது" என்றார். "அடுப்பிலெ குழம்பு வெச்சிருக்கேன். இறக்சி வெச்சிட்டு வந்துடறேன். நீங்க குளிக்கப்போங்க" எனக் கூறிவிட்டு சமையற்கட்டை நோக்கி நடந்தார்.

விஸ்வம் குளித்து ஆடை மாற்றினான். ரகுவின் அம்மா அன்போடு பரிமாற சுடச்சுட டிபன் சாப்பிட்டான்.

"சார் காலையிலெ என்ன சாப்பிட்டாரு?" என்று கேட்டான் விஸ்வம். "அவன் காலையிலெ இட்லி சாப்பிட்டாச்சு" என்றார் அம்மா.

"சாருக்கு நோய் நல்லா குறையறவரைக்கும் நான் இங்கேயே இருக்கிறேன் அம்மா" என்று ரகுவின் அம்மாவுக்கு விஸ்வம் ஆறுதலும் தைரியமும் கூறினான். நோயாளியான அம்மா விஸ்வத்தின் பாசத்தால் நெகிழ்ந்து போனார்.

விடுப்புக்கு வரும்போதெல்லாம் என் மகன் உங்களையும், பாரதியையும் குழந்தையையும் பத்தி சொல்லிக்கிட்டேயிருப்பான். குழந்தை அழகாக துருதுருவென்றிருப்பதாகவும் படுசுட்டி என்றும் சொல்வான். அவன் செய்யற சேட்டைகளைக்கூடச் சொல்லிச் சிரிப்பான்.

விஸ்வம் இடைமறித்து "அம்மா நான் ரகு சாரைவிட இளையவன். நீங்க என் அம்மா மாதிரி. என்னை வாங்க போங்கன்னு கூப்பிடறது எனக்கு ரெம்பச் சங்கடமா இருக்கு. என்னையும் ஒங்க மகனா நினைக்கணும். என்னைப் பேரைச் சொல்லியே கூப்பிடுங்க" என்றான்.

இதைக் கேட்டுப் புல்லரித்துப்போன ரகுவின் அம்மா "சரிப்பா" என்றார்.

கையில் இரண்டு கோப்பைகளில் தேநீரோடு வந்த ரகுவின் தாயார் ஒரு கோப்பையை விருந்தாளிக்குத் தந்துவிட்டு மற்றதை மகனுக்குத் தந்தார். விஸ்வத்தின் பக்கத்தில் வந்தமர்ந்தார். "இந்த ஊர் உங்களுக்கு வித்தியாசமா தெரியும். பட்டணம்போல ஆரவாரமா இருக்காது. ஆனா சுத்தமான காத்தும் தண்ணீரும் கிடைக்கும். நீங்க வீட்டையும் ஊரையும் சுத்திப் பாக்கலையே? சுத்தி தேயிலைத் தோட்டம்தான். இந்த வீடிருக்கிற இடம் பத்து சென்று. வீட்டின் பின்னால் இரண்டு ஏக்கர் தோட்டமும் இருக்கு. ரகுவுடைய அப்பா, அவர் ஊரிலுள்ள கொஞ்சம் நிலத்தையும் அதிலிருந்த சிறிய வீட்டையும் விற்று இந்த வீட்டுமனையையும் தோட்டத்தையும் வாங்கினாரு. தோட்டத்தைப் பக்கத்திலிருந்து பராமரிக்காமெ போட்டுட்டா பெரிய நஷ்டமா போயிரும். அதைப் பராமரிக்க நம்பிக்கையான ஓராளைப் பார்த்து ஏப்பிச்சுக்கிட்டு, நானும் பட்டணத்துக்கு வந்து ரகுவோட தங்கறதாத்தான் நினைச்சிட்டிருக்கேன். பொருத்தமான ஆள் அமையலெ."

ரகுவுடைய அப்பா அவருடைய பூர்வீகச் சொத்தை வித்து வாங்கின இடம். இதை வித்துட்டு இடத்தைக் காலி செய்ய மனசு வரலே. என் மகனின் நோயைச் சீக்கிரம் குணமாக்கித் தர கடவுளை வேண்டாத நாளில்லெ. மகனும் சரி அவன் அப்பாவும் சரி, யாருக்கும் எந்தத் தீங்கும் நினைச்சதுகூட இல்லை. கடவுள் எங்களை ஏன் இப்படி சோதிக்கிறாரோ தெரியலை. இவன் அப்பா ரொம்ப சாதுவான மனிசர். ரொம்ப இளகின மனசு. தைரியம் இல்லாதவரு. மகனுடைய நிலைமையைப் பாத்து நொந்து நொந்து போய்ச் சேந்திட்டாரு. தெய்வச்செயல்." என்று சொல்லி வருந்தினார். ரகு தூக்கத்திலாழ்ந்து போயிருந்தான். "காத்தோட்டமா வராந்தாவில் இருக்கலாம்" என்று விஸ்வத்தை வராந்தாவுக்கு அழைத்தார் ரகுவின் அம்மா.

"ஆனா, எம்புள்ளைக்கு எங்கே போனாலும் நல்லவங்களா வந்து எல்லாரும் உதவுவாங்க" என்றார். ரகுவின் வாழ்க்கையில் நிகழ்ந்த சோக நிகழ்வுகளைப் பற்றிப் பேசத் துவங்கினார். அவர் பேசப்பேச விஸ்வத்தின் ரத்த நாளங்களில் கொதிக்கும் ரத்தம்

பாய்வது போன்ற உணர்ச்சி ஏற்பட்டது. ஒரு புதிய பேய்க் கதையை கேட்டுக்கொண்டிருக்கும் ஒரு குழந்தையின் மனத்தைப்போல அவன் மனமும் படபடத்தது. ரகு உயிருக்குயிராக நேசிச்ச பெண்ணின் அகால மரணம்தான் அவனை ஒரு மனநோயாளியாப் படுக்க வைத்துவிட்டது என்றும், அதைத் தொடர்ந்து அவன் அப்பாவின் எதிர்பாராத மரணம் அவன் மனதை அடியோடு குலைத்து விட்டது என்றும் ரகுவின் தாயார் கூறினார். ரகுவின் காதல் கதை ஏற்கெனவே பாரதி சொல்லித் தெரிந்திருந்தான். ஆனால் அதையெல்லாம் உடைந்த உள்ளத்தோடு ரகுவின் தாய் அழுகையினூடே புலம்பக் கேட்டபோது விஸ்வம் மிகவும் கலங்கிப்போனான்.

ரகுவுக்கும் அவனுக்கும் பழக்கமேற்பட்ட பிறகு ரகு பல சந்தர்ப்பங்களில் கதவை அடைத்துக்கொண்டு தனிமையை விரும்பி, அறையில் படுத்துத் தூங்குவதும், யாரிடமும் சொல்லாமல் தன்னந்தனியாக எங்காவது சுற்றிவிட்டு பல மணிநேரம் கழித்து அறைக்குத் திரும்புவதும் விஸ்வத்துக்குத் தெரிந்தவைதான். ரகு பழைய நண்பரான பொறியாளரை சந்தித்த பிறகு அவரோடு உரையாடி மகிழ்வதை விரும்பினான். ரகுவின் அம்மா சொன்ன கதைகள் முழுமையாக விஸ்வத்திற்கு தெரிந்திருக்கவில்லை. பலநாள் பழகிய ஒரு வீட்டில் ஒரு இரகசியச் சுரங்கப்பாதை இருப்பதை புதுசாகத் தெரிந்துகொண்டது போன்ற உணர்வுதான் விஸ்வத்துக்கு ஏற்பட்டது.

விஸ்வம் பண்போடும் பக்குவமாகவும் பழகத் தெரிந்தவன். தனி மனிதர்களின் சொந்த விஷயங்கள் பற்றித் துருவிக் கேட்டு அவர்களுக்கு மனக்கஷ்டத்தையோ எரிச்சலையோ ஏற்படுத்த விரும்பமாட்டான். திடீரென உணர்ச்சிவயப்படும் குணம் இருந்தபோதும் பல விஷயங்களில் அதைக் கட்டுப்படுத்தும் பக்குவமும் அவனுக்கிருந்தது.

அதனால் ரகுவோடு இவ்வளவு பாசத்தோடும், நெருக்கத்தோடும் பழகியிருந்தும் சாரதா அம்மா — ரகுவின் அம்மா சொல்லிக் கேட்பதற்கு முன்பு விஸ்வத்திற்கு ரகுவின் தனிப்பட்ட விஷயங்கள் பற்றி முழுமையாக தெரிந்து கொள்ளும் சந்தர்ப்பம் ஏற்படாமல் போயிற்று.

தான் கூறிய விஷயங்கள் பற்றி ரகுவிடம் எதுவும் கூற வேண்டாமென்றும் அவனை இன்னும் அதிக அக்கறையோடு கவனிப்பதற்காகவே இதையெல்லாம் கூறினேன் என்றும் அந்த அம்மா சொன்னார். "இதோ வருகிறேன்" என்று வெளியிலிறங்கியவர் ஒரு இளைஞனோடு திரும்பி வந்தார். வந்த

சு. கிருஷ்ணன் ✦ 157

இளைஞன் விஸ்வத்தைப் பார்த்து "ஸ்கூட்டரிலெ போகலாமா?" என்று கேட்டான். இல்லைங்க ஊரைப்பாத்துக்கிட்டு நடந்தே போகலாமே. பக்கத்திலெதானே என்று கூறியதும் இருவருமாகப் புறப்பட்டார்கள்.

"நான் தந்தி அலுவலகத்துக்குச் சென்று பாரதிக்கு தந்திச் செய்தி அனுப்பி விட்டு வருகிறேன்" என்று விஸ்வம் எழுந்தான். விஸ்வம் தந்தி அலுவலகத்திற்குச் சென்று "பயப்படும்படியா ஒண்ணுமில்லை. ஆனாலும் நான் இங்கு நாலைந்து நாட்கள் ரகு சாரோடு இருந்து அவரைப் பார்த்துக் கொள்ள நினைக்கிறேன்" என்று பாரதிக்கு தந்திச் செய்தி அனுப்பினான்.

/I\

அத்தியாயம் - 30

சாரதா அம்மாவும் விஸ்வமும் ரகுவை குடும்ப டாக்டரான, பழக்கமான மனநல மருத்துவரிடம் அழைத்துச் சென்றார்கள். டாக்டர் நோயாளியைச் சோதித்துவிட்டு மருந்துகள் எழுதித்தந்தார். ஓய்வும் தூக்கமும் மன நிம்மதியும் மிகவும் தேவையென்று அறிவுரை கூறினார்.

இருவரும் கண்கலங்கினார்கள். விஸ்வம் அந்தத் தாயைத் தேற்றினாள். ஆனால் விஸ்வத்தின் இதயம் வேதனையால் துடித்தது. நாலைந்து நாட்கள் விஸ்வம் ரகுவின் பக்கத்துக் கட்டிலிலேயே படுத்திருந்தான். ரகுவின் அம்மாவை நன்றாகப் படுத்துத் தூங்குமாறு கட்டாயப்படுத்தினான்.

நாலைந்து நாட்கள் மருத்துவரின் அறிவுரைப்படி சிகிச்சை எடுத்துக்கொண்டதும் ரகுவிடம் நல்ல முன்னேற்றம் காணத் தொடங்கியது. ரகு விஸ்வத்தோடு சகஜமாகப் பேசத் துவங்கினான். விஸ்வத்தை சாரதா அம்மாவுக்கு (ரகுவின் அம்மா) நன்கு பிடித்துப்போய்விட்டது. அவனுடைய கள்ளங்கபடமற்ற பேச்சில் அவர் மிகவும் நெகிழ்ந்து போனார். பக்கத்து வீட்டு மனிதர்கள் ரகுவைப் பார்க்க வந்தபோது விஸ்வத்தைப் பற்றி அவர்களிடம் மிகவும் புகழ்ந்து சொன்னார். விஸ்வத்தை "என்னோட இளைய மகன்" என்று கூறினார். நான்கைந்து நாட்களுக்குள் விஸ்வத்துக்கு ரகுவின் வீடு சொந்த வீடுபோலாகிவிட்டது. ரகுவும் தன்னைப் பார்க்க வந்த நண்பர்களுக்கு விஸ்வத்தை மிக உயர்வாக அறிமுகம் செய்து வைத்தான். "என் தம்பி" என்று சொல்லி அவனை அணைத்துக்கொண்டான். விஸ்வத்துக்குச் சுவையான உணவுகள் தயாரித்துத் தர ரகு அம்மாவைக் கேட்டுக்கொண்டான். சாரதா அம்மாவும் பக்கத்து விட்டுப் பெண்ணின் துணையோடு அவனுக்குச் சுவையாகச் சமைத்துப்போட்டு மகிழ்ந்தாள்.

ஒரு வாரம் கடந்து விட்டது. ரகுவும் நலமடைந்து விட்டான். சாரதா அம்மா விஸ்வத்தின் குடும்பத்தைப் பற்றி யோசித்தாள். ஒரு இளம் பெண் சின்னக் குழந்தையையும் வைத்துக்கொண்டு அவளுக்குச் சொந்தபந்தங்களில்லாத ஊரில் அதுவும் வசதிகளேதுமில்லாத ஊரில் தனியாக இருப்பதிலுள்ள சிரமங்களை உணர்ந்தார். விஸ்வத்திடம் "ஊருக்கு புறப்படணுமா? பாரதி தனியா கஷ்டப்படுமே" என்று சொன்னார். "பாரதியையும் அழைத்துக்கொண்டு வந்து எவ்வளவு நாள் வேணுமானாலும் நீங்க இங்குத் தங்கலாம். பத்துப்பேர் தங்குவதற்கான வசதி இந்த வீட்டிலெயிருக்கு. இது உன்வீடு. நீ புறப்படுவதாயிருந்தா நாளைக்கே புறப்படப்பா" என்றவர் எழுந்து சென்று ரகுவின் அறையில் எட்டிப் பார்த்தார்.

ரகு நல்ல தூக்கத்திலிருந்தான். திரும்பி வந்து விஸ்வத்தின் பக்கத்திலமர்ந்த சாரதா அம்மா தன் மகனைப் பற்றி, அந்தக் காதலிக்கு ஏற்பட்ட அகால மரணம் பற்றி அதற்குப் பிறகு ஒன்றுக்குப் பின் ஒன்றாக அவர்கள் குடும்பத்துக்கு ஏற்பட்ட துயரச் சம்பவங்கள் பற்றி எல்லாம் மீண்டும் விலாவாரியாக விவரித்தாள்.

"நீ என் மகனைப்போல. நீ எல்லாத்தெயும் தெரிஞ்சுருக்கணும்ணுதான் இதையெல்லாம் திரும்ப திரும்ப சொல்கிறேன். என் மகனை ஒரு உடன்பிறப்பைப்போல நீயும் பாரதியும் கவனிக்கிறதா என் மகன் பலமுறை சிலாகித்துச் சொல்லியிருக்கான். அதுக்காக நான் உனக்கு நன்றி சொல்லமாட்டேன். ஒரு அண்ணனுக்கு ஒரு தம்பி துணையாக இருப்பதா நினைச்சு சந்தோசப்படறேன்" என்றாள் அந்தத் தாய்.

ஒரு காதல் கதையின் பக்கங்கள் அவன் முன் ஒவ்வொன்றாக மலர்ந்து வந்தபோதும், காதல் காவியத்தின் தேன் சொட்டும் சேதிகள் அவன் காதுகளில் துளித்துளியாக வீழ்ந்தபோதும் கள்ளங்கபடமற்ற அன்பின் அடியொழுக்குகள் இதயத்துக்குள் பாய்ந்தபோதும், நெஞ்சைக் கோடாரியால் வெட்டிப் பிளப்பது போன்ற உணர்ச்சிகளை ஏற்படுத்திய துயர நிகழ்ச்சிகள் அவனிடம் கண்ணீரோடு புலம்பப்பட்டபோதும் ஒரு சிலைபோல் அமர்ந்து கேட்டுக்கொண்டிருந்தான் விஸ்வம். அவை திரைப்படக் காட்சிகள்போல் தோன்றி மறைந்தன.

/|\

அத்தியாயம் - 31

விஸ்வம் வீட்டையடையும்போது இரவு வெகு நேரமாகிவிட்டது. பாரதி பரபரப்போடும் கவலையோடும் ரகுவின் உடல்நிலை பற்றி விசாரித்தாள். ரகு பூரண சுகமடைந்துவிட்டார் என்ற விவரம் சொன்னதும் கணவனின் முகத்திலிருந்த களையைப் பார்த்தே பாரதி உண்மை நிலவரத்தை ஊகித்துக்கொண்டாள். இரவுச் சாப்பாட்டிற்குப் பிறகு பாரதி கட்டிலில் அமர்ந்திருந்த விஸ்வத்தின் பக்கத்தில் தரையில் வந்தமர்ந்துவிட்டு அவன் தொடையில் கையூன்றி அவனை நோக்கினாள். அவளுக்கு ஆயிரம் கேள்விகளிருந்தன. ரகு சாரின் வீட்டு விஷயங்கள் பற்றித் தெரிந்து கொள்ளும் ஆர்வம் அந்தக் கண்களில் தெரிந்தன. அவருடைய அம்மா விஸ்வத்தை எப்படிக் கவனித்துக்கொண்டார் என்பதை அறிய ஆவலாயிருந்தாள். அவள் ஒவ்வொரு கேள்வியாகக் கேட்கும் முன்னரே அவள் கேட்கவிருந்த ஒவ்வொரு கேள்விக்கும் அவனிடமிருந்து தகவல்கள் வந்து விழுந்தன.

ரகுவின் காதல் கதை, காதலியின் அகால மரணம் போன்ற விஷயங்களைக் கூறியபோது அவன் முகத்தில் பளிச்சிட்ட உணர்ச்சிப் பெருக்கை அவள் கவனித்தாள். "பாத்தியா பாரதீ! நமக்கெதுவும் விவரமா தெரியாதே" என்றான். "நீ சொல்லித்தான் கொஞ்ச விஷயங்கள் எனக்கு முன்னாலேயே தெரிந்திருந்தது.

ரகுவின் உடல் நிலையில் பயப்படும்படியாக எதுவும் இல்லையென்று தெரிந்ததும் பாரதி உற்சாகத்தோடு பேசத் துவங்கினாள். விஸ்வமும் பாரதியைப் பல நாட்கள் பிரிந்திருந்தவன்போல் பாசத்தோடு தன் பக்கம் இழுத்துக்கொண்டான். "ஆவேசத்தைப் பாரு" என்று அவளும் அன்போடு கடிந்துகொண்டாள். திருமணத்திற்குப் பிறகு ஒரு

நாள்கூட அவர்கள் ஒருவருக்கொருவர் பிரிந்திருக்கவில்லை. பாரதியின் வீட்டில் வைத்து நடந்த அவளுடைய குழந்தைப் பேற்றின்போதுகூட அவன் பக்கத்து வராந்தாவிலேயே படுத்திருந்தான். இப்போது முதன்முதலாக ஒரு வார இடைவெளி. அது பல மாதங்கள் பிரிந்திருந்ததைப் போன்ற விரகத்தை ஏற்படுத்தியது.

சின்னக் கோடு, பெரிய கோடு என்பார்களே அதைப்போல ரகுவின் நோயினால் ஏற்பட்ட கவலையும், மன அழுத்தமும் அந்தப் பிரிவில் இருந்த ஆற்றாமையை மறக்கடித்திருந்தது. "என்னை மூச்சுமுட்ட வெச்சுக் கொன்னுடாதீங்க. எதுக்கு இவ்வளவு ஆவேசம்? உங்களுக்காக உங்க கைக்குள்ளதானே இருக்கேன்" என்று சிணுங்கினாள் பாரதி. "எதுக்குடி தப்பான வார்த்தையெல்லாம் உளறுறெ. என்ன விசேஷங்கள் சொல்லு" என்று அவளைத் துளைத்தெடுத்தான் விஸ்வம். "ஓட்டல்லெ எண்ணைக்கும்போல நல்ல யாவாரம் நடந்திச்சு. முத்தாச்சி அக்காளும் அவள் மகன், சிறுவன் மணிகண்டனும் முழு நேரமும் இங்கேயே தங்கி ரெம்ப உதவியா இருந்தாங்க. நேத்தைக்கு தினக்கூலியா எவ்வளவு வேணும்ணு கேட்டேன். நீயாப்பாத்துக் குடு தாயீன்னு சொன்னாங்க. இங்கேயே சாப்பிட்டதாலெ ஒரு நாளைக்கு ரெண்டு பேருக்குமா சேத்து எம்பது ரூபா கூலி கேட்டாங்க. நான் நூறு ரூபாயாக் குடுத்தப்ப ரெம்ப சந்தோசப்பட்டாங்க. அவங்க ரெண்டு பேரும் இல்லேண்ணா நான் என்ன செய்ய முடியும்?" என்றாள்.

"பாடு பேசிக்கிட்டிருக்கிறச்சே கையும் முகமும் சும்மா இருக்க வேண்டியதுதானே" என்று கடிந்துகொண்டாள். "எனக்கு மூச்சுவிட வேணாமா?" என்று சிணுங்கினாள். "சரி சரி நீ பேசுடா" என்று செல்லமாக அவளைத் தட்டிக் கொடுத்தான் விஸ்வம்.

"அப்புறமா, சின்ன அத்தான் — ஓங்க தம்பி (பல வருசங்களுக்கு முன்னாடி அவனுடைய ஏழாவது வயசிலெ அம்மை நோயில் இறந்து போன விஸ்வத்தின் தம்பியைதான் அவள் குறிப்பிட்டாள்) கனவிலெ வந்து நம்ம குழந்தையை தொட்டில்லேந்து எடுத்துக் கொஞ்சத் தொடங்கினாரு. ரம்ப நேரம் என்னிட்டெயும் ஓங்ககிட்டெயும் பேசிக்கிட்டிருந்தாரு. ஓங்களுக்கும் அவருக்கும், குழந்தைக்கும் தட்டிலெ சாப்பாடு எடுத்து வெச்சப்ப இல்லெ அண்ணி எல்லோரும் ஒண்ணாயிருந்து சாப்பிடலாம். நீங்களும் தட்டிலெ சாப்பாடு எடுத்துகிட்டு எங்களோடெ ஒக்காருங்க" என்றார்.

அப்புறம் கனவு வேறெ எங்கோ போயிருச்சு. நீங்களும் நானுமா ஆத்திலெ மீன் பிடிக்கிற மாதிரி — மரம் நெறஞ்ச காட்டுக்குள்ள ஒண்ணா நடந்து போற மாதிரி ஒண்ணுக்கொண்ணு சம்பந்தமில்லாமெ" என்று பேசிக்கொண்டிருந்தபோது விஸ்வத்தின் கண்கள் கலங்கின. அவனை விட ஐந்து வயது இளைய பாசத்துக்குரிய தம்பி அவன். "அதை நினைக்கும்போதே நெஞ்சு வெடிச்சிடும் போலிருக்கு. எப்பவும் ஒண்ணாவே விளையாடுவோம்" என்று கூறிய அவனை பழைய நினைவுகள் பல ஆண்டுகளுக்குப் பின்னோக்கி இழுத்துச் சென்றன. அரிக்கேன் விளக்கின் வெளிச்சத்தில் பளபளத்த கண்ணீர்த் துளிகள் கன்னங்கள் வழி ஓடின. தன் முந்தாணையால் பாரதி கணவனின் கண்களைத் துடைத்தாள். "நான் இப்பப் போய் அதைச் சொல்லியிருக்க வேண்டாம். ஆனாலும் அவரு இப்ப உயிரோடிருந்திருந்தா நமக்கு அவரும் அவருக்கு நம்மளும் தொணையா எவ்வளவு சந்தோசமா இருந்திருக்கும்" என்றாள். "ரெம்ப வருசத்துக்குப் பிறகு ஏன் இப்படியெல்லாம் கனவுகள் வருது?" என்று அங்கலாய்த்தாள். "இதனாலெ கெடுதலேதும் வருமா?" என்று கணவனைக் கேட்டாள். "போடி பயித்தியமே அதெல்லாம் இல்லை. கனவுகளுக்கும் நெசங்களுக்கும் சம்பந்தமே இல்லெ. கனவு ஏன் வருதுண்ணும் அதுக்கும் நெசமா நடக்கப் போறதுக்கும் தொடர்பு இருக்காண்ணும் மனசைப் பத்தி படிச்சவங்க ஆராச்சி பண்ணிட்டிருக்காங்கண்ணு ஒரு தடவை ஐயா சொல்லியிருக்காரு. ஆழ்மனது, மனசிலெ வார நெனப்புகள் இதைப் பத்தியெல்லாம் எளிமையா அவரு சொல்லுவாரு. அவரு எவ்வளவு எளிமையா சொன்னாலும் அதைப் பத்தியெல்லாம் புரிஞ்சுக்கிற அளவுக்கு எனக்கு புத்தியில்லெ."

"நமக்குக் குடுத்து வெச்சது அவ்வளவுதான். அவன் சின்ன வயசிலேயே போயிட்டான். குழந்தைகளா இருக்கறச்சே அவனும் நானும் ஒவ்வொரு பக்கமா ஒன் கையைப் பிடிச்சிக்கிட்டு ஆத்துக்கு குளிப்பாட்டக் கூட்டிக்கிட்டு போவோம். ஞாபகமிருக்கா பாரதி?" என்று அவன் கேட்டபோது அவள் தலையசைத்தாள். அவளுக்கும் கண்ணில் நீர் துளிர்த்தது. அதை அவள் துடைத்தாள். ஒரு தடவை ஆத்துக் கடவைத் தொட்டிருந்த இசக்கியம்மன் கோவில் பக்கத்து கடையிலேந்து எட்டு காசு கொடுத்து மூணு முட்டாசி வாங்கி ஆளுக்கொண்ணா தந்தப்ப அவன் அவனுக்குத் தந்த முட்டாசியைப் பாதியாக் கடிச்சி ஒனக்குத் தந்திட்டு அவன் பாதியை மட்டும் வாயிலெ போட்டு நொணக்கத் தொடங்கினான். அதைப் பாத்து நானும் பாதியை கடிச்சு ஒனக்கு தந்தப்ப நீ வேண்டாம்ணு தலையாட்டின. எல்லாத்தெயும் வாங்கி நான் ஒன்

மூக்கைப் பிடிக்க மூச்சுவிட நீ வாயைத் திறந்ததும் ஒன் வாயிலே அமுக்கிவிட்டோம். வேறு வழியில்லாம நீ எல்லாத்தெயும் கடிச்சுச் சாப்பிட்டெ. வாயிலெ வழிஞ்ச எச்சிலை அவன் பாசத்தோடு தன் கையாலெ தொடச்சிவிட்டான். "எங்களுக்கு ஆளுக்கு பாதி பாதி. ஒனக்கு ரெண்டு" என்று கூறிச் சிரித்தான்.

"இசக்கியம்மன் கோயில்லெ கெடச்ச பிரசாதத்தையெல்லாம் ஒனக்கே ஊட்டி ரெண்டு பேரும் சந்தோசப்பட்டோம். அங்கெ மாட்டியிருந்த ராட்டினத்திலெ மூணு பேருக்கும் சுத்துறதுக்கு காசில்லாமெ இருந்தப்ப ஒன்னை மட்டும் சுத்த வெச்சிட்டு நாங்க பாதுகாப்பா நிண்ணுக்கிடடிருந்தோம். அவன் இறந்து பதினைஞ்சு வருசம் இருக்குமா பாரதீ" என்று மனைவியைக் கேட்டான். அவளும் தலையசைத்தாள். நினைவிலிருந்து மீண்டனர் இருவரும்.

"ரகு சாருக்க நோய் இப்ப கொணமாயிருச்சு. இன்னும் ரண்டு வாரத்திலெ அவரு வேலைக்கு வந்திருவாரு" என்று விஸ்வம் சொன்னபோது, "சாருக்க அம்மா எப்படியிருக்காங்க?" என்று பாரதி இடைமறித்தாள். "அதைச் சொல்ல மறந்திட்டனே" என்ற விஸ்வம் தொடர்ந்தான். "ரெம்ப அன்பான அம்மா! அவங்க என்ன சொன்னாங்க தெரியுமா? அவங்களுக்கு ரெண்டு பிள்ளைகளாம். நான் இளைய மகனாம். என்னை மகனா ஏத்துக்கிட்டு அன்பாலெ திக்குமுக்காட வெச்சிட்டாங்க. பாவம் ரெம்பவும் மெலிஞ்ச உடம்புக்காரங்க. சீக்காளி வேறே. மகனைப் பத்தி நினைச்சே உருகறாங்க. மகனோடெ வந்திருக்க முடியலை. சொத்து சொகமெல்லாம் இருக்கு. மகன் வேலையைவுட்டுட்டு வீட்டோடெ இருக்க அம்மா விரும்புறாங்க. சாருக்கக் கூட்டாளிங்க வேலையை விடக்கூடாதுண்ணு சொல்றாங்க. சீக்கிரமா அந்த அம்மா இங்கெ வந்து சாரோடெ தங்கப் போறதாவும் சொன்னாங்க. ரகு சாருக்கு மனசுக்கு எந்த கஷ்டமும் ஏற்படக்கூடாதுண்ணு டாக்டர் சொல்லியிருக்காரு" என்றான்.

"நல்ல ஓய்வும், பத்தியச் சாப்பாடும் கிடைக்கணுமாம். ஒழுங்கா தொடந்து மருந்து மாத்திரை சாப்பிடணுமாம். அடிக்கடி இதுமாதிரி வராமெ பாத்துக்கணும்ணு டாக்டர் சொன்னார். சாருடைய அம்மா வீட்டையும் சொத்துப் பத்துக்களையும் பாத்துக்க ஓராளெ ஏற்பாடு செஞ்சிட்டு வர எப்படியும் ஆறுமாசமாகுதோ ஒரு வருசமாகுதோ தெரியாது. இந்தக் காலத்திலெ யாரை நம்பறது. நல்லவங்களாத் தெரியறவங்ககூட ஏமாத்தறதுக்குச் சந்தர்ப்பம் கிடைச்சிட்டா ஊசிக்குள்ளே ஒலக்கையை நுழைக்கப் பாப்பாங்க" என்றான்.

“சாரு சந்தோஷமா இருக்கணும். அவருக்கு மனக் கஷ்டமெல்லாம் வராம இருக்கணும். நடந்த துக்கங்களை மறந்திடணும். போனவ வரவாப் போறா? கவலைப்பட்டு என்னாகப் போறது? அப்படீண்ணெல்லாம் தத்துவம் பேசலாம். மனுசனாலெ முடியுதா? ஒண்ணைப் பத்தி மறக்கணும்னு நினைக்கிறப்பதான் அது இன்னும் அழுத்தமா மனசைப் பிழிஞ் செடுக்கும். அவருக்கு வந்த சங்கடம் லேசிலெ மறக்கக் கூடியதா? உசிருக்குயிரா காதலிச்ச அந்தப் பொண்ணு அவரு வரச்சொன்ன இடத்திலெ அவரைத் தேடி வந்தப்ப பாம்பு கடிச்சுச் செத்துப் போயிருக்கு. அதை அவராலெ எப்படித் தாங்கிக்க முடியும்? தாங்கித்தான் ஆகணும்ணு நாம் சொல்லிடலாம், அவரு குழந்தை மாதிரி. அந்த மனசுக்கு அதைத் தாங்கிக்க முடியலை. புழுவாத் துடிக்கிறாரு. நல்ல கல்யாண ஆலோசனைகள் வந்த பிறகும் அவரு ஒண்ணுக்கும் ஒத்துக்கலெ. கலியாணமே வேணாம்னு அம்மாவிடம் உறுதியா சொல்லிட்டாராம். நல்ல மனுசங்கதான் நிறைய துன்பப்படராங்க. மறக்க வேண்டியதை மறந்துடணும்னு குரு சொல்லுவாரு. ஆனா மறக்கறது நம்ம கய்யிலெ இல்லெ பாரதி. அதுக்கு மனசு ரெம்பப் பக்குவப்படணும். எதை மறக்கிறது எதை மனசிலெ வெச்சுக்கிறது எங்கிறதைத் தெரிஞ்சக்கிறதுக்கும் நெறைய அறிவு வேணும்.”

“ஆனா ரகு சாரோடெ அம்மாவை நினைக்கிறப்ப எனக்கு ரெம்ப வேதனையா இருக்கு. பாவம் துடியாத் துடிக்கறாங்க. தனக்கு மரணம் எப்பவும் வரலாம். அதுக்கப்புறம் எம்பிள்ளையை யாரு பாத்துப்பாங்கண்ணு புலம்பறாங்க. கண்ணிலெ தண்ணியா வடியுது. ‘உங்களெப் பாக்கறச்ச என் அம்மா ஞாபகம் வருதம்மா. நீங்க அழக்கூடாது. இன்னும் நெறைய வருசம் உசிரோட இருப்பீங்க’ண்ணு சமாதாம் சொன்னேன்.”

கடைசியிலெ அவங்ககிட்டெ ஒரு காரியம் சொன்னப்ப எனக்கு அழுகை வந்திடுச்சு. ஏன்னா அதை ஒப்புக்குச் சொல்லல்லெ. அந்தச் சொல்லு என் நெஞ்சுகடியிலேருந்து வந்திச்சு. “அம்மா என்னை நீங்க ரெண்டாவது மகனா ஏத்துக்கிட்டேன்னு சொன்னீங்களே உங்க ரெண்டு பேருக்கும் நானும் பாரதியும் துணையாயில்லையா அம்மா” என்றேன். தன் கண்ணீரைத் துடைச்சிட்டு அந்த அம்மா என் கைகளைப் புடிச்சு அழுத்தினாங்க. ரெம்ப மெலிஞ்சு போயிருந்த விரல்கள் நடுங்குவதை என்னலெ உணர முடிஞ்சது.”

“மகன் ஆசைப்பட்ட புள்ள ரெம்ப நல்லபொண்ணு. ரெம்ப அழகாகவும் அன்பாகவும் இருப்பா. எனக்கு ரெம்ப ஓத்தாசையா

இருப்பா. என்ன சாதி என்ன குலம் அப்படியெல்லாம் தெரிஞ்சுக்க நாங்க ஆசைப்படலெ” என்று சொன்னாங்க.

“ஆனா கடவுள் அவளை அல்பாயுசிலெ அழைச்சிட்டாரு. அதோடெ என் மகன் சுக்குநூறா நொறுங்கிப்போனான். இதையெல்லாம் பொறுக்க முடியாமெ என் வீட்டுக்காரரும் எங்களை இப்படித் தவிக்கவுட்டுட்டு போய்ச் சேந்திட்டாரு.” (கொஞ்ச நேர அமைதிக்குப் பிறகு) “அப்பா” என்று அவர் பேசத் தொடங்கியபோது அவருடைய வலிமையிழந்த கைகளுக்குள்ளிருந்த என் கைகளை நடுங்கிக்கொண்டேயிருந்த அவருடைய கைகள் அழுத்துவதை உணர்ந்தேன்”.

“நீயும் நானும் இதுவரை முகம் பாக்காத மக பாரதியும்தான் இப்ப எங்களுக்கு உறவா இருக்கீங்க. அது எனக்கு ரெம்ப தெம்பா இருக்கப்பா. என் மகனுக்கு எந்தக் கஷ்டமும் வராமெ நீங்கதான் பாத்துக்கணும். நான் சீக்கிரம் வந்து அவனோட தங்குவேன் என்று சொன்னபோது அவருடைய உதடுகள் துடிப்பதைப் பார்த்தேன்” எவ்வளவு துடிச்சாலும் இறந்து போனவங்க வருவாங்களா ?” என்று சாருடைய அம்மா கூறியபோது நான் துடிச்சுப்போயிட்டேன். “நிரம்ப பாசமுள்ள அந்த அம்மா ஒவ்வொரு நிமிசமும் வேதனையாலெ துடிக்கிறாங்க. அதைப் பாக்கவே கஷ்டமா இருக்கு. பொறுக்க முடியல்லெ. மகன் எப்படியும் சந்தோஷமா இருந்தா அதுவே போதும்கிற நிலையிலிருக்காங்க. மகன் ஏதாவது லகரி சாப்பிட்டுத் தன்னை மறந்து நல்லா தூங்கினாக்கூட அந்தம்மா வருத்தப்பட மாட்டாங்க. தூங்கறப்ப நடுவிலெ எந்திரிச்சு மகன் ‘சுமதி ! சுமதீ’ண்ணு சொல்லிப் புலம்பறப்ப அந்தம்மா துடிச்சுப் போறாங்க. அவர், ரகு சாரு விரும்பற பெண் யாராயிருந்தாலும் அவளை அவருக்குத் திருமணம் செஞ்சு வெச்சிட்டுக் கண்ணை மூடணும்ணு நினைக்கிறாங்க. அனா அதைப்பத்தி சொல்லிச் சொல்லி தோத்துப் போயிட்டாங்க. அந்தப் பேச்சை எடுக்கறப்ப ரகு சார் ரெம்பவும் சங்கடப்படுவதை நினைச்சு இப்ப அந்த பேச்சை எடுக்கறதேயில்லை.”

கணவன் சொல்லிக்கொண்டே வந்த எல்லாவற்றையும் திறந்த கண் மூடாமல், கவலை படர்ந்த முகத்தோடு பாரதி கேட்டுக்கொண்டிருந்தாள். அவளுடைய நெஞ்சு மிக வேகமாகத் துடித்தது. அவளுடைய தொண்டைக்குழியில் ஏதோ ஒன்று அடைத்து வேதனைப்படுத்துவதை உணர்ந்தாள்.

சில மாதங்களுக்கு முன்பு நடந்த நிகழ்வுகள் அவளுடைய மனத்திரையில் பளிச்சிடுவதை உணர்ந்தாள். சிறு குழந்தையிலிருந்தே அவளுடைய வாழ்க்கையில் அவளைக் கதற வைத்த

சம்பவங்கள் மூன்றே மூன்றுதான். அவளுடைய அம்மா, அப்பா, அத்தை ஆகியோர் இறந்தபோது துடிதுடித்துக் கதறியழுதிருக்கிறாள். விஸ்வத்தின் தம்பி இறக்கும்போது அவள் சிறிய குழந்தையாயிருந்தாள். என்றாலும் எல்லோரும் அழுவதைப் பார்த்து அவளும் 'ஓ'வெனக் கதறி அழுதிருக்கிறாள். அப்போது அவன் மரணம் என்றால் என்னவென்று தெரியாத சிறு வயதுக் குழந்தை. வறுமையும், பசியும் அவளுக்கு மிகவும் பழக்கப்பட்டுப் போயிருந்தன. சராசரி வாழ்க்கை வசதிகளுக்கும் கீழே வாழ்ந்த கிராமத்து மக்களுக்கிடையில் வாழ்ந்த அவளை ஆசைகளும், ஏக்கங்களும் பெரிசாக வாட்டவில்லை. பக்கத்து வீடுகளில் ஏதாவது சாவுகள் நேர்ந்தால் அவளும் கவலைப்பட்டிருக்கிறாள். குடித்துவிட்டு வந்து வீட்டுப்பெண்களைத் துன்புறுத்துபவர்களைப் பார்த்து வெறுப்படைந்திருக்கிறாள். மற்றபடி இரவுகளும் விடியல்களும் என்றும்போல் வந்து வந்து போயின. மழையும், இடியும், மின்னலும் கிராமத்துக் குழந்தைகளைக் குதூகலமடையச் செய்தபோது, அவற்றை ஆரவாரத்தோடு வரவேற்றபோது அவர்களோடு வளர்ந்து வந்த அவளும் தன் வயது நிலைக்கேற்ப அந்த மகிழ்ச்சியைப் பங்கு போட்டிருக்கிறாள்.

ஆற்றில் வெள்ளம் மிகுதியாக வந்தால் தோழிகளோடு அவளும் சென்று பார்த்து வருவாள். கோயில் கொடைவிழா நடக்கும்போது அந்தக் கிராமத்துக்கு ஒரு புதுப்பொலிவும் ஆரவாரமும் ஏற்படும். அதை அவளும் களிப்போடு அனுபவித்திருக்கிறாள்.

ஆனால் சில மாதங்களுக்கு முன்பு நடந்த நிகழ்வுகள் — அவளுடைய பேரழகினால் ஏற்பட்ட வேதனைகள். என்னதான் துன்பங்கள் வந்தபோதும் உடல் வலிமையும், மனவலிமையும் மிக்க அவளுடைய கணவனின் கைகளுக்குள் அவளுடைய பெண்மை — அவளுடைய கற்பு — எந்தச் சேதாரமுமில்லாமல் பாதுகாக்கப்பட்டிருந்தது. ஆனால் தொடர்ந்து வந்த நிகழ்வுகள் அவளுடைய மனதை மாற்றின. ரகுவைப் பற்றி அவளுக்கேற்பட்டிருந்த சந்தேகங்கள் அகன்று போயிருந்தன. அதைப் பற்றி விஸ்வத்திடமும் கூறி, தெளிவுபெற்றபோது அவள் மேலும் அமைதியடைந்திருந்தாள். என்றாலும்? விஸ்வம் ரகுவையும் அவருடைய அம்மாவையும் பற்றிக் கூறக்கூற அவள் வேதனையால் புழுங்கினாள். அவளுடைய இதயம் ஒரு குருச்சேத்திரப் போர்க்களம்போல் குருதிக்களமானது. மாறுபட்ட சிந்தனைகள் இதயத்தைப் புரட்டியெடுத்தன. உணர்வுகள் ஈட்டியால் குத்தப்பட்டதுபோல், காயப்பட்டுக் கடுமையாக வலித்தன.

ரகு அவருடைய காதலியின் புகைப்படத்தைக் காட்டாமலிருந்திருந்தால் ஒரு வேளை அதைப்பற்றி அவள் குழப்பமடைந்திருக்க மாட்டாள். அந்தப் புகைப்படம் தன்னைப் போன்ற முகச்சாயலோடிருந்தது அவளைக் குழப்பியது. தன்னுடைய குடும்பத்துக்கு இன்று வந்துள்ள எல்லா நன்மைகளுக்கும் ரகு ஒருவரே காரணமாயிருந்தார். இப்போது விஸ்வத்தின் குடும்பத்துக்குக் கிடைக்கின்ற நல்ல உணவுக்கும், உடைகளுக்கும், தொழிலுக்கும் வாழ்க்கையில் ஏற்பட்டுள்ள பிடிப்புக்கும் அவர் ஒருவர்தான் காரணமாயிருந்தார். ஒரு மூத்த தமையனைப்போல எல்லா காரியங்களுக்கும் அவர் துணையாக நின்றார். எல்லாப் பொருட்செலவுகளையும் அவரே ஏற்றுக்கொண்டார். அவர் அவளுடைய கணவனைச் சொந்த தம்பியைப்போல நேசிகிக்கிறார். எல்லாவற்றுக்கும் மேலாக அவளுடைய கணவன் கடுமையான உடல் நல பாதிப்பால் மரணத்தின் விளிம்பில் துடித்தபோது அவர் செய்த தியாகங்கள்!

விஸ்வத்தின் காலில் துருவேறிய ஒரு ஆணி தைத்து அதைப் பொருட்படுத்தாமல் விட்டுவிட்டதால் அது புரையேறி உயிருக்கே ஆபத்தான நிலை ஏற்பட்டுவிட்டது. இதையறிந்த ரகு, அவனை பட்டணத்திலுள்ள பெரிய தனியார் மருத்துவமனையில் சேர்த்து மிக விலை உயர்ந்த மருந்தும் சிகிச்சையும் கிடைக்கச் செய்ததோடு நோயின் தொற்றும் தன்மையை உணர்ந்து அதை பாரதியிடமிருந்து மறைத்து அவளையும் குழந்தையையும் விஸ்வம் படுத்திருந்த அறைக்குப் போகவிடாமல் செய்து எந்த ஆபத்தையும் பொருட்படுத்தாமல் அவரே விஸ்வத்தின் பக்கத்திலிருந்து பார்த்துக்கொண்டதையெல்லாம் நினைத்துப் பார்த்தாள். ரகுவின் தியாகங்களை நினைத்தபோது அவளையுமறியாமல் அவள் கண்கள் பொங்கி வழிந்தன. வாழ்நாளெல்லாம் ரகுவின் காலடியில் விழுந்து கிடந்தாலும் ரகு செய்த உதவிக்கு ஈடு செய்ய முடியாது.

விஸ்வம், ரகுமீது வைத்திருந்த உயர்வான மதிப்பு, கள்ளங் கபடமற்ற அன்பு, தன்னலம் தீண்டாத பாசம், அதீதமான அக்கறை இவையெல்லாம் அவளை வியப்பிலாழ்த்தியதுண்டு. கணவனின் மனநிலை அளவுக்கு அவள் பண்பட்டுயரவில்லை.

விஸ்வம், ரகுவை கடவுளைப்போல் பார்க்கிறான். அவரிடம் ஒரு உடன்பிறப்பிடம் வைக்கும் அன்பைவிடக் கூடுதலான அன்பும், நம்பிக்கையும் வைத்திருக்கிறான். விஸ்வத்தின் குடும்பத்திடம் ரகு வைத்துள்ள பாசம் உள்நோக்கம்கொண்ட நட்பாக நினைக்க பாரதிக்கு முடியவில்லை. அவர் செய்த

உதவிகள் சாதாரணமானவையல்ல; ஈடு செய்யக்கூடியவையல்ல; மறந்துவிடக்கூடியவையல்ல. இருந்தாலும் அந்த உதவிக்கெல்லாம் பிரதிபலனாக எதிர்பார்க்கக்கூடாததை அவர் எதிர்பார்க்கிறாரோ என்ற எண்ணம் தோன்றி மறையும்போது அது எல்லோருடைய வாழ்க்கையையும் அடியோடு உடைத்து நொறுக்கிவிடும் என்று அஞ்சினாள்.

பாரதிக்கு உறக்கம் வரவில்லை. மனது நெருப்பில் விழுந்த புழுப்போல் துடித்தது. பெண்களுக்குப் பொறுமையும், விவேகமும் குறைவு என்பார்கள். அவர்கள் எப்போதும் தங்களைப் பற்றி, தங்கள் குடும்பத்தைப் பற்றி, தங்கள் எதிர்காலத்தைப் பற்றி மட்டும் சிந்திப்பவர்கள் என்பார்கள். சுயநலத்தில் மட்டும் குறியானவர்கள் என்பார்கள். அப்படியெல்லாம் ஒரு பெரும் பழிக்குத் தன்னை ஆட்படுத்திக் கொள்ளாமலிருக்க போதிய மன உறுதி தர அவள் கடவுளை வேண்டினாள். ஆனாலும் அவள் தன்னைக் காத்துக் கொள்ள வேண்டும். தனக்காகவும் தன் கணவனுக்காகவும் தன்னைக் காத்துக் கொள்ள வேண்டும். தன் குழந்தைக்காகத் தன்னைக் காத்துக் கொள்ள வேண்டும்.

சில இரவுகளில் கடுமையான மனப்போராட்டம் அவளைச் சித்திரவதை செய்தது. அந்த நிகழ்வு நடந்த இரவு இப்போதும் அவள் நினைவுகளுக்குள் ஒரு கருநாகத்தைப்போல் நுழைந்து பதற வைத்தது. அந்த சம்பவத்துக்குப் பிறகு அந்த இரவு அவள் தூங்கவில்லை. அதிகாலை நான்கு மணிக்குப் பிறகு தூக்கத்திலாழ்ந்து போனாள். காலையில் விழித்தெழுந்த விஸ்வம் பாரதி வழக்கத்துக்கு மாறாக தூங்குவதைப் பார்த்ததும் அவள் பக்கத்தில் வந்து நெற்றியில் கை வைத்துப் பார்த்தான். “ஏன் பாரதி உடம்புக்கு முடியலையா?” என்று சொல்லி அணைத்துக்கொண்டான்.

அவள் முகம் பேயறைந்தது போலிருந்தது. கண்களில் தூக்கக் கலக்கத்தின் கருங்கோடுகள் தெளிந்து தெரிந்தன. அவளைக் கட்டாயப்படுத்திப் படுக்க வைத்தான். கடை நடக்கும் பகுதிக்கு வந்தான் பால்காரன். அப்போதுதான் பால்கொண்டு வந்தான். முதல் வேலையாக இரண்டு டீ தயாரித்து ஒன்றை ரகுவின் அறைக்குக்கொண்டு சென்றான். அவர் ஒரு சிகரெட்டைப் புகைத்துக்கொண்டு எதையோ யோசித்துக்கொண்டிருப்பது போலிருந்தார்.

“இன்னைக்கு விடுமுறைதானே சார்” என்று ரகுவை கேட்டபோது “இல்லை ஆபிசுக்குப் போகணும்” என்றான் ரகு. இன்னொரு டீயை எடுத்துச் சென்று பாரதியின் பக்கத்திலமர்ந்து

அவளைக் குடிக்கச் சொன்னான். அவள் டீயைக் குடித்தாள். படுக்கையிலிருந்து எழுந்தாள். அன்பே உருவான விஸ்வத்தை வாஞ்சையோடு பார்த்தாள். "நீங்க டீ குடிக்கலியா? ரெம்ப குளிரா இருக்கு" என்று போர்வையை இழுத்துப் போர்த்திக்கொண்டாள். "உனக்கு அசதியாயிருந்தா நீ படுத்துக்க" என்றான் விஸ்வம். அவள் "இல்லை" என்று சொன்னபடியே படுக்கையிலிருந்து எழுந்தாள். பதிவுபோல ஓட்டல் வேலைகளிலும், சமையல் வேலைகளிலும் தன்னை ஈடுபடுத்தியபோது மன அழுத்தம் சற்றுக் குறைந்து வருவதை அவள் உணர்ந்தாள்.

ரகுவுக்குக் குளிப்பதற்கு வழக்கம்போல் சுடுதண்ணீர் வைத்துத் தந்தாள். காலையில் கடை வியாபாரத்துக்காகத் தயாரிக்கும் பலகாரங்கள் தாம் ரகுவும் சாப்பிடுவார். நேந்திரபழமோ, வேகவைத்த முட்டையோ அதிகப்படியாகத் தயாரிக்க வேண்டும். "நீங்க டீ குடிச்சாச்சா?" என்று கணவனிடம் திரும்பவும் கேட்டாள். குழந்தை நல்லாத் தூங்கறான். உங்க பிள்ளையை வந்து பாருங்களேன். திருட்டுப்பய! அரைக் கண்ணுவெச்சு தூங்கிட்டிருக்கான். கண்ணு முழிச்சதும் 'ஒண்ணு' ராகம் புடிச்சிடுவான். அவனுக்கு புட்டி பால் கலக்கி வெக்கணும்" என்று அந்த வேலையில் மூழ்கினாள். அவள் பழைய நினைவுகளிலிருந்து விடுபட்டாள்.

/|\

அத்தியாயம் - 32

ஒரு ஞாயிற்றுக் கிழமை. ரகுவுக்கு விடுமுறை நாள். மதிய உணவுக்கான நேரம். ரகுவும், விஸ்வமும் குழந்தையும் சாப்பாட்டு மேசையின் முன் அமர்ந்தார்கள். பாரதி இலைகளில் தண்ணீர் தெளித்துத் துடைத்துவிட்டு அதில் கூட்டுகளைப் பரிமாறினாள். எல்லாப் பதார்த்தங்களும் ரகுவுக்குப் பிடித்தமானவை. பாரதி சமையலில் மிகவும் கெட்டிக்காரி. புன்சிரிப்போடு, நல்ல கரிசனத்தோடு உணவு வகைகளைப் பரிமாறிக்கொண்டிருந்த பாரதியைப் பார்த்து "எனக்கு உடம்பு ரெம்பவும் பருத்துவிட்டது. பாரதியின் சமையலை ருசித்து அதிகமாச் சாப்படறதாலெத்தான் வெயிட் ஏறிவிட்டது" என்றான் ரகு. பாரதியும் விஸ்வமும் சிரித்தார்கள். "நான் சமையலில் எண்ணெய் கொஞ்சமாத்தான் சேர்த்துப்பேன் சார். உங்க உடம்புக்கு எண்ணெய் நிறைய சேத்துத்தாளிப்பது ஒத்துக்காதுண்ணு இவரு சொல்லியிருக்காரு" என்று கணவனை நோக்கினாள். "இன்னும் குறைக்கவா? உடம்பு குண்டானது மாதிரி ஒண்ணும் தெரியலை" என்று சொல்லிவிட்டு அவள் சிரித்தாள். மூன்று பேரும் ஒன்றாகச் சிரித்தார்கள்.

ரகு "போதும்போதும்" என்று தடுத்தபோதும் "சாப்பாடெக் குறைச்சா எப்படி? ஆபீசிலெ வேலை செய்ய தெம்பு வேணாமா? உப்பும் காரமும் ரெம்பக் குறைச்சிருக்கேன்" என்றாள். சாப்பிட்டு முடித்து கைகழுவியதும் ரகுவுக்கு ஒரேயொரு சிகரெட்டைத் தந்துவிட்டு "ரெம்ப புகை பிடிக்கக்கூடாது. ஒண்ணுதான்" என்றான் விஸ்வம். பாரதியும் ஆமோதித்தாள். "ரெண்டு பேரும் சிகரெட் பிடிக்கறதெக் கொஞ்சம் கொஞ்சமா குறைச்சு நிறுத்திடணும்" என்றாள். கணவனும் ரகுவும் குழந்தையும் உணவருந்திய பிறகு பாரதி சாப்பிட அமர்ந்தாள்.

ரகு குழந்தையோடமர்ந்து விளையாடத் தொடங்கினான். ரகு குழந்தையோடு குழந்தையாக விளையாடுவதைப் பார்த்துப் பாரதி உள்ளுக்குள் பூரிப்படைந்தாள். அவர்கள் இருவரும் ஏதோ விளையாட்டில் ஒருவரையொருவர் தோற்கடித்து "ஓஹோ"வென்று கைகொட்டிச் சிரித்து மகிழ்ச்சி ஆரவாரம் செய்ததைப் பார்த்த பாரதியின் கண்கள் மகிழ்ச்சியால் பனித்தன.

ரகு இங்கு இருக்கும்போதெல்லாம் மாலையில் தேநீருக்குப் பிறகு ரகுவும் விஸ்வமும் ஒரு மணி நேரமாவது காலாற நடப்பார்கள். கடையைப் பாரதியோ கடையிலுள்ள வேலையாட்களோ கவனித்துக் கொள்வார்கள். சில நாட்கள் அவர்களோடு பாரதியும் குழந்தையும்கூட நடக்க வருவார்கள். வருகிற வழியில் சிவன் கோயிலுக்குச் சென்று சாமி கும்பிட்டுவிட்டு வருவார்கள்.

ரப்பர்த் தோட்டங்களுக்கு நடுவே ஒழுங்கான தார்ச்சாலையில் நடக்கும்போது ஒரு உற்சாகமேற்படும். இருமருங்கிலும் செழிப்பான புல் அடர்த்தியாக வளர்ந்திருக்கும். சில நாட்கள் ரப்பர் மரங்களுக்கிடையே குறுகலாக அமைக்கப்பட்டிருந்த மண்சாலையில் நடந்து மேடான பகுதிக்குச் சென்று அங்குள்ள பாறை மீதமர்ந்து நாலாப்பக்கமும் தாழ்வான பகுதிகளில் தெரிகின்ற இயற்கைக் காட்சிகளைப் பார்த்திருப்பார்கள். அவை கண்ணுக்கு விருந்தாக இருக்கும்.

சிறிய கோயில்கள், வயல்வெளிகள், மாலை வெயில் பட்டுத் தங்கத்தகடுபோல் ஜொலிக்கும் நீர் நிலைகள், தென்னை மற்றும் மாந்தோப்புகள், உயர்ந்து தெரிகின்ற கிருத்தவத் தேவாலயங்கள் 'தோப்புகளை'த் தொட்டு ஓடிக்கொண்டிருக்கின்ற ஆறு. சின்ன வாய்க்கால்கள், தார்ச்சாலைகளின் வழியே ஓடிக்கொண்டிருக்கின்ற ஊர்திகள், சிறியதும் பெரியதுமான வீடுகள், தூரத்தில் நேரான நீலக்கோடிழுத்து நீலச்சாயம் பூசினாற்போல் மங்கலாகத் தெரிகின்ற கடல்; எல்லாம் அழகான இயற்கைக் காட்சிகள். தனியாக அங்கிருப்பது ரகுவுக்கு விருப்பமில்லை. தனிமை அதுவும் அழகான தோட்டத்திற்கு நடுவே அமர்ந்திருப்பது சுமதியைப் பற்றிய நினைவுகளுக்கு அவனை இழுத்துச் சென்று சோகத்திலாழ்த்திவிடும்.

ரகுவுக்கு தனிமைச் சூழல் வராதவாறு விஸ்வம் பார்த்துக் கொள்வான். நடப்பதற்குப் போகும்போது விஸ்வத்துக்கு அவனோடு செல்ல முடியாத நேரங்களில் ரகுவோடு செல்ல அவன் பாரதியையும் குழந்தையையும் அனுப்பிவைப்பான். குழந்தை, ரகு மாமாவின் கைவிரல்களைப் பற்றியபடி கம்பீரமாக நடக்கும்போது பாரதி மகிழ்ந்து போவாள். பாரதி பல

விஷயங்கள் பற்றியும் அவனோடு பேசிக்கொண்டே வருவாள். ஊர்க் கதைகள், குழந்தைக்கால நினைவுகள் தொட்டு ஓட்டல் நிலவரம், காய்கறிகளின் விலைவரையிலான விஷயங்கள் அந்தப் பேச்சில் வந்துபோகும்.

வீட்டிற்கு வந்து வெந்நீரில் குறித்துவிட்டு ஏழு மணிக்கு முன்னாலேயே ரகுவுக்கு பாரதி வீட்டிலேயே சூடாக டிபன் தயாரித்துத் தந்துவிடுவாள். சில நாட்கள்தான் கடையிலிருந்து சூடான டிபன் கடையிலுள்ள வேலைக்காரச் சிறுவனிடம் விஸ்வம் கொடுத்தனுப்புவான். இரவு உணவுக்குப் பிறகு வழக்கமாக உட்கொள்ளும் மாத்திரைகளும் சாப்பிட்டு விட்டு ஒன்பது மணிக்குத் தூங்கச் செல்வதுவரை ரகு குழந்தையோடு விளையாடிக்கொண்டோ பாரதியோடு பேசிக்கொண்டோ இருப்பான். சில நேரங்களில் புத்தகம் படித்துக்கொண்டிருப்பான். விஸ்வம் புது வீடு கட்டியிருந்தான். சிறிய வீடென்றாலும் ரகுவின் மேற்பார்வையில் அழகாகக் கட்டியிருந்தார்கள். கையிலிருந்த சேமிப்போடு வங்கியிலிருந்து வீட்டுக்கடன் பெற்றிருந்தார்கள். ரகுவும் கணிசமாக உதவினான். விஸ்வம் மறுத்தபோதும் ரகு பல நல்ல பொருட்களைத் தானாகவே சென்று வாங்கினான். மாடியில் இரண்டு படுக்கையறைகள். கீழ்த் தளத்தில் ஒரு படுக்கையறை, பூஜையறை, தளம், வராந்தா, சமையலறை, ஸ்டோர் ரூம் இப்படி வீடு அழகாகவும் வசதியாகவும் அமைந்திருந்தது. மாடியிலுள்ள இரண்டு படுக்கையறைகளில் பெரிதாக இருந்த படுக்கையறை டாய்லட் மற்றும் குளியலறையோடு அழகாக வடிவமைக்கப்பட்டிருந்தது. அது ரகுவுக்காக ஒதுக்கப்பட்டது.

வீட்டிற்குதேவையான 'பர்னிச்சர்'களை ரகுவே வாங்கிக்கொண்டு வந்து போட்டான். தரையில் காங்கிரீட் தளம் அமைப்பதற்குத்தான் விஸ்வம் திட்டமிட்டான். ஆனால் ரகுதான் டைல்ஸ் ஒட்ட ஏற்பாடு செய்தான். வீடு அழகாகப் பெயின்ட் அடிக்கப்பட்டு வீட்டுக்கு முன்னால் ஒரு அழகான தோட்டமும் பின்னால் கிணறும் காய்கறித் தோட்டமும் அமைக்கப்பட்டன. வீட்டு வேலை தொடங்கிய நாளிலிருந்து வீட்டுக்குப் பூஜை போடுவது, அஸ்திவாரத்துக்கான கல் இடுவது, நிலைவிடுவது, போன்ற எல்லா வேலைகளையும் ரகு தன் கையாலேயே செய்ய வேண்டுமென்று கணவனும் மனைவியும் கட்டாயப்படுத்தி செய்ய வைத்தார்கள்.

கிரஹப்பிரவேச நாளன்று மண்பானையில் பால் காய்ச்சுவதற்கு முன்பு தீபம் கொளுத்துவதற்கும் ரகுவிடமே சொன்னார்கள். நல்ல நாள் பார்த்து 'மூத்தாச்சாரி'யாரின் மேற்பார்வையில் கிரஹப்பிரவேச வைபவம் சிறப்பாக நடைபெற்றது. ரகுவுக்காக

ஒதுக்கப்பட்டிருந்த படுக்கையறையில் கட்டில், மேஜை, நாற்காலி, புத்தகங்கள் வைக்க அல்மாரா, சாய்வு நாற்காலி எல்லாம் போடப்பட்டிருந்தன.

*

அது ஒரு விடுமுறை நாள். அதோடு பௌர்ணமி நாள். நிலவு காய்ந்துகொண்டிருந்தது. மொட்டை மாடியில் அமர்ந்து சாப்பிடலாமா என்று விஸ்வம் ரகுவிடம் கேட்டான். “சரி, குழந்தைக்கும் உற்சாகமாக இருக்கும்” என ரகு ஆமோதித்தான். அன்று விசேஷமாகச் சில உணவு வகைகள் ஏற்கனவே தயாரிக்கப்பட்டிருந்தன. எல்லாவற்றையும் விஸ்வமும் பாரதியும் மொட்டை மாடிக்கு எடுத்துச் சென்றார்கள்.

நிலவு வெளிச்சத்தோடு மொட்டைமாடியில் பொருத்தப் பட்டிருந்த பிளக்கிலிருந்து டேபிள் விளக்கின் ஒயரைப் பொருத்தி நடுவில் வைத்தார்கள். பெரிய தரை விரிப்பொன்று விரிக்கப்பட்டது. கச்சிதமாக வெட்டி கழுவி வைத்திருந்த வாழை இலைகளை ரகு, விஸ்வம் குழந்தை மூவர் முன்பும் வைத்தாள் பாரதி. அவள் பரிமாறுவதற்காகக் கரண்டியை எடுத்தபோது விஸ்வம் “உனக்கும் இலை போட்டுவிட்டு உட்காரு” என்று சொன்னான். “நான் பிறகு சாப்பிடறேனே” என்று சொன்னபோது விஸ்வம் விடவில்லை.

விஸ்வம் கூறியதை ரகுவும் வெகுவாக ஆமோதித்தான். வேறு வழியில்லாமல் பாரதியும் விஸ்வத்தின் பக்கத்தில் அமர்ந்தாள். எல்லோரும் மாறிமாறி விளம்பிக்கொண்டார்கள். குழந்தையும் அவன் பங்கிற்குச் செயல்பட்டதைப் பார்த்து எல்லோரும் சிரித்தார்கள். அந்த நிலாச்சோறு எல்லோருக்கும் அமுதமாக இனித்தது. ஒருவரையொருவர் கட்டாயப்படுத்தி நிறைய உண்ண வைத்தார்கள். சாப்பிட்டு முடித்து இலைகளையெல்லாம் எடுத்துப் போட்டுவிட்டு உணவுப் பாத்திரங்களை மூன்று பேருமாகக் கீழேகொண்டு சென்றார்கள்.

கொஞ்சநேரம் பேசியிருந்துவிட்டு ரகு வழக்கமாக எடுத்துக் கொள்ளும் மாத்திரைகளையும் உட்கொண்ட பிறகு மாடியில் அவனுக்காக ஒதுக்கப்பட்டிருந்த அறைக்குப் படுக்கச் சென்றான். சில நேரங்களில் குழந்தை ரகுவோடு படுத்துக் கொள்ள விரும்புவான். ரகுவும் அவனை அன்போடு தன் அறைக்கு அழைத்துச் சென்று தன் அருகில் படுக்க வைப்பது வழக்கம். அன்று விஸ்வம், குழந்தையைத் தூக்கிக்கொண்டு மாடிப்படியிறங்கி கீழ்தளத்துக்கு வந்தான். குழந்தைக்குத் தூக்கம் வந்துவிட்டது. அவனைக் கட்டிலில் கிடத்தினான். பாரதி பாத்திரங்களைச்

சுத்தம் செய்வதிலும் மறுநாள் ஓட்டலுக்குச் செய்ய வேண்டிய சில வேலைகளைச் செய்து முடிப்பதிலும் மும்முரமானாள்.

அந்த வேலைகளைச் செய்து முடிப்பதற்கு விஸ்வம் அவளுக்கு உதவினான். "நீங்க போயிப்படுங்க. கொஞ்ச நேர வேலைதான். நான் செஞ்சு முடிச்சிட்டு வரேன். குழந்தை தனியா கிடக்கிறான்" என்று பாரதி விஸ்வத்திடம் சொன்னாள். ஆனால் வேலை முடிவதுவரை அவன் அவளுக்கு உதவியாக இருந்தான். வேலைகள் முடிஞ்சதும் "உன் கழுத்தும் முகமுமெல்லாம் வியத்துக் கொட்டுது. அலம்பிட்டு வா" என்று மனைவியிடம் சொன்னான் விஸ்வம்.

அவள் வந்ததும் அவளை ஆதரவோடு அணைத்து அவள் முகத்தையும் கழுத்தையும் துண்டால் துவட்டிவிட்டான். "காட்டற அக்கறையைப் பாத்தா பயமா இருக்கு. இண்ணைக்குத் தூங்கவிட மாட்டியபோல இருக்கு" என்று சொல்லிவிட்டு அவள் சிரித்தாள். "உங்களுக்கும் வியத்துக் கொட்டியிருக்கு. நீங்களும் முகத்தைக் கழுவிட்டு வாங்க" என்று அவள் அவனை அனுப்பி வைத்தாள். அனால் வழக்கமாக அவன் முகத்தில் பளிச்சிடும் சுறுசுறுப்பும் குழைவும், குறும்புப் பார்வையும் அந்த முகத்தில் தெரியவில்லை. ஒரு வகைக் கலவரத்தின் மெல்லியக்கோடுகள் அந்த முகத்தில் தோன்றி மறைவதைப் பார்க்க முடிந்தது. இன்று மாலை முழுக்க வேலை கொஞ்சம் அதிகம்தான். அதனால் களைப்படைந்திருக்கிறார் என்று நினைத்துக்கொண்டாள் பாரதி. "போயிப்படுங்கண்ணு அப்பவே சொன்னேன், கேட்டாத்தானே. அசதியாயிருக்கா?" என்று பாந்தமாக விஸ்வத்தின் தலையை வருடிக்கொண்டே கே டாள். "ஏதும் இல்லை பாரதி. படுக்கப் போகலாம்" என்று அவளையும் அணைத்துக்கொண்டு படுக்கையறையை நோக்கி நகர்ந்தான் விஸ்வம்.

அவனுக்குத் தூக்கம் வரவில்லை. அச்சமூட்டும் எண்ணங்களும், விசித்திரமான, வித்தியாசமான முடிவுகளும் மனதைக் குடைந்தெடுத்தன. ஆர்ப்பரித்தெழுந்த உணர்வலைகள் கொஞ்ச நேரத்தில் அமைதியடைந்தபோதும் தன் எண்ணங்களையோ, முடிவுகளையோ எப்படி வெளிப்படுத்துவது என்று தெரியாமல் தவித்தான். படுக்கையில் சாய்ந்தவன் பலமுறை புரண்டு புரண்டு படுத்தான். இதைக் கவனித்த பாரதி "ஏன்?" என்று அவனை அணைத்துக்கொண்டே கேட்டாள். "ஒண்ணுமில்லை பாரதி" என்று சொல்லி அவளைச் சமாதானப்படுத்தினான். "நிலவில் எல்லாரும் ஒண்ணா ஒக்காந்து எவ்வளவு சந்தோசமா சாப்பிட்டோம். நீங்க திடீர்ண்ணு சொரத்தில்லாமெ ஆயிட்டீங்க. ஏன்? சொல்லுங்க. நான் ஒங்க பொண்டாட்டி. எங்கிட்டெ ஒளிக்கப்படாது" என்று பாரதி கணவனைத் துளைத்தெடுத்தாள்.

அவன் படுக்கையிலிருந்து எழுந்தான். அவனைப் பற்றிக்கொண்டே அவளும் எழுந்தாள். அவனை அணைத்துக்கொண்டே "ஏதாவது பிரச்சினையா?" என்று பாரதி அவனைக் கேட்டாள். "என்னவாயிருந்தாலும் எங்கிட்டெ சொல்லுவேளே. தூக்கம் கெட்டுப்போற அளவுக்கு அப்படியென்ன? என்கிட்டெ சொன்னா என்ன?" என்று அவனைத் துருவித் துருவிக் கேட்டாள் பாரதி. "ஒண்ணுமில்லெ பாரதி.நீ ஒண்ணும் பதட்டப்படாதெ" என்று அவன் மனைவியைச் சமாதானப்படுத்தினான்.

ஆனால் அவன் முகமும் கழுத்துப் பகுதியும் வியர்வையால் நனைந்திருந்தன. முந்தானைத் தலைப்பால் பாரதி விஸ்வத்தின் முகத்திலிருந்த வியர்வையைத் துடைத்துவிட்டாள். அவனை நெஞ்சோடு அணைத்துத் தலைமுடியைக் கோதிவிட்டாள். உச்சந்தலையில் முத்தமிட்டு அவனைச் சமாதானப்படுத்தினாள். "என்னென்னு சொன்னாத்தானே எனக்குத் தெரியும். என்ன நல்லது கெட்டது வந்தாலும் அதெ ஒங்களோடெ சேந்து நான்தானே தாங்கிக்கணும். நீங்களே பலமுறை சொல்லியிருக்கீங்க; நம்ம ஒரே உசிருண்ணு! இப்ப நமக்குகூடப் பிறப்பு மாதிரி நம்ம எல்லா கஷ்டங்களையும் பங்கு போட்டுக்க ரகு சாரு வேறெ இருக்காரு. பொறகு ஏன் இப்படி நெஞ்சுக்குள்ளெ எதையோ பொதைச்சு வெச்சிக்கிட்டு மனசுக்குள்ளே அழறீங்க?" அடர்த்தியாக ரோமம் வளர்ந்திருந்த விஸ்வத்தின் மார்பை தடவிக் கொடுத்துக்கொண்டே பாரதி கணவனைத் துளைத்தெடுத்தாள்.

"பாரதி! நீ மொதல்லெ சொல்ல வேண்டிய ஆளைப் பின்னாலெ சொல்லறெ. எனக்கொண்ணு வந்தா நீயும் ஒனக்கொண்ணு வந்தா நானும் துடிக்கறது இயற்கைதான். குழந்தைக்கு ஒண்ணு வந்தா ரெண்டு பேருமே துடிச்சுப்போயிடறோம். ஆனா நம்ம மூணுபேரையும் நினைச்சுத் துடிக்கிற உசிரொண்ணு இருக்கு. நமக்கு ரத்த உறவில்லாத உசிரு. அவருக்கு ஒண்ணு வந்தா துடிக்கறதுக்கு அவருக்கு அம்மா மட்டும் இருக்காங்க. அவங்களும் ரம்ப நோய்வாய்ப்பட்டிருக்காங்க. அவருக்கு இப்ப நம்மைத் தவிர ஆரிருக்கா?" விஸ்வத்தின் குரலில் வேதனை!

"அவரு இப்ப நல்லாத்தானே இருக்காரு. அவருக்கு என்ன வந்தாலும் நம்ம உசிரெக் கொடுத்துப் பாத்துப்பம். அவரொண்ணும் அனாதெயில்லெ. அவருக்கு நாம இருக்கோங்கிற தைரியம் அவருக்கும் இருக்கு. இதுக்காக நீங்க ஏன் கலங்கறீங்க. உங்களுக்கு உடம்புக்கு வந்தப்ப அவரு உங்களை என்னைவிட கரிசனமாப் பாத்துக்கிட்டாரு. அதெல்லாம் எனக்கு தெரியாதா, நான் மரக்கட்டை ஜடமா?" என்றாள் பாரதி.

“எனக்க நெஞ்சும் ஈரமான நெஞ்சுதான். நீங்க தைரியமா இருங்க. உங்க பாரதி உங்க பக்கத்திலெ உங்களோடெ இருக்காண்ணு தைரியமா இருங்க. கடவுள் நமக்கு எந்தக் குறையும் வைக்கமாட்டார். நாம யாருக்கும் எந்தத் துரோகமும் பண்ணலையே. நீங்களே பலமுறை சொல்லியிருக்கீங்க. நீங்க நினைக்கிறதையே நானும் நினைக்கிறேண்ணு. நமக்கு ரெண்டு பேருக்கும் ஒரே உசிருண்ணு சொல்லியிருக்கீங்க. கவலைப்படாமெ தைரியமா தூங்குங்க. ரகு சாருக்கு என்ன கஷ்டம் வந்தாலும்நம்ம பாத்துக்கலாம். அவரெ ஒருக்காலும் தனியாவிடமாட்டோம். அவரிப்ப நல்ல சந்தோசமா இருக்காரு. நீங்க ஏந் துடிக்கிறீங்க? நீங்க என்ன செய்யணும்ணு நினைக்கிறேளோ அதுக்கு இந்த பாரதியும் ஒங்க கையைப் புடிச்சிட்டு துணையா வருவேன்.” ஆறுதலாகப் பேசினாள் பாரதி.

“பாரதீ! நீ நினைக்கிறது தப்பு. அவரிப்பம் முழுமையா குணமாகலை. அவருக்கிருக்கிற நோயைப் பத்தி உனக்குத் தெரியாது. எனக்கும் தெரியாமத்தான் இருந்தது. ஆனா டாக்டர் சொன்ன பிறகுதான் எனக்கும் கொஞ்சம் புரிஞ்சிது பாரதி”.

விஸ்வம் என்றுமில்லாத அளவு பாசத்தோடு மனைவியை அழைத்தான். இதயத்தின் ஆழ்நிலைகளிலிருந்து வந்த குரல்போல் அது இருந்தது. அந்தக் குரலில் ஒரு வித்தியாசம் இருந்தது. அவளை அன்போடு இழுத்து மார்போடு அணைத்துக்கொண்டான். அவளுடைய உச்சியில் முத்தமிட்டான். தலைமுடியைப் பாசத்தோடு கோதிவிட்டான். அவளுக்குக் குழந்தை பிறந்த புதிசில் ஒரு நாள் விஸ்வம் சொன்ன வார்த்தைகள் அவள் நினைவில் மிதந்து வந்தன. “நெஞ்சிலெ, மனக்கஷ்டத்தாலெ வலி வந்தா முன்னெல்லாம் ஒன்னை நெஞ்சோடு சேத்து அணைச்சிக்கிட்டிருந்தா வலி கொஞ்சம் கொஞ்சமா கொறஞ்சு அமைதியாயிடும். இப்ப நம்ம செல்லக் குட்டிப்பயலெ என் நெஞ்சிலெ கவுத்துப் போட்டுக்கிட்டேயிருந்தா அந்த அமைதி வந்திடுது. ஆனா எப்பவுமே நீ பக்கத்திலெயிருந்தா எனக்கு யானை பலம்.”

“பாவம், குழந்தையைப்போல களங்கமில்லாதவர்”. அவள் கணவனைப் பத்தி நினைத்துக்கொண்டாள். “பாரதி” என்று அவன் திரும்பவும் கூப்பிட்டபோது பழைய நினைவுகளிலிருந்து விடுபட்ட அவள் சற்றுத் திடுக்கிட்டு “என்ன?” என்று கேட்டாள்.

“பாரதி!” அவன் திரும்பவும் அழைத்தான். “ஒங்கிட்டெ ரம்ப முக்கியமான ஒரு காரியம் சொல்லத்தான் ஒன்னைத் தனியா அழைச்சிக்கிட்டு வந்திருக்கேன். ரகு சாருக்கு அடிக்கடி நோய் வந்திட்டிருக்கு. அவரு நெஞ்சில இறந்துபோன அவருடைய காதலி

சுமதியைப் பத்தின நெனப்பு கடுமையா குத்திக்கிட்டேயிருக்கு. அவருடைய அம்மா அடிக்கடி படுக்கையிலெ விழறதனாலெ அவருடைய கவலை இன்னும் அதிகமாயிருச்சு. நம்ம முன்னாலெ இருக்கறப்ப அவரு உற்சாகமா இருப்பது போலெ தெரிஞ்சாலும் தனிமையிலெ சுமதியையும் தாயையும் தந்தையையும் நினைச்சு அழறத என்னால உணர முடியுது. அவரு நம்ம மேலெ ரெம்ப அதிகமான அன்பும் நம்பிக்கையும் வெச்சிருந்தாலும் அவரு இந்த உலகத்திலெ தனியாவிடப்பட்டது மாதிரியான நினைப்பும் அவருக்கு வரலாம். அதுதானே உண்மை. நம்மைச் சந்திச்சு நம்மோடெ நெருக்கமா பழகறதுக்கு முன்னெ நாம அவருக்கு யாருமில்லையே? எந்த ரத்த உறவுமில்லையே?"

"நீங்க சொல்வது சரிதான். ஆனா நாம அப்படி நினைக்கலெ. கூடப்பிறப்பைவிட மேலா அவரை நினைக்கிறோம். சுமதி இறந்தது அகால மரணம். இப்படியும் எத்தணையோ நடக்குதில்லையா? அவரு மனசைத் தேத்திக்கிட்டு இன்னொரு கல்யாணம் பண்ணிக்கிட்டு சந்தோசமா வாழணும். இதுதானே ஊரு ஒலகத்திலெ நடந்துக்கிட்டிருக்கு" யதார்த்தத்தைக் கோடிட்டுக் காட்டினாள் பாரதி.

"இதெல்லாம் எல்லாருக்கும் தெரிஞ்ச விஷயந்தான் பாரதி. ஆனா அவரு இனிமேல் கல்யாணமே பண்ணிக்கமாட்டாரு. அவருடைய அப்பாவும், அம்மாவும் சினேகிதர்களும் இதுக்காக படாதபாடு பட்டாங்க. அவரு ரெம்ப உறுதியானவரு. அந்த விசயத்திலெ அவருக்குக் கல்மனசு. கரைக்க முடியாது. அவருக்கு இன்னொரு பெண்ணை கலியாணம் பண்ணிக்கிற மனநிலை இருந்திருந்தா அது எப்போதோ நடந்திருக்கும். நான் சொல்லறது சரிதானாண்ணு யோசிச்சுப் பாரு. காதல்லெ ஏற்பட்ட தோல்வி அவரை முழுமையா உடைச்சிடுச்சி. இன்னும் ஒரு முக்கியமான காரணம் என்னண்ணா அந்த பொண்ணு ரகு சாரை பாக்கிறதுக்காக காத்திருக்கும்போதுதான் அரவம் அந்த பெண்ணை தீண்டியிருக்கு. அவரு அவளை காக்க வெச்சதினாலெதான் இந்த விபத்து நடந்துவிட்டதா உள்ளுக்குள்ளெ நினைச்சு உருகுறாரு." விஸ்வம் பரிதாபப்பட்டான்.

அவள் திடுக்கிட்டுத் திரும்பி கணவனின் முகத்தை ஏறிட்டாள். இவர் என்ன சொல்ல வருகிறார் என்ற குழப்பமான பதற்றப் பார்வை அந்த கண்களில் பளிச்சிட்டது.

"பாரதி! அவர் நமக்கு எல்லாமாக இருக்கிறார். நம்ம உணர்வோடும் உசிரோடும் கலந்து போயிருக்கிறார். அவருக்கு ஆக்கிப் போடறதிலெயும் டாக்டர்கிட்டை அழைச்சிட்டுப்

போறதிலயும் நம்ம கடமை முடிஞ்சிடும்ணு நினைக்கிறியா?". "அதுக்கு?" பாரதி வினாவினான். "அவரு நமக்காக வாழ்ந்தவரு. இப்ப நீயும் நானும் அவருக்காக வாழ வேண்டிய முறை. அவருடைய மன நிம்மதிக்காக வாழ வேண்டிய முறை." விஸ்வத்தின் பேச்சினால் பதறிப் போனாள் பாரதி. "இப்படி என்னத்தையெல்லாமோ சொல்றீக? நீங்க என்னதான் நினைக்கிறீங்க? நாம என்னதான் செய்யணும்?"

"அவருடைய மனக்குமுறலை நம்மாலெ கொஞ்சமாவது தணிக்க முடியும். ஒன்னாலெ..." தயங்கினான் விஸ்வம்.

"சொல்ல நினைச்சதை நேரடியா சொல்லாமை எதையெதையோ ஒளறி வெக்கிறதெ கேக்கும் எனக்கு கிறுக்கு புடிச்சிடும்போல இருக்கு. என்னை, என் முகத்தைப் பாத்து என்ன செய்யணும்ணு சொல்லுங்க. நான் ஒங்க பொண்டாட்டி. ஒங்க முகத்தை எங்கயோ திருப்பீட்டு சம்பந்தமில்லாமெ என்னல்லாமோ சொல்றீங்க. நான் ஒங்களுக்கு பிடிக்காதவளா போயிட்டேனா? குத்தவாளியை போலீஸ்காரங்க விசாரிக்கற மாதிரி விசாரிக்கிறீங்க" பாரதி படபடப்புடன் கேட்டாள்.

"நீ அவருக்கு எந்த ஆசைக்கும்..." என்றதும் பாரதி தன் காதுகளைப் பொத்திக்கொண்டாள். "போதும்போதும். மேலே எதையாவது சொல்லிடாதீங்க" என்று பதறினாள். கொஞ்ச நேரம் பேசாமலிருந்தார்கள். ஒருவருடைய முகம் மற்றவருக்கு கோணலாக தெரிந்தது. மனக்கொந்தளிப்பின் கரும்புகை இருவருடைய முகங்களையும் தெளிவற்ற பிம்பங்களாக்கியிருந்தது. பாரதியின் கண்களில் நீர் முட்டி நின்றது. விஸ்வம் பாரதியின் கையை பற்றினான். பாரதி கணவனை ஏறிட்டாள். "ஏன் அத்தான் தலைக்கு வெளியில்லாமெ பித்துப்பிடிச்சவன் மாதிரி புலம்பறீக. என்னை எவனாச்சும் கூர்ந்து பாத்தாலே கொதிச்சுப் போற நீங்கதானே இதையெல்லாம் பேசறீங்க?" பாரதிக்கு மூச்சு வாங்கியது.

இதுவரையிலும் அவள் கணவனை எதிர்த்துப் பேசியதில்லை. அவன் சொல்லைத் தட்டியதில்லை. அவன் விரும்பாததைச் செய்ததில்லை. அவனைப் பல சந்தர்ப்பங்களில் செல்லமாகவும், சில நேரங்களில் சற்று கடுமையாகவும் ஏசியிருக்கிறாள். பொய்க் கோபத்தோடு கன்னத்தில் தட்டியிருக்கிறாள். ஆனால் அப்போதெல்லாம் அந்தப் பேச்சில் எவ்வளவு ஆழமான அன்பும் விவேகமும் உரிமையுணர்வும் இருந்தது என்பதை விஸ்வமும் உணர்ந்து அவளுக்குக் கட்டுப்பட்டு அடங்கிப் போயிருக்கிறான். கணவனுக்கு இணங்கி அனுசரித்துப் போவதிலுள்ள இனிமையை அவளும் நன்கு உணர்ந்திருக்கிறாள். கணவனுக்கு அடங்கிய

மனைவியாக வாழ்வதிலுள்ள உயர்வினையும் இனிமையையும் அந்தப் பட்டிக்காட்டுப் பெண் உணர்ந்திருக்கிறாள்.

ஆனால் ஒரு பெண் செய்யக் கூடியதும் செய்யக் கூடாததும் மிருக்கிறது. தியாகம் செய்யக்கூடியதும் தியாகம் செய்யக்கூடாததுமிருக்கிறது. அவள் மனதுக்குள் விவாதித்தாள். காலங்காலமாக சமூகம் வகுத்துக் காப்பாற்றி வரும் மரபுகளிருக்கின்றன. அவை ரத்தத்தோடும் உணர்வுகளோடும் கலந்தவை. வாழ்க்கையை நெறிப்படுத்துபவை. அவற்றுள் புகுந்து பகுத்தாய்வதை எந்தச் சராசரி மனிதனும் குறிப்பாக பெண்ணும் விரும்புவதில்லை.

அது அப்படித்தான். அப்படித்தான் ஒழுக வேண்டும். நடந்து கொள்ள வேண்டும். அவை உறுதி செய்யப்பட்ட சமூக நீதிகள். மறுதலிக்க முடியாத ஆணைகள். மகளுக்குத் தாயும், தாய்க்குப் பாட்டியும், பாட்டிக்கு பூட்டியும் தாய்ப்பாலோடு கலந்து ஊட்டிய உணர்வுகள்.

விஸ்வம் — பாரதி என்ற கணவன் மனைவியருக்கிடையே இருந்த உறவில் இன்னும் அதிகமான தெளிவிருந்தது. உறுதியிருந்தது. பெண்மையைப் பற்றியோ காதலைப் பற்றியோ, கற்பைப் பற்றியோ எந்த அறிவும், உணர்வும் அவள் உள்ளத்தில் துளிர்விடத்துவங்காத குழந்தைப் பருவத்திலிருந்தே அவள் விஸ்வத்தை நேசித்தாள். அவனுடைய பிஞ்சுக் கரங்களைப் பற்றிக்கொண்டு கடைக்கண்ணிகளுக்கு அழைத்துச் சென்றபோதும், பள்ளிக்கூடத்துக்கு அழைத்துச் சென்றபோதும், ஆற்றுக்குக் குளிக்க அழைத்துச் சென்றபோதும் அந்தப் பற்றுதலில் ஒரு இனிய உணர்வினைப் பெற்றிருந்தாள். அது தங்குதடையின்றி எந்த எதிர்ப்புமின்றி வளர்ந்தது. வளர்ந்து பெரியவளான பிறகு நாளெல்லாம் அந்த கைகளைப் பற்றிக்கொண்டே கடைசிவரை பயணம் போக வேண்டுமென்று அவள் விரும்பினாள். அறுக்க முடியாத ஒரு பாசப் பிணைப்பு அவர்களைக் கட்டிப் போட்டிருந்தது.

அவர்களுடைய உறவிலோ அவர்கள் ஒன்றாக எடுக்கும் முடிவுகளிலோ மற்றவர்கள் என்ன நினைப்பார்கள் என்று அவர்கள் அலட்டிக்கொள்ளவில்லை. விஸ்வம்தான் தன் உலகமே என்றான பிறகு யார் என்ன சொன்னால் அவளுக்கென்ன? ஆனாலும் அவள் ஒரு பெண். ஒரு மனைவி. ஒரு தாய். சமூகம் பின்னி வைத்துள்ள கட்டுப்பாடுகள், நீதிகள் என்ற ஆடைகளை அணிந்து திரிபவள்.

கொஞ்சநேரம் விஸ்வம் எதுவும் கூறவில்லை. அந்தப் படுக்கையறையின் மேற்குப் பக்கத்து ஜன்னல் திறந்து கிடந்தது. அறைக்குள் குளிர்ந்த காற்று வீசிக்கொண்டிருந்தது. தென்னை ஓலைகள் ஒன்றோடொன்று உரசி ஒலியெழுப்பிக்கொண்டிருந்தன. திறந்து கிடந்த ஜன்னல் வழியாக விஸ்வம் நீல ஆகாயத்தை நோக்கினான்.

நீல வானத்தின் எல்லைற்ற ஆழத்தில் கண் சிமிட்டிக்கொண்டிருந்த வெள்ளிகளை நோக்கியிருந்தான். இறந்துபோன தன்னுடைய அருமைத் தம்பியை நினைத்துப் பார்த்தான். விஸ்வத்தின் தந்தை அவன் சிறுவனாயிருக்கும்போதே இறந்துவிட்டார். தாய்தான் அவனுக்கு அப்பாவும் அம்மாவுமாக இருந்து வளர்த்துப் பெரியவனாக்கினாள். உயிரோடிருந்த நாட்களில் அவன் தாய் வாழ்ந்தாள் என்று சொல்ல முடியாது. வறுமையில் உழன்றாள். மகனை முடிந்தவரை வறுமையில் வாடாமல் வளர்த்தாள். ஆனால் அவர் நல்ல உணவு உண்ணவில்லை. நல்ல துணி உடுத்தவில்லை. அவர் அனுபவித்த துன்பங்கள் எண்ணிலடங்காதவை. ஆனால் மகன் வறுமையின் கொடுமை தெரியாமல் வளர வேண்டுமென்று துடித்தாள். அம்மாவும் தம்பியும் இன்று உயிரோடிருந்திருந்தால் அவர்களோடு இந்த வாழ்க்கை வசதிகளை அனுபவித்திருக்கலாம்.

இன்று அம்மா உயிரோடில்லை. விஸ்வம் வேதனைப்படத்தான் செய்கிறான். வாழ்க்கை, உணவு, உடை, உறைவிடம் என்ற மூன்றில் மட்டும் நிறைவடைந்து விடுவதில்லை.மகன் வசதியாக வாழ்வதை அந்தத் தாய் பார்க்க முடியவில்லை. விஸ்வத்துக்கு தூக்கம் வரவில்லை. மனம் அமைதியில்லாமல் நீறிக்கொண்டிருந்தது.

பாரதி நிலை குலைந்து போகுமளவுக்கு அவளிடம் பேசிவிட்டதாக நினைத்து மிகவும் பதறிப் போனான். இறந்து போன அவனுடைய தாயையும் மாமாவையும் நினைத்துப் பார்த்தான். இறந்து போனவர்களின் ஆவி அவர்களுடைய குழந்தைகளைச் சுற்றி பாதுகாத்துவரும் என்று சொல்கிறார்கள். கோடானுகோடி மைல்களுக்கப்பால் ஆகாயத்தில் மின்னுகின்ற நட்சத்திரக் கூட்டத்தில் அம்மாவும் ஒருத்தியாக மாறி இந்த மகனின் வசதியான வாழ்க்கையைப் பார்த்து மகிழ்ச்சியடையலாம். அந்த வெள்ளிக் குவியலில் அவனுக்கு அவன் அம்மாவை தனியாகப் பார்க்க முடியவில்லை.

பக்கத்து மாமரத்தில் ஒரு பறவையிருந்து குரலெழுப்புகிறது. இறந்து போகின்ற மனிதர்கள் விலங்குகளாகவோ பறவைகளாகவோ பிறப்பார்களோ? என்னுடை அம்மா ரெம்பவும் நல்ல மனுஷியாக வாழ்ந்தார்கள். அன்பு நிறைந்தவராகவும்,

இரக்க குணம் மிகுந்தவராகவுமிருந்தார்கள். வாழ்க்கையில் கொடிய வறுமையிருந்தபோதும் அவருடைய மனம் தாராளத் தன்மைகொண்டதாகத்தான் இருந்தது. மனிதர்களுக்கெல்லாம் மறு பிறவியிருப்பதாகக் கூறுகிறார்கள். ஒரு வேளை அவர் உலகத்தில் ஏதாவது ஒரு மூலையில் ஒரு குழந்தையாகப் பிறந்து வளர்ந்துகொண்டிருக்கலாம். மனதில் என்னன்னவோ எண்ணங்கள் வந்து போகின்றன. ஒன்றுக்கொன்று தொடர்பில்லாத எண்ணங்கள் கடிவாளமில்லாத குதிரை மாதிரி ஓடிக்கொண்டேயிருக்கின்றன. அவற்றை யாரும் கட்டுப்படுத்த முடியாது. விசித்திரமான எண்ணங்களும், நம்ப முடியாத எண்ணங்களும் வந்து போகின்றன. கடைசியில் இவையெல்லாம் அர்த்தமற்றவை என தெளிவடைந்தான்.

வானவெளியில் மினுமினுக்கின்ற எண்ணற்ற வெள்ளிக் கூட்டங்களில் கண் நட்டு படுத்திருந்தான் விஸ்வம். மனது சற்று அமைதி அடைந்திருந்தது. நீல ஆகாயத்தின் எல்லையற்ற பரப்புகளை நோக்கி ஆச்சரியமடைந்தான். கடலின் அடிப்பகுதியைவிட பல கோடி ஆழம் ஆகாயத்துக்கிருக்கலாம். கண்ணுக்குத் தெரிகின்ற ஆயிரமாயிரம் அதிசயங்கள், அழகுக் குவியல்கள், ரகசியங்கள் எல்லாவற்றையும் கட்டிப் பாதுகாக்கின்ற ஒரு மாயவெளி.

குருஜி ஒரு தடவை சொன்னது ஞாபகத்துக்கு வருகிறது. " வானம் தொடமுடியாததுதான். அப்படியொன்றிருந்தால்தானே தொடுவதற்கு. நாம் காணும் நட்சத்திரங்களெல்லாம் ஒரு நட்சத்திர மண்டலம்ணா இதுபோல இன்னும் எவ்வளவோ நட்சத்திர மண்டலங்களிருக்கு. இயற்கையின் ரகசியம் அறியப்படாதது. அளக்க முடியாதது." குருஜிக்கு தெரியாத விஷயங்களே இல்லைண்ணு சில நேரங்களில் நினைச்சிருக்கேன். அவர் நீயும் பூஜியங்கள்தான் என்று சொல்லிவிட்டுச் சிரிப்பார்.

சம்பந்தமில்லாத எதையெதையோ எண்ணத் தொடங்கியதால் மனதின் பாரம் குறைந்து போயிருந்தது.

நெஞ்சோடு சாய்ந்திருந்த பாரதி இப்போது அவன் மடியில் தலைவைத்து ஒரு பக்கமாகச் சுருண்டு கிடக்கிறாள். அவளுடைய இடதுகை அவனுடைய கையைப் பற்றியிருக்கிறது. உட்கார்ந்த நிலையிலிருந்து தூங்கியவள் மெள்ள மெள்ள நழுவி வந்திருக்கலாம். "பாவம் அவளுக்கு எல்லாமே நான்தான்" விஸ்வம் எண்ணிக்கொண்டான்.

மீண்டும் எண்ணங்கள் குருஜிக்குத் தாவின. அவர் சொன்னவைகளில் நிறைய விஷயங்களை அவனால் அன்று கிரகித்துக் கொள்ள முடியவில்லை. அவர் திருமணம் செய்து

கொள்ளவில்லை. ஒரு தொழிலாளி என்றாலும் குடும்ப விஷயங்களையும் ஒரு குழந்தையும் புரிந்து கொள்கிற மாதிரி எளிமையாக சொல்லி விளக்குவார். பொதுவுடமைத் தத்துவம், தொழிலாளி முதலாளி உறவு, தொழிற் சங்கங்கள், வீணான சமயச் சண்டைகள் எல்லாவற்றையும் பற்றிப் பேசும் அவர் கடைசியில் “எல்லாம் மாயையப்பா” என்று முடிப்பார்.

“வாழற கொஞ்ச நாட்களைப் பயனுள்ளதா, அன்பு நிறைஞ்சதா, மற்றவர்களுக்கு உதவக் கூடியதா வாழணும். நிறைய தெரிஞ்சுக்க ஆசையிருக்கணும். ஆனா நிறைய தெரியும்னு அகந்தை கொள்ளக்கூடாது. ஏண்ணா மனுசனுக்குத் தெரிஞ்சது மிகவும் கொஞ்சம்தான் என்பாரு. அன்புதான் இறைவன் என்பாரு. அதுதான் எல்லாமுமென்பாரு. எவ்வளவோ சிக்கலான விஷயங்களைச் சொன்னாலும் முத்தாய்ப்பாய் அவர் சொல்வது யாருக்கும் புரிஞ்சுபோகும். பால் மணம் மாறாத குழந்தைக்கும் புரிஞ்சு போகும்”

“பசியடங்கறதுதான் மனுசனுக்கு அடிப்படையான பெரிய தேவை. பசியடங்கினா படுத்துத் தூங்கணும். அப்புறம் பாலுணர்வு, இவற்றை வேராக வெச்சுத்தான் அளவற்ற ஆசைகளெல்லாம் பெரிய மரமா வளர்ந்து வந்திருக்கு” என்பார்.

பாரதி வலதுகையால் தலையைச் சொறிந்தாள். பழையபடி விஸ்வத்தையணைத்தபடி சரிந்து படுத்தாள். தூக்கம் கலையவில்லை. விஸ்வம் ஆதரவோடு அவளுடைய தலையைக் கோதிவிட்டான். பாரதி ஒரு குழந்தை மாதிரி என்று நினைத்துக்கொண்டான். அவளுடைய முதுகைத் தட்டிக் கொடுத்தான். அவனுக்கு இரண்டு குழந்தைகளிருந்தன. பாரதியும், அவர்கள் குழந்தையும். இப்போது இன்னும் ஒரு குழந்தை — ரகு சார்.

மனம் ஒரு காட்டுக் குரங்கு மாதிரி. கிளைக்குக் கிளை தாவுகிறது. சம்பந்தமில்லாத விஷயங்களை நோக்கித் தாவுகிறது.

துன்பங்களும் துயரங்களும் எத்தனை வந்தாலும் வாழ்க்கை கவர்ச்சியானதுதான். வாழ வேண்டுமென்றுதான் எல்லோரும் துடிக்கிறார்கள். எதற்காக வாழ வேண்டும் என்ற தெளிவான குறிக்கோள் இருக்க வேண்டுமென்பதுகூட இல்லை. பிறந்த மனிதர்களெல்லாம் வாழத் துடிக்கிறார்கள். அந்த வாழ்க்கை இனிமையானதாக, பாதுகாப்பானதாக அமைய வேண்டுமென்பது அடுத்த சிந்தனை. ஆசைகள் ஆயிரக்கணக்கான கிளைகளாக வளர்கின்றன. அதற்கு முடிவேயில்லை. எதற்காக என்ற தெளிவுகூட இல்லாமல் ஒவ்வொரு கால கட்டத்திலும் மனிதன் பல நியதிகளை,

நியாயங்களை, விதிகளை கண்டுபிடித்தான்; மணல் வீடு கட்டி பலமுறை அதை குலைத்துக் குலைத்து இன்னும் பெரிதான அழகான வீடு கட்டத் துடிக்கும் குழந்தைகளைப்போல. பல சமூக நீதிகளும் பல நியாயங்களும் விதிகளும் அவ்வப்போது இடிந்து வீழ்ந்தன. புதுப்பிக்கப்பட்டன. இன்னும் பெரிதாகக் கட்டப்பட்டன. கட்டுப்பாடுக்கோட்டைகள் கட்டியெழுப்பப்பட்டன. இடித்தும் தள்ளப்பட்டன. தாமாகவும் இடிந்து வீழ்ந்தன.

வாழ்க்கை மகிழ்ச்சியாகவும், வசதியாகவும், பாதுகாப்பாகவும் இருக்க வேண்டுமென்ற ஆசையால் மனிதன் இன்னல்களைப் பொறுத்துக்கொள்கிறான். முட்கிரீடங்களை அணிந்து கொள்கிறான். சொந்த லாபங்களுக்காக மற்றவர்களைத் துன்பத்துக்குள்ளாக்குகிறான். மற்றவர்களின் துன்பத்தில் இன்பம் காணவும் துடிக்கிறான். இவையெல்லாம் குரு அவ்வப்போதாகச் சொன்னவை. விஸ்வம் படிக்கவில்லையென்றாலும் செவி வழி கேட்டவைகளைக் காலத்துக்கும் நினைவில் வைத்துக் கொள்வான்.

கடந்த பிறவியில் ஒருவேளை மனிதன் யானையாகவோ, ஆடாகவோ, பறவையாகவோ, புழுவாகவோ பிறந்திருக்கலாம். அப்போதவை கோட்டைகள் கட்டவில்லையே என்று விஸ்வம் நினைத்துக்கொண்டான். குருஜி மறுபிறவியை நம்பாதவர். அதுபற்றியும் சொல்லியிருக்கிறார். பிதற்றல்கள் என்பார்.

விலங்குகள் கட்டுப்பாடுகள் என்ற வலை பின்னி சிக்கல்களிலிருந்து விடுபட முடியாமல் தவிக்கவில்லை.தான், தனது என்று பாதுகாப்பு வளையம் அமைப்பவன் மற்றவனுடைய வளையத்துக்குள் நுழைவதைப் பெருமையாக எண்ணுகிறான்; திறமையென்றெண்ணுகிறான்.

அன்புக் கடலின் மடியில், அதன் நீரோட்டத்தில் இழுத்துச்செல்லப்பட்ட விஸ்வத்தின் இதயம் அவ்வப்போது மனித இயல்பான ஆசாபாசங்களுக்கும் தன்னல எண்ணத்தின் பாறையிடுக்குகளுக்கும் இடையில் மோதிக் காயப்பட்டுத் துடித்தது. அந்த வேதனையைத்தாங்கமாட்டாது ஓலமிட்டது. இதயத் துடிப்பு நின்று விடும் போன்ற உணர்வால் தவித்தது. மனித இயல்பான தன்மானம், ஆண்மை, மனஉறுதி, தைரியம் ஆகிய எல்லா உணர்வுகளும் ஈட்டியால் குத்தப்பட்டு அதிலிருந்து இரத்தம் பீறிட்டுகொண்டிருந்தது போன்ற உணர்வு.

தன் மடியில் கிடந்து நிம்மதியாகத் தூங்கிக்கொண்டிருந்த பாரதியை அவன் மெல்ல எழுப்பினான். “பாரதி! என் செல்லமே!” என்று அன்போடழைத்தான். “நீ நல்லாத் தூங்கிட்டியா? இப்படிச்

சுருண்டுபோய்க் கிடந்தா தூக்கம் வருமா?" அவள் கன்னத்தில் வந்து ஒட்டிக்கொண்ட ஒரு கொசுவை தட்டிவிட்டான். பாரதி அரக்கப்பரக்க விழித்து "நல்லா தூங்கிட்டேனா?" என்று கேட்டாள். "இப்படித் தூங்கறது ஒனக்கு ரெம்ப சுகமா இருக்கா?" என்று அவன் கேட்க அவள் எழுந்து தலைமுடியை வாரிகொண்டையாகக் கட்டினாள். "கால் நீட்ட முடியாமெ இன்னும் நீங்க ஒறங்காமெ எதையோ யோசிச்சிட்டிருக்கீங்க. இப்படி தூங்காமெ ஏன் ஒடம்பக் கெடுத்துக்கணும்?"

"நான் இவ்வளவு நேரமும் நம்ம சாரைப்பத்தியே நினைச்சுக்கிட்டிருந்தேன் பாரதி. அவரு ரம்ப பாவப்பட்ட உசிரு" என்ற விஸ்வம் கவலை தோய்ந்த குரலில் கூறினான்.

"ஏன் அதைப்பத்தியே திரும்பத்திரும்ப அங்கலாய்க்கிறீங்க? அவருக்குத் தொணையா நாம இல்லையா?" பாரதி அவனைத் தேற்றினாள்.

"பாரதீ! ரகு சாரு நமக்கு எந்த உறவுமில்லாதவர்தான். எங்கெயோ பிறந்து எங்கெயோ வளர்ந்தவரு. ஒரு அரசாங்க வேலை கெடச்சதினாலெ இந்த ஊருக்கு வந்தாரு. அவருக்கும் எனக்கும் ஏற்பட்ட பழக்கம்கூட எதேச்சையா வந்ததுதான். அவரிடமிருந்து நாம எந்த உதவியும் எதிர்பார்க்கலெ. இருந்தும் என்னோட ரொம்பவும் நெருங்கிப் பழகினாரு. என்னை ஒருகூடப்பிறப்பு மாதிரி நெனச்சு பாசமா நடத்தினாரு. நம்ம வறுமையெல்லாம் நீங்கி நமக்கு நல்ல வாழ்க்கை அமையணும்ணு பாடுபட்டாரு. யாருக்கும் எந்தத் தீங்கும் நினைக்காத அந்த மனுசனுக்கு எவ்வளவு துன்பங்கள் பாத்தியா? ஓயாக் கவலையாலெ நொந்து நொந்து அவரு எத்தனை காலம் வாழ முடியும்?"

பாரதி முகத்தை உயர்த்தி கணவனை நோக்கினாள். ஜன்னல் வழியாக நுழைந்த நிலவொளியில் விஸ்வத்தின் கண்ணீர் நிறைந்த கண்கள் பளபளப்பதைக் கண்டாள். கணவனின் வெளிறிய முகத்தையும் துடித்துக்கொண்டிருந்த உதடுகளையும் பார்த்தபோது அவளுடைய கண்களும் நிறைந்து போயின. கணவனின் மார்பில் முகம் புதைத்து அவளும் தேம்பினாள். இவரை எப்படித் தேற்றுவது என்று அவள் கலங்கினாள். விஸ்வம் "ஓ"வென அழுதுவிடுவானோ எனப் பயந்தாள்.

"பாரதி! நாமதான் இப்ப ரகு சாருக்கு எல்லாம். நாமதான் அவரைக் காப்பாத்தணும். அவருக்காக நாம என்ன தியாகமும் செய்யத் தயாரா இருக்கணும். அவருக்குக் கிறுக்கு பிடிச்சுத் தெருத்தெருவா அலைஞ்சு கடைசியிலெ எங்கெயோ விழுந்து

செத்துக் கிடக்காருண்ணு கேள்விப்பட்டா ஒன்னாலெயோ என்னாலெயோ தாங்கிக்க முடியுமா?"

பாரதி திரும்பவும் ஆவேசத்தோடு கணவனை நோக்கினாள். தேம்பித் தேம்பி அழுதாள். கைகளால் கணவனின் நெஞ்சில் அடித்தாள். திரும்பவும் அவன் நெஞ்சில் முகம் புதைத்துத் தேம்பினாள்.

"எனக்குப் படபடப்பா இருக்கு. நீங்க என்னெ நெஞ்சோடஅணைச்சுப் பிடிச்சா எனக்கு கொஞ்சம் அமைதி வரும் போலிருக்கு. நாம படுக்கப்போலாம். நடு ராத்திரியாச்சு. இப்படியே எல்லா ராத்திரியும் கவலைப்பட்டு வெந்துகிட்டேயிருந்தா ரண்டு பேருமே சீக்கிரம் செத்துப் போயிருவோம். நம்ம குழந்தையும் ரகு சாரும் அனாதைகளாயிடுவாங்க. கொஞ்சம் தலையைச் சாய்க்கலாம் அத்தான். பேச வேண்டியதையெல்லாம் நாளைக்குக் காலையிலெ பேசிக்கலாம்."

"பாரதி!" அவன் மீண்டும் அவளை அழைத்தான். "நீ ரெம்ப கலவரமடெஞ்சிருக்கிறெ. ரெம்பப் பயந்து போயிருக்கிறெ. நான் ஒன் பக்கத்திலெ இருக்கிறேனேடா. நீயேன் பயப்படணும்?" விஸ்வம் மனைவியைக் கட்டியணைத்தான். விறைத்துக்கொண்டிருந்த அவளுடைய கைகளை அவனுடைய கைகளால் தடவிக்கொடுத்தான். அவளை இன்னும் அழுத்தியணைத்துக்கொண்டு, கரகரத்த குரலில் சொன்னான். "நாம என்ன செய்யணும்ணு நினைக்கறோமோ அதை பிறகு பார்க்கலாம்னு நினைக்கப்படாது. ஆபத்து தலைக்கு மிஞ்சிப் போறதுக்கு முன்னாடி நாம நல்ல முடிவெடுக்கணும். அந்த உசிரு நெஞ்சுக்குள்ள ஊசலாடிட்டிருக்கு. அதை நாமதான் காப்பாத்தணும். நீதான் காப்பாத்தணும். நீ எந்த தவறும் செய்யறதா மனசை சஞ்சலப்படுத்திக்கக்கூடாது. நீ எப்போதும், எனக்கு நான் வணங்கும் குல தேவதையைப்போல புனிதமானவதான். தீயிலெ குளிச்சி உசிரோட வந்தாங்களே சீதாப்பிராட்டி அவங்க மாதிரி களங்கமத்தவ".

"என்னாலெ முடியலை அத்தான். நீங்க பாத்துக்கிட்டேயிருக்கிறப்ப என்னை தீயிலெ சாடுண்ணு சொல்றேளா? என்னைக் கொல்லாமெ கொல்லாதீங்க" பாரதி தேம்பினாள்.

விஸ்வம் மோட்டு வளையைப் பார்த்தபடி இருந்தான். அவனையறியாமலேயே அவன் கைகள் பாரதியின் முதுகைத் தட்டிக் கொடுத்தன. தேற்றிக்கொண்டிருந்தன. ஓரிரு நிமிடங்கள் அந்த சாமானிய மனிதன் தன்னுடைய செயலைப்பற்றி எண்ணிப் பார்த்தான். அவன் உடைந்து போனான்.

விஸ்வம் ஒரு சமூகவியல் சிந்தனையாளனோ, உளவியல் ஆராய்ச்சியாளனோ அல்லன். தனி மனித உரிமைகள் பற்றிச் சிந்திக்குமளவுக்கு அவன் படித்தவனல்ல. ஆணாதிக்க மற்றும் பெண்ணிய உணர்வுகள், பெண் சுதந்திரம் ஆகியவை பற்றிச் சிந்திக்கும் அளவுக்கு அறிவில்லையென்றாலும் அவனுடைய உள்ளுணர்வுகள், வெறுக்க வேண்டியவற்றை வெறுக்கவும், மதிக்க வேண்டியவற்றை மதிக்கவும் அவனுக்குப் பக்குவம் தந்திருந்தன.

ஆனால் இவற்றையெல்லாம் தாண்டி அவன் பாரதியைத் தன்னுடைய உடலிலும் உயிரிலும் உணர்விலும் ஒரு பகுதியாக நினைத்தான். அங்கு பகுத்தறிவும் சிந்தனைகளும் புக முடியாத இறுக்கமும் உயிர்ப்பும் உண்மை நிலையும் இருந்தன. அவளுடைய உணர்வுகளைத் தன்னுடைய உணர்வுகளிலிருந்து பிரித்துப் பார்க்க முடியாத — துணிவில்லாத தனித்தன்மைகொண்ட உணர்வு அவனை ஆட்சிசெய்துகொண்டிருந்தது.தான் நினைப்பதைத்தான் அவளும் நினைக்கிறாள் என்ற அசைக்க முடியாத ஒரு நம்பிக்கை அவனைக் குருடனாக்கியிருந்தது.

அவளும் அப்படித்தான் நினைக்க வேண்டுமென்ற ஆணாதிக்கக் கட்டளையுணர்வுகள் அங்கு நுழைய முடியவில்லை. அவள் தன்னுடையவள், தன்னோடு கலந்தவள் என்ற உணர்வுதான் விஞ்சி நின்றது. அவள் அவனுக்கடிமையாவதும் அவன் அவளுக்கடிமையாவதும் அவர்களுக்கிடையே கிளுகிளுப்பை ஏற்படுத்திய உணர்வுகள். சிந்தனைகளைத் தொடாமல் உயர்ந்து நின்ற உணர்வுகள்.

தத்துவஞானி ஜெ. கிருஷ்ணமூர்த்தி கூறியிருப்பதுபோல சிந்தனைகள் உட்புகும்போது அப்பழுக்கற்ற அன்பு சிதைந்து சிதறிப் போகின்றது. “உடுக்கையிழந்தவன் கை போன்ற நிலை. அன்பு மேலோகும்போது அனைத்தையும் கடந்து உயர்ந்து நிற்கும் நிலையை அடைகிறது. கழிவிரக்கம், உதவும் குணம் என்றெல்லாம் அதைக் கீழ்மைப்படுத்தி கொச்சைப்படுத்த முடியாது. அனைத்தையும் கடந்து அது அப்பழுக்கற்ற தியாகம் என்ற உயர்நிலையை அடைகிறது. “அன்பு, கருணை, தியாகம் என்பவற்றில் புனிதமானது, புனிதமற்றது என்ற பாகுபாடே இல்லை. அன்பு எப்போதும் தெய்வீகமானது. இறைவன் அன்பு மயமாகவே இருக்கிறான். விஸ்வம் பாரதியைப் பிடித்து எழுப்பி “கட்டிலில் போயி படுக்கலாம்” என்றான்.

அவள் எழும்பினாள். விஸ்வம் அவளை அணைத்தபடியே படுக்கையறைக்குக் கூட்டிச் சென்றான். அவள் கட்டிலில் அமர்ந்தாள். கொஞ்ச நேரத்தில் தூக்கம் கலைந்து போய்விட்டது.

“படுத்துத்தூங்கேன் பாரதி” என்று குழைவோடு பாரதியிடம் சொன்னான் விஸ்வம். “வந்த தூக்கம் போயாச்சு. மனசுக்கு நிம்மதியிருந்தாத்தானே தூக்கம் வர?” அவன் பக்கத்தில் ஓரமாக அமர்ந்து அவனை அணைத்துக்கொண்டாள்.

“நான் ஒன்னை ரெம்பவும் நோக வெச்சிட்டேனா பாரதி! நான் ஒரு காட்டுமிராண்டி மனுசனைப் போலெ ஒன்கிட்டெ நடந்திட்டேனா? என்னை பொறுத்துக்கம்மா. நானும் வேதனை தாங்கமாட்டாமெத்தான் செய்யக்கூடாததையெல்லாம் ஒங்கிட்டை செய்யச் சொல்லி அழுதேன். நீயும் ஒரு பெண். ஒரு மனைவி — ஒரு தாய். இதையெல்லாம்கூட நான் நினைக்கணும்தானே?”

அவள் தலையை உயர்த்தி அவன் முகத்தை உற்று நோக்கினாள். அவன் தோளில் முகம் புதைத்துக்கொண்டு கேவினாள். “எனக்கிண்ணு தனியா எதுவும் நான் நெனச்சதில்லை. நெனக்கவும் மாட்டேன். நீங்க என்ன சொல்றேளோ அதுபடி நடக்கிறேன். நீங்கதான் எனக்கு எல்லாம். இந்த உடலும் உசிரும் ஒங்களது. எனக்கிப்பம் தூங்கணும் அத்தான். ஒங்க நெஞ்சோடெ ஒட்டிக் கெடந்து தூங்கணும்.”

விஸ்வம் அவளைப் படுக்க வைத்து அவனும் படுத்தான். அவளை அணைத்துக்கொண்டான். அவளுடைய நெற்றியில் பல தடவை முத்தம் தந்தான். அவளுடைய தலைமுடியைக் கோதிவிட்டான் அவளுடைய முதுகில் தட்டிக் கொடுத்தான். அவனுக்குத் தூக்கம் வரவில்லை. மனசு கொந்தளித்துக்கொண்டிருந்தது. பாரதியும் தூங்கின பாடில்லை. அவளுடைய மூச்சுக் காற்றில் கலந்திருந்த சூட்டினை அவனால் உணர முடிந்தது.

நீண்ட நேரத்திற்குப் பிறகு விஸ்வம் “என் செல்லமே நீயின்னும் தூங்கலியாடா?” என்று உடைஞ்சுபோன குரலில் கேட்டான். அதற்குப் பதிலேதும் வரவில்லை. அவள் இன்னும் அழுத்தமாக அவன் நெஞ்சோடு பற்றுவதை அவனால் உணர முடிந்தது. தன்னைக் கொஞ்சம் விடுவித்துக்கொண்டு பாரதியின் நெற்றியிலும், மூக்கிலும் கழுத்திலும் வழிந்த வியர்வையை அவன் விரல்களால் துடைத்தான். மீண்டும் அவளை இறுக அணைத்துக்கொண்டான். கணவனின் கைகளும் விரிந்த மார்புப் தந்த இளம் சூடு அவளுடைய இதயத்துக்குத் துளித்துளியாக அமைதியைத் தந்தது. அவள் தூங்கிப் போனாள்.

/|\

அத்தியாயம் - 33

"உடுக்கை இழந்தவன் கைபோல ஆங்கே
இடுக்கண் களைவதாம் நட்பு"
— குறள்

விஸ்வம் தூங்கிக்கொண்டிருந்த மனைவியை உற்று நோக்கினான். அவள் நல்ல தூக்கத்திலாழ்ந்து போயிருந்தாள். "அவள் ஒரு குழந்தையைப்போல" அவன் நினைத்துக்கொண்டான். கணவனும் குழந்தையும்தான் அவளுடைய உலகம். எத்தனையோ தடவை விஸ்வத்தின் முரட்டுத்தனத்தைக் கட்டுப்படுத்திக் கொள்ள வேண்டுமென்று அவள் கடிந்து பேசியிருக்கிறாள். அவனுக்கு அறிவுரை வழங்கியிருக்கிறாள். அப்போதெல்லாம் "போடி பயித்தியமே ஒனக்கொண்ணும் தெரியாது" என்று அவளை அடக்கினாலும் அவன் நெஞ்சார அவளுடைய அறிவுரைகளை ஏற்றுக்கொண்டு அடங்கிப் போனான் என்பதுதான் உண்மை.

*

அவள், சிறுமியாக பாவாடையுடுத்தி தோழிகளோடு விளையாடித் திரிந்தபோதே, மணல் வீடு கட்டி மண்சோறு வைத்தும், இலைகளையும், பூக்களையும் நறுக்கிக் கூட்டு வைத்தும் விளையாடித் திரிந்த நாட்களிலேயே விஸ்வமும் பாரதியும் அப்பா அம்மா விளையாட்டு விளையாடினார்கள். அவளுக்கு ஏழோ எட்டோ வயதிருக்கும், அப்போதே அவன் "ஒன்னைத்தான் நான் கட்டிப்பேன் — இப்போ இல்லை. இன்னும் வளந்தப்புறம். அப்ப நான் பெரியவனா வளந்து மாமாவை மாதிரி வேலை செய்து சம்பாதிச்சு ஒங்கிட்டத்தான்கொண்டு தருவேன். நீயும்

பெரியவளாயிருவெ. அப்ப எனக்கும் என் தம்பிக்கும் மாமாவுக்கும், அம்மாவுக்கும் சோறாக்கிப் போடுவே" என்று சொல்வான். பாரதிக்கு திருமணம் செய்து கொள்வதன் அர்த்தங்களெல்லாம் புரியாத வயசு. கலியாணம்ணா நல்ல சாப்பாடு, "பூனைக்கிராப்பு" பெட்டியிலெ பாட்டுச் சத்தம், கியாஸ் விளக்கு, ஒரு ஆம்பிளெ பொம்பிளெ கழுத்திலெ மாலையைப் போட்டுத் தாலி கட்டுவது". இதெல்லாம் தெரியும் என்றாலும் சிறு வயதிலேயே இருவரும் ஒருவரையொருவர் நேசித்தார்கள்.

ஒருவரின் அருகாமை மற்றவருக்கு மகிழ்ச்சியைத் தந்தது. இருவரும் தொட்டுத் தொட்டிருப்பதில் ஒரு —சுகத்தையும் பாதுகாப்புணர்வையும் கண்டார்கள். ஒருவருக்கு கிடைக்கும் தின்பண்டங்களை மற்றவருக்குத் தந்து ஊட்ட வேண்டுமென்ற உணர்வு இருந்தது. ஒருவர் கையை அல்லது விரல்களை மற்றவர் பிடித்துக்கொண்டு நடக்க வேண்டுமென்ற ஆசை இருந்தது. சிறுவயதிலேயே ஒருவரின் மனதில் மற்றவரின் உணர்வுகள் நிறைந்திருந்தன. அப்போது விஸ்வத்தின் தம்பியும்கூட இருப்பான். அது ஒரு பொற்காலம். மாரிக்காலமும், வசந்த காலமும், கோடைகாலமும், அவர்களுக்கு பொற்காலம்தான் — ஒரு வகையில் அல்லது இன்னொரு வகையில்.

நாட்களும் மாதங்களும் வருடங்களும் நகர நகர அவர்கள் வளர்ந்துகொண்டிருந்தார்கள். பாசமும்கூடவே வளர்ந்தது. உணர்வுகள் உருமாற்றம் கண்டன. ஆசைகளுக்குச் சிறகுகள் முளைத்தன. அவள் பெரியவளானாள். பாவாடை தாவணிக்கு மாறினாள்.கூடவே நாணமும் வளர்ந்தது. அறிவும் வளர்ந்தது.

அவன் அவனுடைய அம்மாவின் பாதுகாப்பிலும், அவள் அவளுடைய அப்பாவின் பாதுகாப்பிலும் வளர்ந்தார்கள். அவ்வப்போது அவன் அவளுடைய வீட்டுக்கு வந்தால் அதை அவள் திருவிழா நாளாக உணர்ந்தாள். அவன் வளர்ந்து பெரியவனானான். முகத்தில் மீசை அரும்பத் துவங்கியது. விரிந்த மார்பு, உறுதியான கைகள், கண்களில் ஒரு தன்னம்பிக்கை. அவளைப் பார்க்கும்போது காதல் கவிதை பாடும் பார்வை. உதடுகளில் ஒரு புன்னகை. ஒருவரின் உடம்புக்கு ஏதாவது வந்தால் மற்றவரின் உள்ளம் துடித்தது.

விஸ்வம் பாரதியின் வீட்டில் பகல் நேரங்களில் வந்தால் அவளுடைய அப்பா வீட்டிலிருக்க மாட்டார். அவளுடைய பாட்டி உயிரோடிருந்தாள். முதுகிழம். "ஆண்டவன் அழைக்கிது இண்ணிக்கோ, நாளைக்கோ? அதுக்குள்ளாற குழந்தைகளின் கலியாணத்தைப் பாக்காமெ போயிட்டா நெஞ்சு வேகாது" என்று

புலம்பிக்கொண்டே இருப்பாள். அவருக்கு முதுமை காரணமாக கண்பார்வை சரியில்லை. கையில் கம்பு வைத்துக்கொண்டு தள்ளாடித் தள்ளாடி நடப்பாள். பச்சைப்பாக்கும் முத்தின வெத்திலெயும் (பழுத்த இலை) கருப்பட்டி போட்டு பக்குவம் பண்ணின பொகையிலையும் இருந்தா வெத்தலையிலெ சுண்ணாம்பு தடவி பச்சைப் பாக்கோடு கல்லிலெ வெச்சு தட்டி சதைச்சு பல்லில்லாத பொக்கை வாயிலெ போட்டு குதப்பியபடி அவர் எங்கோ எதையோ நோக்கியபடி இருப்பதைப்பார்த்தால் கடந்த காலத்தின் மலரும் நினைவுகளை அசைபோடுகிறாரோ என்று எண்ணத்தோன்றும்.

எப்போதோ அரும்பி மலர்ந்து உதிர்ந்து சருகாகி மண்ணோடு மண்ணாக மக்கிப்போன நிகழ்வுகளைப்பற்றிய நினைவுகள் — விஸ்வம் பாரதியின் வீட்டிற்கு வருவதும், பருவப்பெண்ணான அவளோடு நெருங்கிப் பழகுவதும் பாட்டிக்கிழவி வித்தியாசமாக எடுத்துக்கொள்ளவில்லை. ஆனாலும் சில நேரங்களில் சிரித்துக்கொண்டே பாரதியைப் பாத்து கூறுவாள். "ஏண்டீ பாரதீ! விஸ்வம்தான் ஒன்னை கட்டிக்கப் போறான். ஆனாலும் சிரியும் விளையாட்டும் கொறச்சுக்கணும். கழுத்திலெ தாலி ஏறும்வரை பொறுத்தா என்ன?" என்பாள். அந்தக் காலத்துலெ ஒம்பாட்டி எப்படி இருந்தேன் தெரியுமா? ஒரு பயமொவத்திலெ ஏறிட்டுப் பாக்கமாட்டேன். என்னைப் பொண்ணு பாக்க வந்த எவனும் என்னைப் பாத்திருக்கமாட்டான்" என்று சொன்னபோது பாரதியும் விஸ்வமும் விழுந்து விழுந்து சிரித்தார்கள்.

கிழவியை ஏமாற்றுவது அவர்களுக்குக் கடினமான வேலையாக இருக்கவில்லை. வீட்டுக்கு முன்னாலுள்ள குறுந்திண்ணையில் அமர்ந்துகொண்டு கால்களை நீட்டி சுவரில் சாய்ந்துகொண்டு அமர்ந்திருக்கும் கிழவி விஸ்வம் வீட்டுக்குள் நுழைவதை எப்போதும் கவனித்துக்கொண்டா இருக்க முடியும்?

அடுப்படியில் கைவேலையா இருக்கும் பாரதியை விஸ்வம் பின்னால் சென்று கட்டிப்பிடித்துத் தலையைத் திருப்பி முத்தம் கொடுப்பான். அவள் திமிறி விலகத்தான் பார்ப்பாள். ஆனால் மனது அந்த முத்தமழைக்காக ஏங்கும். அன்னப்பறவையாக சிலிர்த்துப்போகும். அவன் அவளுக்குத் தின்பண்டங்களோ, புதுத்துணிகளோ, கண்ணாடி வளையல்களோ வாங்கிக்கொண்டு தருவதை அவள் ஆவலோடு வாங்கித் திறந்து பார்ப்பாள். அவன் முகத்தில் பார்க்காமலேயே "கையளவு எப்படி சரியா வாங்கினீங்க?" என்று ஆவலோடு கேட்பாள். "ஒம்மனசெ அளக்கத் தெரிஞ்ச எனக்கு கையை அளக்கவா முடியாது" என்று அவன் சொல்ல

இரண்டு பேரும் ஒன்றாகச் சிரிப்பார்கள். சில நேரங்களில் "அங்கெ என்ன சத்தம்" என்று கேட்டுவிட்டு கிழவியும் அவர்களுடைய சிரிப்பில் கலந்து கொள்வாள். "பூனை ஓடின சத்தம் பாட்டி" என்று விஸ்வம் சொல்வான். "திருட்டுப்பூனை" என்று சொல்லி கிழவி சிரிப்பாள். பாரதி வாயைக் கைகளால் பொத்திக்கொண்டு சிரிப்பாள்.

விஸ்வத்தின் கைகளுக்குள் ஒதுங்கி அவனுடைய மார்பின் இளம் சூடுதரும் இனிமையில் மயங்கி நிற்பது அவளுக்கு இதமான அனுபவம்தான் என்றாலும் அவனுடைய கையோ முகமோ கட்டுப்பாடுகளை மீறுவதை அவள் முடிந்தமட்டும் தடுக்கப் பார்ப்பாள். அவனும் அந்த நல்லுணர்வைப் புரிந்துகொண்டே அவளோடு பழகினான். "கிணத்து நீரை ஆத்துநீராகொண்டு போய்விடும்" என்ற பொறுமை. பாரதி அவன் மீது வைத்திருந்த களங்கமற்ற, உறுதியான காதலில் அவன் அளவற்ற நம்பிக்கை வைத்திருந்தான். ரொம்ப நேரம் அவள் அருகில் நின்றுகொண்டிருந்தால் "பாட்டி பொல்லாத பாட்டி. நீங்க போங்க" என்று சொன்னாலும் அந்தக் கண்கள் "என்னைவிட்டு போகாதீங்க" என்று கெஞ்சுவதுபோலத் தோன்றும். வெட்கத்தால் தலை குனிந்துவிட்டு சில நிமிடங்களில் அவனைத் தலையுயர்த்திப் பார்க்கும்போது அந்த கண்களில் நாணத்தின் மாரி வில் தெளியும். காதலின் பரிதவிப்பும் தெரியும். அவை ஆயிரம் காதல் கவிதைகள் பாடும். அவளுடைய கன்னங்களில் ஆயிரம் ரோஜா மலர்கள் விரியும். கண்களில் நீர் நிறையும். மூக்கில் வியர்வை முத்துக்கள் மின்னும்.

என்ன கஷ்டங்களிருந்தாலும், விஸ்வம் பாரதியின் வீட்டிற்குச் செல்லும்நாட்களில் அவனுக்கு நல்ல விருந்துதான். சூடாக சாதமும், மீன் கறியும், கூட்டுகளும் தயாராகும். அவள் அடுப்படியில் பம்பரம்போல செயல்படுவாள். வராந்தாவிலிருக்கும் பாட்டிக் கிழவி பேத்தியைக் கூப்பிட்டுச் சொல்லுவாள். "பேராண்டி வந்திருக்கானே அவம் பேரைச் சொல்லி எனக்கும் இண்ணைக்கு நல்ல மீன் சாப்பாடு கெடக்குமா செல்லம்?" என்று பாரதியைத் துளைத்தெடுப்பாள். "ஒனக்கில்லாமலா பாட்டி? இப்பம் பேசமெகெடெ" என்று அதட்டுவாள் பாரதி. ஓடிச் சென்று அடுத்த வீட்டுக்காரர்களான விசாலாட்சியிடமோ, மேரியிடமோ என்ன கேட்டாலும் உடனே கொடுப்பார்கள். அவர்கள் வீட்டில் இவள் கேட்கும் பொருட்கள் இல்லை என்றாலும் "நீ வீட்டுக்குப் போ, நான் கடைக்குப் போயி வாங்கிக்கொண்டாரேன்" என்று அக்கறையோடு சொல்வார்கள்.

பாரதியிடம் அவர்கள் அவ்வளவு பாசம் வைத்திருந்தார்கள். விஸ்வம் வீட்டிற்கு வந்த பிறகு அவள் ஏதாவது பொருட்களோ காசோ கடனாகக் கேட்க அடுத்த வீடுகளில் சென்றால் அவளை அன்போடு கேலி செய்வார்கள். "விருந்து வந்திருக்கா பாரதி? ரெம்பப் பிரியமான விருந்தா? வந்ததும் சூடா என்ன குடுத்தெ? எப்ப கலியாணச் சாப்பாடு போடப்போறே? இங்கிருந்து போனா எங்களெ மறந்துடமாட்டியே?" என்றெல்லாம் கேட்பார்கள். அவள் அவர்கள் வீட்டிலிருந்து கிளம்பியதும் "நல்ல குழந்தெ. தப்புத் தண்டா எதுவும் நடக்காது" என்று புகழ்வார்கள்.

சில நேரங்களில் அடுத்த வீட்டுப் பெண்களின் கேலிப் பேச்சுக்களையெல்லாம் விஸ்வத்தின் பக்கத்தில் நின்றுகொண்டு எங்கோ பார்த்தபடி தன் வருங்கால கணவனிடம் கூறுவாள். அவ்வப்போது அவள் அன்று சொன்ன அந்த வார்த்தைகளெல்லாம் அவளுடைய நினைவுகளில் ஒன்றன் பின் ஒன்றாக சுழன்று வந்தன. அந்த நாட்கள் பொன்னான நாட்கள். அந்த அனுபவங்கள் எத்தனை முறை நினைத்துப் பார்த்தாலும் திகட்டாத அனுபவங்கள்.

பாரதி என்றால் விஸ்வத்தின் தாய்க்கு உயிர். அவளை அடிக்கடிப் பார்க்கச் செல்வாள். அவளுக்குப் பிரியமான தின்பண்டங்கள் வாங்கிச் செல்வாள். பாரதி விஸ்வத்துக்குத்தான் என்று எல்லோருமாகச் சேர்ந்துதான் முடிவெடுத்திருந்தார்கள். பாரதியின் அப்பா விஸ்வத்தின் தாய்க்குத் தமையன். அவரிடம் பணம் காசு ஒன்றுமில்லை. பாரதியை விஸ்வத்துக்கு தந்தாலும் நகை நட்டு போடுமளவுக்கு அவரிடம் பொருளாதார வசதி இல்லை என்றாலும் அவளுக்கு நகையேதும் தேவையில்லை. அவளே தங்கச் சிலை மாதிரி. அதுபோலவே தங்கமான குணம். அவளுடைய அழகையும் குணத்தையும் பார்த்து வசதியானவர்கள் யாரேனும் வந்து நாங்கள் நகைகள் போட்டு கட்டிக்கொள்கிறோம் என்று சொன்னாலும் ஆச்சரியப்படுவதற்கு இல்லை. "அவளை யாரு வேணாம்ணு சொல்லுவாங்க." இப்படி ஒரு எண்ணம் மனதில் எழும்போது அந்த வயதான தாயின் மனசு துடிதுடித்துப் போகும். அதனால் விஸ்வத்துக்கும் பாரதிக்கும் விரைவாகத் திருமணத்தை நடத்திப் பார்க்க அந்தத் தாய் ஆசைப்பட்டாள்.

"அண்ணே, நீ எதுவும் கொடுக்க வேண்டாம். என் மருமகளை என் வீட்டுக்கு அனுப்பி வெச்சா மட்டும்போதும். என் பிள்ளை உழைச்சு சம்பாரிச்சு அவளுக்கு நகை நட்டெல்லாம் செஞ்சி போடுவான். அவன் ஒண்ணும் சாமார்த்தியமில்லாதவனில்லெ. இப்பவும் ரெண்டாளுக்க வேலை செய்ய அவனுக்கு சாமர்த்தியம்

இருக்கு” என்று தமையனிடம் சொல்லி பாரதியின் திருமணத்தை விரைவாக நடத்த சொல்லுவாள்.

“தங்கச்சீ! என்னதான் நீ சொன்னாலும் அப்பங்காரரு என்ன செஞ்சாருண்ணு நாளைக்கி ஒருத்தன் கேள்வி கேக்கப்படாது பாரு. என்னாலெ முடிஞ்சது எதுவோ அதை செய்யணுமில்லெ. ரெண்டும் நம்ம புள்ளைய்ங்கதான். நீ எதுவும் கேக்க மாட்டெதான். விஸ்வம் வாயெ தெறக்கமாட்டான். பாரதிண்ணா அவனுக்கு உசிரு. இதெல்லாம் எனக்கு தெரியாதுண்ணா நெனச்ச. நானும் அவளுக்குண்ணு கொஞ்சம் சேத்து வெக்காமெயில்ல; என்னாலெ முடிஞ்சது. ரெம்ப கவலப்படாதெ. கலியாணத்தை சீக்கிரம் நடத்திடலாம். ஓம்மருமவ ஓங்க வீட்டுக்குத்தான் வரப்போறா. வேறெ எதேன் பேச்செடுத்தா ஓம்மருமவ மட்டும் என்னெ வுட்டுருவாளா? அவங்க ரெண்டு பேரும் புருசன் பொண்டாட்டியா வாழணும்ங்கறது கடவுள் விதிச்ச விதி. அவ பொறந்த உடனே குழந்தையை கையிலெ எடுத்துக்கிட்டு நீ சொன்னது ஞாபகம் இருக்கா? “எம் வீட்டு மருமகள்னு” என்று சொல்லி தங்கையை சமாதானம் செய்வார்.

ஆனாலும் எதிர்பாராமல் விஸ்வத்தின் அம்மா இறந்துபோனபோது பாரதியின் அப்பா மிகவும் உடைந்து போனார். “அவ ஆசை நடக்காமல் போச்சே” என்று சொல்லிச் சொல்லி அழுதார். “நானும் முட்டாத்தனமா நடந்துக்கிட்டேன். அவ ஆசைப்படி உடனே கலியாணத்தெ வெச்சிருக்கணும். எல்லாம் விதிச்சதுதானே நடக்கும்” என்று புலம்பினார்.

நீண்ட நேரமாக குளிரில் அமர்ந்திருந்த விஸ்வத்தைக் கடந்த கால நினைவுகள் இழுத்துச் சென்றன. திறந்து கிடந்த வாசல் வழியாகவும் ஜன்னல் வழியாகவும் வீசிய ஊதக்காற்று உடம்பை ஆட்டியது. வீட்டு முன்னால் நின்றிருந்த தென்னைமரத்தையும் ரப்பர் மரங்களையும் காற்று சக்தியாக உலுக்கியது. பாரதியைச் சற்று விடுவித்துக்கொண்டு ஜன்னல் பாளியையும் வாசல் கதவையும் விஸ்வம் அடைத்தான்.

பழைய நினைவுகள் கலைந்து போயின. சுவரில் மாட்டப்பட்டிருந்த சட்டைகளில் ஒன்றையெடுத்து அணிந்துகொண்டான். பாரதிக்குப் போர்த்துவதற்காக ஒரு போர்வையை எடுத்துக்கொண்டு கட்டிலில் திரும்பிப் பார்த்தபோது பாரதியின் கைகள் அவனுடைய அணைப்புக்காக தப்புவதைப் பார்த்து அவள் பக்கத்தில் சென்று அவள் கைகளைப் பற்றிக்கொண்டான். மீண்டும் அவள் பக்கத்தில் படுத்து அவளை அணைத்துக்கொண்டான். தன் கணவன் பக்கத்தில் இருக்கும்போது எமதர்மன்கூட தன்னை அணுக முடியாது என்ற

நம்பிக்கை அவளுக்கு. அவன் நினைத்துப் பார்த்தான். பாரதி அவனுக்கு மனைவியாக மட்டும் வாழவில்லை. அம்மாவாக, தோழியாக, ஆசிரியையாக அனைத்துமாக இருந்தாள். பெரிய படிப்பெல்லாம் படிக்கவில்லையென்றாலும் அவளுடைய பேச்சில் விவேகமிருந்தது. அன்பிருந்தது. காதலிருந்தது. சில நேரங்களில் உத்வேகமுமிருந்தது.

நடு இரவு கடந்திருக்குமென்று தோன்றியது. மரத்தடிகளை ஏற்றிக்கொண்டு விரைந்துகொண்டிருந்த லாரிகளின் பேரிரைச்சல் காதுகளை நாராசமாக குடைந்தது. 'டார்ச்' விளக்கைத் தப்பியெடுத்து சுவரிலிருந்த கடியாரத்தைப் பார்த்தான். மணி ஒன்றை நெருங்கிக்கொண்டிருந்தது. தூக்கம் கண்களை அழுத்தியது. மனம் குழம்பிய நிலையிலிருந்து சிறிது தெளிவுக்கு வந்திருந்தது. ஒரு திடமான முடிவுக்கு வர அவனால் முடிந்தது. சராசரி மனிதனால் எடுக்க முடியாத முடிவு! உடலெங்கும் ஓடுகின்ற இரத்தத்தைக் கொதிக்க வைத்து மீண்டும் சகஜ நிலைக்குகொண்டு வந்த முடிவு! படுக்கையில் பாரதியின் பக்கத்தில் அவளை அணைத்தபடி படுத்திருந்த அவன் தூங்கிப்போனான்.

பின்னிரவுக்குப் பிறகுதான் தூங்கினான் என்றாலும் காலையில் வழக்கமாக எழும்பும் நேரத்தில் எழுந்தான். வழக்கமாக கணவனுக்கு முன்பே எழுந்து வீட்டு முற்றத்தைத் கூட்டி தெளித்துச் சுத்தப்படுத்திக் கோலமிடுவதிலிருந்து மற்ற வீட்டு வேலைகளையும் முடித்துவிட்டு குளித்து உலராத தலைமுடியைத் துண்டால் சுற்றியபடி கணவனுக்குக் காப்பிகொண்டு தரும் பாரதி அப்போதும் அயர்ந்து தூங்கிக்கொண்டிருந்தாள். பக்கத்தில் விலகிக் கிடந்த போர்வையையெடுத்து அவளுக்கு நன்றாக போர்த்திவிட்ட விஸ்வம் அந்த களங்கமற்ற முகத்தை உற்று நோக்கினான். அவளுடைய தலைமுடி கலைந்து போயிருந்தது.

கொஞ்ச நேரம் அவளைப் பார்த்துக்கொண்டேயிருந்த விஸ்வம் அவளுடைய நெற்றியில் முத்தமிட்டான். உதடுகளில் குளிர்ச்சியை உணர்ந்த பாரதி கண்களைத் திறந்து நோக்கினாள். "கொஞ்ச நேரம்கூட படுத்துக்க பாரதி! அவசரப்பட்டு எழும்ப வேண்டாம். இண்ணைக்கு நானே உனக்குக் காப்பி போட்டுக்கொண்டாரேன். இண்ணைக்கு மட்டும் பல் விளக்காமெ காப்பி குடிச்சிட்டு இன்னும் கொஞ்ச நேரம்கூட தூங்கு. நேத்து இரவு ரெம்ப நேரமா நீ தூங்கல்லெ" என்று கூறியபடியே, எழும்ப முயன்ற பாரதியைப் படுக்கையில் படுக்க வைத்தான்.

அது குருட்சேத்திரப் போருக்கு முந்திய இரவு. போரைத் தவிர்க்க எடுக்கப்பட்ட எல்லா முயற்சிகளும் தோற்றுப்போய், ஆர்த்தெழ

இருந்த பெரும் போருக்கு முந்திய இரவு. சகோதரர்களிடையே போர். வணங்கி மனநிறைவு கண்ட ஆசிரியர்களை, போற்றுதலுக்குரிய பிதாமகனை, கைகளிலும், தோளிலும் தூக்கி வைத்துச் சீராட்டிய உறவுகளை — ஒரே வயிற்றில் பிறந்த சகோதரர்களைக் கொன்று குவிக்க வேண்டிய நிலைக்கு தள்ளப்பட்ட கொடிய கட்டாயத்தால், பாசப்பிணைப்பால், அறச்சிந்தனைகளால் ஏற்பட்ட தவிப்புகள், தடுமாற்றங்கள் மயக்க நிலை, தயக்கங்கள், தன்மான உணர்வுகள் எல்லாம் அகன்று போயிருந்தன. அது தர்ம யுத்தம் என்ற உணர்வு — சரியோ தவறோ தர்மத்துக்கான யுத்தம் மட்டும்தான் என்ற உறுதி ஏற்படுத்தப்பட்டது. விதிகளுக்கெல்லாம் தலையாய "விதி" செய்யப்பட்டது. அன்புக்கான விதி, கடமைக்கான விதி, தியாகத்துக்கான "விதி".

அந்த உன்னத வேள்விக்கான முதற்கட்ட ஏற்பாடுகள்! சிந்தனைகள் முழுமையாக மழுங்கடிக்கப்பட்டு அன்பை மட்டும் பார்க்கும் பார்வை கூர்மையடைந்தது. அது அதர்மத்துக்கெதிரான, நியாயங்களுக்கான போர் என்றால் இது ஒரு உயிரைக் காப்பாற்ற, அன்பைக் காப்பாற்ற, தியாகத்தின் உயர்நிலையைக் காப்பாற்ற, உலகம் உருவம் தந்து பல நூறு வருடங்களாகக் கண்டு வந்த விதிகளின் மாய மூடு பனிக்கப்பால் மறைந்துள்ள அன்பின் உருவை உண்மையின் உருவைக் காண்பதற்கான போர்.

விஸ்வம் காப்பி தயாரிப்பதற்காக சமையற்கட்டுக்குச் சென்றான். ஓட்டலுக்குப் பால் தரும் பால்காரன் ஒரு அண்டாவில் பாலை ஊற்றிவிட்டுச் சென்றுவிட்டான். அந்த அண்டாவிலிருந்து கொஞ்சம் பாலையெடுத்து விஸ்வம் அதைச் சுட வைத்தான். ஏற்கனவே ஸ்டவ்வில் வைக்கப்பட்டிருந்த தண்ணீர் கொதித்துக்கொண்டிருந்தது. அந்தக் கொதிநீரில் காப்பிப்பொடியைக் கரைத்து மூடி வைத்தான். இரண்டு நிமிடங்கள் கழித்து காப்பிப் பொடியை வடிகட்டி அதில் சுடவைத்த பாலும் சர்க்கரையும் கலந்தான். காப்பி தயாராகிவிட்டது. காப்பியை இதமான சூட்டிற்கு ஆற்றி ஒரு கோப்பையில் ஊற்றிக்கொண்டு பாரதி படுத்திருந்த கட்டிலை நோக்கி நடந்தான். அவள் இன்னும் தூங்கிக்கொண்டிருந்தாள்.

பல நூறு வருடங்களாகப் பின்பற்றப்பட்ட, உலக மனித இனம் அனைத்தும் ஒன்றாக நின்று பின்னிய எத்தனையோ விதிகளை, எத்தனையோ தூர நோக்குகளை, சந்தித்த எத்தனையோ போர்க்களங்களையும், குருதியாறுகளையும் நெஞ்சில் நிறுத்திப் பின்னிய வலையை அறுத்தெறிய ஒரு விதிபோதுமா என்ன? முன்னால் கண்ணுக்கெட்டிய தூரத்துக்கப்பால் விரிந்து பரந்த

போர்க்களத்தில் எதிரணியிலும் தன்னணியிலும் திரண்டிருந்த போர் வீரர்களுக்கு மத்தியில் உறவுகள் என்ற பாசப்பேரலைகளில் சிக்குண்டுத் தவித்த ஒரு மாவீரனுக்குப் பலவீனங்களை உடைத்தெறிந்து உறுதியும் உத்வேகமும் ஊட்ட கண்ணனுக்கு ஒரு "விஸ்வரூபம்" தேவையாயிற்று.

விலங்கிலிருந்து பரிணாமப்பாதை வழியே நெடுந்தொலைவு நடந்து வந்த மனிதன் கண்ட விதிகள், மனித இனத்தை உய்விக்க வந்த உத்தமர்கள் கண்ட விதிகள் ஆகியவற்றையும்தான் சில நேரங்களில் அர்த்தமற்றவையாக, பொய்மைப் பொதிந்தவையாக சான்றோர்கள் காணத்தான் செய்தார்கள்.

தியாகம் என்ற வேள்விக் கனலில் வீழ்கின்ற அனைத்தும் நிறங்கள், உருவங்கள், மணங்கள், குணங்கள், அழகுகள், பாகுபாடுகள், சட்டங்கள், மயக்கங்கள், நியதிகள், கோபங்கள், தாபங்கள், கட்டுப்பாடுகள், விதிகள் அனைத்தையும் இழந்து நீறுநிலை கண்டு பேதங்களற்ற உயர்நிலைக்குள் ஒதுங்குகின்றன.

விஸ்வம் பாரதியை எழுப்பி காப்பியைத் தந்தான். "பிறகு பல்விளக்கலாம் குடி" என்றான். வாயைக் கொப்பளித்துவிட்டு வந்த அவள் கணவனின் நெஞ்சோடு சாய்ந்திருந்து காப்பியை உறிஞ்சினாள். "சக்கரைபோதுமாடா" என்று பரிவோடு கேட்டான் அவன். "போதும்" என்று அவள் தலையாட்டினாள். அண்ணாவுக்கு காப்பி தந்தேளா? எனக் கேட்டாள். "அவர் அசந்து தூங்கறர்ரு. எழுமப்பட்டும்" என்றான்.

"பாரதி, நேத்து ராத்திரி நீ ரெம்ப அழுதியா பாரதி! கண்ணு வீங்கியிருக்கு" என்று பரிவோடு கேட்டான் விஸ்வம். அவள் அதற்கு இல்லையென்ற பொருளில் தலையசைத்தாள்.

"பாரதி, இண்ணைக்கு இரவு நமக்கு ரத்தத்தை உறைய வைக்கும் இரவு. ஒரு உயிரைக் காப்பாத்த நாம ஒரு பலிக்கு தயாராவணும். ஒரு பெரிய உசிரைக் காப்பாத்த, மேலான அன்பைக் காப்பாத்த ஒரு வேள்விக்குத் தயாராவணும்."

"நான் உங்களுக்காகப் பிறந்தவ. பிறந்தநாள் தொட்டு உங்களையே நெனச்சிட்டிருக்கிறவ. நீங்க என்ன சொன்னாலும், உங்க மன அமைதிக்காக செய்வேன். தீயிலெ சாடச் சொன்னாலும் சாடுவேன் — அதனாலெ உங்களுக்கு நன்மை வரும்னா, ஒங்க மனசு சாந்தியடையும்னா" — என்று முடிக்காமல் அவள் அமைதியானாள்.

“எனக்கு நீங்களோ, உங்களுக்கு நானோ துரோகம் செய்ய மாட்டோம். உங்க ஈரமான நெஞ்சையும், நெஞ்சு நெறஞ்சிருக்கிற பாசத்தையும் என்னைவிட யாரு புரிஞ்சிக்க முடியும்? ஒரு உயிருக்காகத் துடிச்சிட்டிருக்கிறேளே? அவரு நமக்கு எப்படி அன்னியமா இருக்க முடியும்? சுமதியை மாதிரி என்னையும் படைச்சு ஆண்டவன் சோதிக்கிறான்”

“ஒங்க மன அமைதிக்காக, நிம்மதிக்காக நான் எதுவும் செய்வேன். (கொஞ்ச இடைவெளிக்குப் பிறகு) மனசெ தீயா சுட்டெரிக்கிற நிலையிலெ சரியையும் தப்பையும் முடிவு செய்ய வேண்டியது நீங்க மட்டும்தான். எனக்கு நீங்க கிழிக்கிற கோடுதான் ஆண்டவன் கிழிச்ச கோடு”

“நீங்க சொன்னதுபோல, வாங்கினதெத் திருப்பித் தரதாலெ மட்டும் எல்லா கடனும் அடைஞ்சு போயிராது. திருப்பித் தந்து கணக்குத் தீக்க முடியாததும் உண்டு”.

“இப்ப எனக்கு அமைதி வேணும் அத்தான். உங்க பாரதிக்கு அமைதி வேணும்.

*

ரகு வேலை பார்க்கும் துறையில் பணியாற்றும், நாடு முழுவதுமுள்ள அதிகாரிகளுக்கு டில்லியிலுள்ள தலைமை அலுவலகத்தில் வைத்து மூன்று வார தனிப்பயிற்சி முகாம் நடக்க இருப்பதாகவும் அதில ரகுவும் கலந்து கொள்ள வேண்டுமென்றும், அதற்கான விருப்பக் கடிதத்தெ ஒரு மாதத்திற்குள் அனுப்பி வைக்க வேண்டுமென்றும் ரகுவுக்கு ஒரு அரசாணை வந்திருந்தது. தலைமை அலுவலகத்தில் விருப்பக் கடிதம் கிடைக்க வேண்டிய கடைசி நாளையும் குறிப்பிட்டிருந்தார்கள். அந்த அரசாணை வந்த மறுநாளே, தன்னுடைய இக்கட்டான சூழ்நிலையை விளக்கியும் தன்னுடைய இயலாமையைக் கருணையோடு பரிசீலித்து தனக்கு தனிப் பயிற்சியில் கலந்து கொள்வதிலிருந்து விலக்களிக்க வேண்டும் என்றும் ரகு விண்ணப்பித்திருந்தான்.

இரண்டு வாரங்களுக்குள் ரகுவின் வேண்டுகோளை நிராகரித்து பதில் வந்தது. மேலும், திறமை, தகுதி ஆகியவற்றின் அடிப்படையிலேயே அதிகாரிகள் தேர்ந்தெடுக்கப்பட்டுள்ளார்கள் என்றும் பயிற்சியில் பெறும் மதிப்பெண்களின் அடிப்படையிலேயே அவர்களுடைய பதவியுயர்வு பரிசீலிக்கப்படுகிறது என்றும் குறிப்பிட்டிருந்தார்கள்.

ரகு பெரும் குழப்பத்திற்குள்ளானான். அம்மாவை தனிமையில் விட்டுவிட்டு வெகுதூரம் செல்வதையோ அம்மாவை உடன் அழைத்துச் செல்வதையோ பற்றி அவனால் முடிவெடுக்க முடியில்லை. ஊரிலுள்ள நண்பரை தொலைபேசியில் தொடர்புக்கொண்டான். விஸ்வத்திற்கு தந்திச் செய்தியனுப்பி வரவழைத்து இதுபற்றி ஆலோசனை கேட்டான். இருவருமே ரகுவுக்கு தைரியம் தந்தார்கள். அம்மாவை கவனமாகப் பார்த்துக் கொள்வதாக ஊரிலுள்ள நண்பரும், இரண்டு நாட்களுக்கொரு முறை ரகுவின் ஊருக்கு வந்து இரண்டு நாள் அங்கு தங்கியிருந்து அம்மாவை கவனித்துக் கொள்வதாக விஸ்வமும் உறுதியளித்தார்கள். கண்டிப்பாக பயிற்சியில் பங்குபெற வேண்டுமென்று ஊக்கப்படுத்தினார்கள்.

சு.கிருஷ்ணன்

அத்தியாயம் - 34

கோடைக்காலம். ஏப்ரல் பாதிக்குப் பிறகு வெயில் மிகவும் கடுமையாகிவிட்டது. மின் விசிறிகளுக்கு ஓய்வே கிடைக்கவில்லை. மின்சாரம் நின்றபோதெல்லாம் அலுவலக ஊழியர்கள் தவித்தார்கள். எரிச்சலோடு நெற்றியிலும் கழுத்திலும் வழிந்த வியர்வையைக் கைக்குட்டையால் துடைத்தார்கள். அரசையும் மின்சார இலாகாவையும் வசை பாடினார்கள். அலுவலக உதவியாளர், முகுந்தன் இடைமறித்துப் பேசினார். "பானையிலெ இருந்தாத்தானே ஆப்பையில் வரும்".

"இவன் ஒருத்தன் — ஆளுங்கட்சிக்கு எப்பவும் சாதகமாப் பேசுவான். நீ போயி ஒன் வேலையைப் பாரு" என்று அவனைத் துரத்தினார்கள்.

மணி எப்போது ஐந்து ஆகுமென்று காத்துக்கொண்டிருந்த ஊழியர்கள் கோப்புகளைச் சிவப்பு நாடாப் பேடுகளில் கட்டத் தொடங்கினார்கள். அன்று அலுவலகத்தில் ஆக வேண்டிய வேலைகளுக்காக வெளியாட்களின் வருகை மிகக் குறைவாக இருந்ததால் ரகுவும் மிகவும் 'ரிலாக்ஸ்'டாக இருந்தான். கைகள் இரண்டையும் தூக்கி சோம்பல் முறித்தான்.

ரகுவின் முன்னால் வந்த கண்ணன் "சார் நடக்கப்போகலையா?" என்று கேட்டார். "போகணும். எல்லாரும் போயிட்டாங்களா?" என்று ரகு கண்ணனை கேட்டான். "எல்லாரும் போயிட்டாங்க சார். உங்களுக்கு ஏதாவது வேலையிருக்கா? நான் இருக்கவா? என்று ரகுவைக் கேட்டார். "இல்லையில்லை. நாமும் போகலாம்" என்றான் ரகு.

ரகு வெளியிலறங்கி நடக்கத் தொடங்கினான். ரகு சுறுசுறுப்பில்லாமல் மிகவும் சோர்ந்து போயிருந்தான்.கூட நடந்து

வந்துகொண்டிருந்த கண்ணன், "நான் வீட்டுக்குப் போகவா சார்?" என்று ரகுவைக் கேட்டபோது அவன் "வாங்க டிபன் சாப்பிட்டு விட்டுப்போகலாம்" என்றான். இரண்டு பேரும் சிற்றுண்டி சாப்பிட்டு முடித்துவிட்டு வெளியிலிறங்கியபோது "நாளை மறுநாள் சேந்தாப்பிலெ ரெண்டு நாள் விடுமுறை வருதே. சாரு ஊருக்குப் போயி அம்மாவைப் பாத்திட்டு வரலாமே?" என்று கேட்டார். "ஆமா கண்ணன். ரெண்டு நாள் சில்லரை விடுப்பு கேட்டு எழுதியிருக்கேன். நாளைக்கு தகவல் வந்துடும்." என்றான் ரகு. ரகு எதிர்பார்த்ததுபோலவே விடுப்புக்குச் செல்ல அனுமதி கிடைத்துவிட்டதால் அவன் ஊருக்குப் புறப்பட்டுச் சென்றான்.

அதோடு டில்லியில் நடக்கவிருக்கிற துறை தொடர்பான பயிற்சியிலிருந்து தனக்கு விலக்களிக்க வேண்டுமென இருமுறை கேட்டிருந்தபோதும் அது நிராகரிக்கப்பட்டது குறித்து தாயாரிடம் கூற வேண்டுமென்றும் நினைத்திருந்தான். இப்போதெல்லாம் ஊருக்குச் சென்றால் அம்மாவின் பக்கத்திலேயே அமர்ந்திருக்க வேண்டியதுதான். நண்பர் இராமச்சந்திரன் மட்டும் தினமும் ரகுவின் வீட்டுக்கு வந்து உரையாடிக்கொண்டிருந்தான். அவனுக்கு வேலையேதும் அமையாததால் சோர்ந்து போயிருந்தான். அவனுக்கும் திருமணமாகவில்லை. தாடி வளர்த்துக்கொண்டிருந்தான். ரகுவுக்கு, ஊரில் நண்பர்களுடைய எண்ணிக்கை குறைந்து போயிருந்தது. நண்பர்களெல்லாம், சிறிய வேலையையோ பெரிய வேலையையோ தேடிக்கொண்டு இரை தேடும் பறவைகளாக பல ஊர்களுக்கும் புலம் பெயர்ந்திருந்தார்கள். ரகு வீட்டையடைந்தபோது நண்பர் ராமச்சந்திரனின் அம்மா வந்து கதவைத் திறந்தார்கள். "அம்மாவுக்கு நேற்று மாலை உடம்பு சரியில்லாமலாயிடுச்சி. நாளைக்கு உனக்குத் தந்திச் செய்தி அனுப்பலாம் என நினைச்சிக்கிட்டிருந்தோம். நீயாகவே வந்திட்டே" என்றார் அவர். ரகு அதிர்ச்சியடைந்தான்.

"நாளைக்கு ஆஸ்பத்திரிக்கு அழைச்சுக்கிட்டுப் போகணும்" என்று கூறிக்கொண்டே வந்த இராமச்சந்திரன், தாயார் ரகுவோடு அவன் அம்மா படுத்திருந்த அறைக்குள் நுழைந்தார். ரகு, கட்டிலில் சோர்ந்து போய்ப் படுத்திருந்த அம்மாவைப் பார்த்து அதிர்ச்சியடைந்தான். அம்மாவின் கையையும் நெற்றியையும் தொட்டுப் பார்த்தான். ஜுரம் இருந்தது. மிகவும் இளைத்துப் போயிருந்தார். எழும்ப முயன்ற அவரை "வேண்டாம்மா. படுத்திருங்க" என்று ரகு தடுத்தான்.

"ராமச்சந்திரன், டாக்டரைப் பாக்கப் போயிருக்கான்" என்றாள் ராமச்சந்திரனின் தாயார். ரகுவின் அம்மாவுக்கு ஹார்லிக்ஸ் கலந்து தந்தார்கள்.

இரண்டு நாட்களில் மிகவும் சோர்ந்து போயிருந்த ரகுவின் தாய் பேசக்கூடத் திராணியற்றுப் போயிருந்தார். ராமச்சந்திரன், டாக்டரைச் சந்தித்து அவர் பரிந்துரைத்த மருந்துகளை வாங்கிக்கொண்டு வந்தான். ரகுவும் ராமச்சந்திரனும் நோயாளியின் பக்கத்திலேயே படுத்திருந்தார்கள். ரகு அடிக்கடி எழுந்து தாயின் நெற்றியில் கை வைத்து கவலையோடு ஜுரம் குறைந்திருக்கிறதா எனப் பார்த்துக்கொண்டிருந்தான். ஜுரம் குறைந்தபாடில்லை. ரகு கேட்டுக்கொண்டபடி காலையில் ஆறு மணிக்கெல்லாம் ராமச்சந்திரன் சென்று ஒரு டேக்சி அமர்த்திக்கொண்டு வந்தான். மூவருமாக ரகுவின் தாயை மருத்துவமனைக்கு அழைத்துச் சென்றார்கள். ரகுவின் அம்மா உள்நோயாளியாக அனுமதிக்கப்பட்டார். மிகக் கவனமாக சிறந்த முறையில் சிகிச்சையளித்தபோதும் நோயாளிக்கு குறிப்பிடும்படியான முன்னேற்றம் தெரியவில்லை.

ரகு கடுமையான கவலையிலாழ்ந்து போனான். “பட்டணத்திலுள்ள பெரிய மருத்துவமனைக்கு அழைத்துச் செல்லலாமா? நீங்கள் பரிந்துரைத்தால் அங்குக்கொண்டு செல்கிறோம்” என்று ரகு தலைமை மருத்துவரைக் கேட்டான். “உங்கள் கவலை எங்களுக்குத் தெரிகிறது. உங்கள் அம்மாவின் நோய்க்கு நாங்கள் சிறந்த சிகிச்சைதான் அளிக்கிறோம். இன்னும் ஒரு வாரத்தில் நலமடைந்து வீட்டிற்கு திரும்பிவிடலாம். கவலைப்படாதீர்கள் என்று தைரியம் சொன்னார்கள். டாக்டர்கள் நம்பிக்கையளித்ததுபோலவே நோயாளியிடம் தெளிவான முன்னேற்றம் தெரிந்தது.

/I\

அத்தியாயம் - 35

ரகுவின் அம்மா நலமடைந்து விட்டார். டில்லி சென்று பயிற்சியை முடித்து வருமாறு மகனை கட்டாயப்படுத்தினார். தான் நலமாக இருப்பதாக மகனுக்கு தைரியம் ஊட்டினார். ஊரிலிருந்து பிரிந்திருக்கும் நாட்களை குறைப்பதற்காக ரகு டில்லிக்கு விமானத்திலேயே பயணப்பட்டான். ரகு ஊரிலுள்ள நண்பரை தினமும் தொடர்புகொண்டான்.

பயிற்சி தொடங்கி இரண்டு வாரம் கழித்து ரகுவை தொடர்புகொண்ட நண்பர் இரண்டு நாட்களுக்கு முன்பு அம்மாவுக்கு லேசான காய்ச்சல் இருந்ததாகவும் இப்போது சரியாகி விட்டது என்றும், கவலைப்பட தேவையில்லை என்றும் தொலைபேசி மூலமாக தெரிவித்தான். இப்போது அம்மா உற்சாகமாக இருக்கிறார் என்றும் ரகுவுக்கு தைரியம் சொன்னார்.

பயிற்சி முடிந்தது. பயிற்சியின் ஒரு பகுதியாக இரண்டு வாரங்கள் ஒரு சுற்றுலாவுக்கு ஏற்பாடு செய்திருந்தார்கள். ஆனால் ரகு அதிகாரிகளை மிகவும் கேட்டுக்கொண்டதற்கிணங்க தொடர்ந்து பயிற்சிக்கு வரும் குழுவினரோடு சென்று கல்விச் சுற்றுலாவை பிறகு முடித்துக் கொள்ள வேண்டும் என்று உத்தரவு பிறப்பித்தார்கள்.

பயிற்சி முடிந்த அன்றே தலைமை அலுவலகத்தில் ஏற்பாடு செய்யப்பட்டிருந்த தேநீர் விருந்தில்கூடக் கலந்து கொள்ளாமல் ரகு விமானத்தில் ஊர் திரும்பினான். விமான நிலையத்திலிருந்து ஒரு டாக்சி அமர்த்திக்கொண்டு ஊருக்குப் போய் சேர்ந்தான். வீட்டில் ரகுவின் நண்பரும், அவருடைய அம்மாவும், விஸ்வமும் இருந்தார்கள். ரகுவின் அம்மா நல்ல சுறுசுறுப்போடு இருந்தார்.

மகனைப் பார்த்ததும் மிகவும் மகிழ்ச்சியாக காணப்பட்டார். எல்லோரும் உற்சாகமாக பேசிக்கொண்டிருந்தார்கள்.

ரகு பயிற்சியைத் தொடர்ந்து விண்ணப்பித்திருந்த ஒரு மாத விடுப்பு வழங்கப்பட்டிருந்தது.

விஸ்வம் ஊருக்குத் திரும்பி விட்டான். ரகுவின் நண்பனும் அவனுடைய அம்மாவும் ரகுவுடனேயே தங்கியிருந்தார்கள். ரகுவின் தாயாருக்கு முழுமையான ஓய்வு கொடுத்து கவனித்துக்கொண்டார்கள். டில்லியிலிருந்து பயிற்சி முடிந்ததும் அலுவலகத்திற்கு செல்லாமல் அம்மாவை பார்க்க ஊருக்கு திரும்பி விட்டதாலும் ஒரு மாத விடுப்பு வழங்கப்பட்டதாலும் ரகுவுக்கு அலுவலகத்திற்குச் சென்று சில முக்கியமான வேலைகளை செய்ய வேண்டியிருந்தது. ஊரில் ஒரு வாடகைக் காரை அமர்த்திக்கொண்டு ரகு அலுவலகத்திற்கு புறப்பட்டு சென்றான். வேலைகளை முடித்துக்கொண்டு இரண்டு நாட்களில் திரும்பி விடுவதாக கூறிவிட்டுச் சென்றான்.

அத்தியாயம் - 36

ரகு அலுவலகத்திற்கு திரும்பி வந்த நாள் மாலையில் அலுவலக நேரம் முடிந்ததும் ரகு, கண்ணனை அழைத்தான். "உங்களுக்கு வீட்டுக்கு அவசரமா போகணுமா?" எனக் கேட்டான். "என்ன சார் ஏதாவது வேலை இருக்கா? அம்மா எப்படி இருக்காங்க? என்று கேட்டார் கண்ணன்.

"இப்ப நல்லாயிருக்காங்க. ஆனாலும் நான்கூட இருக்கணும். நான் நடக்கப் போகும்போது என்கூட கொஞ்சம் வரமுடியுமா? ரெம்ப கட்டாயமில்லெ. உங்களுக்கு வீட்டுக்கு அவசரமா போகணும்ணா போங்க. பிறகு பாத்துக்கலாம். எனக்கு ஒரு மாத விடுப்பு வழங்கியிருக்கிறார்கள். பொறுப்பை ஒப்படைத்து விட்டேன். காலையில் ஊருக்குப் புறப்படுகிறேன். அதனாலெ பேசிக்கொண்டே கொஞ்சம் நடக்கலாமே" என்றான் ரகு.

"நான் ஒங்களோடெ வாரேன் சார். ஆபீசிலெ நாலு பேரு வேலை பாத்துக்கிட்டிருக்காங்க. அவங்க கிட்டெ சொல்லிக்கிட்டு வாரேன் சார்" என்றார் கண்ணன். இருவரும் வெயிலில் இறங்கி நடக்கத் தொடங்கினார்கள். ஓட்டலில் டிபன் சாப்பிட்டார்கள். வாகன போக்குவரத்து குறைவான வில்லேஜ் ரோடு வழியாக நடக்கத் துவங்கினார்கள்.

"நீங்க ஓய்வு பெற இன்னும் ஒன்பது மாதம்தானெ இருக்கு?" ரகு கண்ணனைக் கேட்டான்.

"ஆமாம் சார்".

"பேப்பர்கள் எல்லாம் அனுப்பியாச்சு." இரண்டு பேரும் மவுனமாக நடந்தார்கள்.

“உங்க வீட்டு நிலமை எப்படி கண்ணன்?”

“நான் எல்லாம் சாரிட்டெ சொல்லியிருக்கேனே. ஒரே மக. அவளைக் கலியாணம் செய்து தந்து கணவனோடெ திருச்சியிலெ இருக்கா. ஒரு குழந்தையும் இருக்கு. ஒங்களை ஒரு நாளைக்கு வீட்டுக்கு அழைச்சேன். வரலை” என்று பதில் கூறினார் கண்ணன்.

“மருமகன் ஒங்களோடெ அன்பா இருக்காரா?”. “ஆமாம் சார். நல்ல டைப் சார். எந்த கெட்டபழக்கமும் கிடையாது. குடும்பத்தை அன்பா பாத்துக்கிறார். எங்கிட்டெயும் அன்பா இருப்பாரு.” “ரிட்டயர்டு ஆனா சம்பளம் ரெம்ப குறெஞ்சு போகும்?” அக்கறையோடு வினவினான் ரகு. “ஒரு சிறிய வீடிருக்கு. அதோடு சேர்ந்து கொஞ்சம் புஞ்சையும், அதிலெ நாலு தென்னை மரமும், கிணறும் இருக்கு. அதிலெ கொஞ்சம் காய்கறியும், மரவள்ளிக் கிழங்கும் பயிரிடலாம். வங்கியிலெ கொஞ்சம் காசும் போட்டு வெச்சிருக்கேன். எந்த பண நெருக்கடியும் இருக்காது சார். பென்ஷனாகிறப்ப அரசாங்கத்திலே இருந்து கிடக்கிற காசையும் வங்கியிலெ போட்டுட்டா பாதுகாப்பா இருக்கும்.” கண்ணன் பதிலளித்தார்.

“வெரிகுட். ஒரு திட்டத்தோட வாழ்க்கையை அமைச்சிக்கிட்டா பெரிய சிரமங்கள் ஏதும் வராது. அப்படித்தானே?” என்று கேட்டான் ரகு. ஓய்வு கிடைச்சதும் அம்மாவும் அப்பாவும் எங்களோடெ வந்து தங்கணும்னு மகளும் மருமகனும் கூப்பிடுறாங்க.” என்றார் கண்ணன். ரகுவிடமிருந்து கொஞ்ச நேரம் கேள்விகளேதும் வரவில்லை. வீட்டிலெ உங்க வீட்டம்மாவின் உடல்நலம் எப்படி?” என்று கேட்ட ரகுவுக்கு “நல்லா இருக்காங்க சார்” என கண்ணன் பதில் அளித்தார்.

“வயதாக ஆக உடல் வலிமை குறைஞ்சிக்கிட்டேதான் வரும். அது இயற்கை. அப்ப நம்மெ தாங்கிக்க வலுவான அன்பான அரவணைப்பு இருந்தா சந்தோசம்தான். உங்களுக்கு உபதேசம் செய்யற அளவுக்கு எனக்கு வயசில்லை. சரியாப் பாத்தா என் அப்பா இப்ப உயிரோடு இருந்திருந்தா உங்களை விட ஆறோ ஏழோ வயது மூத்தவராயிருப்பார். அவ்வளவுதான். உங்களுக்கு அறிவுரை சொல்வதாக எடுத்துக்கக்கூடாது. உங்களுக்கும் உங்க துணைவியாருக்கும் நல்ல தெம்பிருக்கிறவரைக்கும் நீங்க தனியாகவே இருக்கலாம்.கூடக்கூட மக வீட்டுக்கும் போய் வரலாம். அப்பத்தான் உங்க சுதந்திரமும் மக குடும்பத்துக்கு உங்ககிட்ட இருக்கிற பாசமும் இன்னும் நல்லாயிருக்கும் யோசியுங்க.” என்றான் ரகு.

“சரிதான் சார்.”

உங்களைப்பத்தி இவ்வளவும் தெரிஞ்சிக்கிட்டது சந்தோசமா இருக்கு. பாதையோரமா ஒரு தென்னை மரத்தோப்பு இருந்தது. அதையொட்டி ஒரு அரச மரமும், அரச மரத்தையொட்டி ஒரு சுற்றுச் சுவர் கட்டியிருந்தார்கள். வெயில் தணிந்து விட்டது. இன்னும் ஒரு மணி நேரத்தில் அந்தி மயங்கத் தொடங்கிவிடும். கொஞ்ச நேரம் இங்கு உட்காரலாமா?” எனக் கேட்டான் ரவி. இருவரும் அமர்ந்தார்கள்.

“இங்கு வந்து வேலையில் சேர்ந்தபோது என் அப்பா அளவுக்கு வயதான உங்களிடம் எனக்கு ரெம்ப அன்பும் மரியாதையும் ஏற்பட்டு விட்டது. ஆனாலும் உங்களிடம் எப்பவாவது கடுமையாகவோ உங்களுக்கு மனக்கஷ்டம் ஏற்படும்படியோ நடந்திருக்கேனா கண்ணன்? அப்படியிருந்தா மன்னிச்சிருங்க.” ரகு கூறினான்.

“அய்யய்யோ அப்படி சொல்லப்படாது சார். என் சர்வீஸ்லெ உங்கள மாதிரி அதிகாரிங்க கீழெ வேலைப் பாக்கும் பாக்கியம் கிடைச்சதில்லை சார். நெஞ்சிலே புனிதமான ஓரிடத்திலெ உங்களை வெச்சிருக்கேன் சார். ஓய்வு பெறுவது எனக்கு சந்தோசம்தான். ஆனா நெஞ்சில உங்களெ விட்டு பிரியற வலி இருக்கு. அவ்வளவுதான்.” கண்ணன் உண்மையான புரிதலோடுதான் சொன்னார்.

“நீங்க நிறைய சர்வீஸ் போட்டவரு. சர்வீஸ்லெ இதெல்லாம் சகஜம்தான். எது நிரந்தரம்? எல்லாம் ஒரு ரயில் பயணம் மாதிரி. மகிழ்ச்சியான அனுபவங்கள் வந்தா அது அப்படியே இருக்கணும்ணு நினைக்கிறோம். கசப்புக்கள் வந்தா அது சீக்கிரம் கடந்து போயிறணும்ணு தோணும். எது நம்ம கையிலெ இருக்கு? ஆனாலும் ஒண்ணை நினைக்கணும். கனியன் பூங்குன்றனார்ணு ஒரு கவிஞர் பத்தி கேள்விபட்டிருக்கீங்களா? ‘தீதும் நன்றும் பிறர் தரவாரா.’ இது அவருடைய பொன்மொழி. இது எப்பவும் சரியா வர்றதில்லை. ஆனாலும் இதிலெ நெறைய உண்மை இருக்கு.

நான் இந்த ஆபிஸ்லெ இருக்கறவரைக்கும் எப்பவும் நீங்க என்னய வந்து பார்க்கலாம். அதுக்குப்பிறகு எப்போதாவது எங்கேயாவது சந்திக்க வாய்ப்பு வரணும்ணு ஆசைப்படுவோம். ஒருநாள் உங்கள் வீட்டுக்கு கண்டிப்பா வருவேன். ஒருநாள் பூரா உங்களுடனேயே இருப்பேன். உங்க அன்பான அழைப்பை புறக்கணிக்க மாட்டேன். அம்மாவையும் பார்க்கலாமே” உரையாடல் தொடர்ந்தது.

டில்லியில் நடந்த பயிற்சியிலெ நான் நல்ல ரேங்கோட பாஸ் ஆகிட்டேன். அதனாலெ சீக்கிரமா பதவி உயர்வுக்கான வாய்ப்புக்களோடெ கல்கத்தாவுக்கோ, மும்பைக்கோ என்னை மாற்றலாம். திடீருண்ணு உத்தரவு வரலாம். அப்படி வந்தா கண்டிப்பா அம்மாவை என்னோடு அழைத்துச் செல்வேன். ஒரு வாரத்திலெ ஆபீஸ்லெ ஒரு தேநீர் விருந்து வைக்கலாம்ணு நினைக்கிறேன்.

ஊரிலெ என்னொட படிச்ச ஒரு நண்பனுக்கு இன்னும் வேலை எதுவும் அமையலெ. அவனும் அவன் அம்மாவும் எப்பவும் எனக்கும் என் அம்மாவுக்கும் துணையாயிருந்தாங்க. அவனெ நினைக்கும்போது வேதனையா இருக்கு. அவனுக்கு ஏதாவது ஒரு நல்ல வேலைக்கு ஏற்பாடு பண்ணணும். ஊரிலெ நாங்க நாலு பேரு எப்பவும் ஒண்ணாயிருப்போம். ஸ்கூலிலெயும், கல்லூரியிலெயும் ஒண்ணா படிச்சோம். இந்த ஒரு நண்பனைத் தவிர மத்தவங்களுக்கெல்லாம் வேலையாயிருச்சு. பேசிக்கொண்டே இருந்த ரகு சட்டைப்பையில் இருந்து ஒரு காகித உறையை எடுத்து கண்ணனிடம் நீட்டினான்.

"என்ன சார்".

"தவறாக நினைக்கக்கூடாது. என்னுடைய ஒரு சிறிய அன்பளிப்பு — ஒரு டிராப்ட்.

"இது வேணுமா சார்"

"வேணும். என் ஞாபகார்த்தமா பிடிச்ச ஏதாவது வாங்கிக்கோங்க."

கண்ணனின் கண்கள் பனித்தன.

"நாளைக்கி விஸ்வத்தின் வீட்டிற்கு சென்று நான் ஊருக்கு விடுப்பில் சென்றிருக்கும் தகவலைச் சொல்லணும்". ரகு கேட்டதற்கு கண்ணன் "சரி சார்" என்றார்.

தான் அடுத்ததாக மேற்கொள்ளவிருந்த திட்டத்தைத் தனக்குள் மீண்டும் ஒருமுறை எண்ணிப் பார்த்தான். அது நடந்து ஆறு மாதங்களாகிவிட்டன. ஆறு மாதங்களுக்கு முன் மத்திய அரசிடமிருந்து ஒரு சுற்றறிக்கை வந்திருந்தது. ஆப்பிரிக்காவிலுள்ள மிக நலிவுற்ற மக்களுக்கும் பழங்குடி இன மக்களுக்கும் மிக உள்ளார்ந்த மனிதாபிமானத்தோடு சத்துணவு, மருத்துவச்சோதனை, சிகிச்சை, சுகாதார பழக்கங்கள், அடிப்படைக் கல்வி ஆகியவற்றில் தொண்டு செய்வதற்கும் அவர்களுடைய வாழ்க்கை முறையினை விஞ்ஞான ரீதியில் ஆராய்ந்து உலக நாடுகள் சபைக்கு தகவலும் கருத்துரைகளும் அனுப்பி வைக்கவும், உலகளாவிய நிலையில்

தொண்டுள்ளம்கொண்ட இளைஞர்களின் குழுவை அமைத்து ஆப்பிரிக்காவுக்கு அனுப்ப உலக நாடுகள் சபை திட்டமிட்டுள்ளது. அந்த குழுவோடு இணைந்து பணியாற்ற ரகுவும் விருப்பம் தெரிவித்திருந்தான்.

யூஎன்.ஓ, ஆப்பிரிக்க தூதரகம், இந்திய தூதரகம் ஆகியவற்றிலிருந்து ரகு பற்றிய தகவல்களும் ஆவணங்களும் கேட்டு கடிதங்கள் வந்தன. ரகுவும் விருப்பம் தெரிவித்திருந்தான். எல்லாம் பர்சனல் கடிதங்கள். கடைசியில் ரகு தேர்வு செய்யப்பட்டான். அந்த தகவல் பற்றி யாருக்கும் தெரியவேண்டாம் என்று ரகு விரும்பினான். அதனால் அதை மிக இரகசியமாக வைத்திருந்தான்.

அத்தியாயம் - 37

அலுவலகத்தில் முடிக்க வேண்டிய அவசர வேலைகளை முடித்துவிட்டு பணி ஒப்படைப்பும் செய்து விட்டு ரகு ஊருக்குத் திரும்பினான். அம்மாவை அருகிலிருந்து கவனிக்க வேண்டும் என்பதற்காக ஆறு மாத சம்பளமில்லா நீண்ட விடுப்புக்கு மனுச் செய்திருந்தான். விடுப்புக் காலத்தில் இடமாற்றமோ, பதவியுயர்வுடன் மாற்றமோ வந்தால் அம்மாவையும் உடன் அழைத்துச் செல்வதாக திட்டமிட்டிருந்தான்.

மகனின் அருகாமையும், கவனிப்பும், அன்பும், ரகுவின் அம்மாவுடைய உடல்நலத்தில் கணிசமான முன்னேற்றத்தை ஏற்படுத்தின. அவர் மிகவும் மகிழ்ச்சியாக காணப்பட்டார். டாக்டர்களின் அறிவுரைப்படி அவரை பல ஊர்களுக்கும் அவர் விருப்பப்பட்ட தெய்வத் திருத்தலங்களுக்கும் அழைத்துச் சென்றான். விடுப்புக் காலத்தில் ரகுவுக்கு பதவியுயர்வோ இடமாற்றமோ வரவில்லை. விடுப்பு முடிந்ததும் பழைய இடத்திலேயே பொறுப்பேற்றுக் கொள்ளும் வாய்ப்பேற்பட்டது. ஊர் திரும்பிய சில நாட்களில் ரகுவின் தாய்க்கு மீண்டும் உடல்நலக்குறைவு ஏற்பட்டது. அவர் மருத்துவமனையில் அனுமதிக்கப்பட்டார்.

மருத்துவமனையில் கொடுக்கப்பட்ட சிகிச்சையால் முன்னேற்றம் ஏற்படவில்லை. அவருக்கு முழு ஓய்வு தேவையென்று மருத்துவர்கள் சொன்னார்கள். ரகுவின் நண்பரும் அவர் தாயும் உடன் இருந்து உதவினார்கள். தொடர்ந்து அவருக்கு திரவ உணவுகளே கொடுக்கப்பட்டன.

ஏதும் முன்னேற்றம் தெரியவில்லையே என ரகு மருத்துவர்களிடம் ஆதங்கப்பட்டுக்கொண்டான்.

"உங்கள் அம்மாவுக்கு விலையுயர்ந்த மருந்துகளை மும்பையிலிருந்தும் வெளிநாட்டிலிருந்தும் வரவழைத்து சிறந்த முறையில் சிகிச்சை அளிக்கிறோம். நீங்கள் வேறு மருத்துவமனைக்குகொண்டு சென்று சிகிச்சை அளிக்க விரும்பினால் அதற்கான ஏற்பாடுகளை நாங்களே செய்ய தயாராயிருக்கிறோம். ஆனால் அவர் கடுமையான பாதிப்புக்குள்ளாயிருக்கிறார். ஏற்கனவே இதய நோயாளி. இப்போதிருக்கும் நிலையில் பயணமும் உகந்ததல்ல. அவர் இருக்கும் நிலையில் எங்குகொண்டு சென்றாலும் இதே சிகிச்சை முறையைத்தான் கையாள வேண்டும்" என்று கூறிவிட்டனர். நோயாளி அடிக்கடி நினைவிழந்தார். ரகு விஸ்வத்துக்கு தகவல் தர ராமச்சந்திரனிடம் கேட்டுக்கொண்டான். மறுநாள் மதியத்துக்குள் விஸ்வம் வந்துவிட்டான்.

அப்போது நோயாளி மயக்கம் தெளிந்த நிலையிலிருந்தார். அவர் கையசைத்து விஸ்வத்தை பக்கத்திலழைத்தார். "ஏன் பாரதியைக்கூட அழைத்துவரவில்லை?" என்று மிகவும் பலவீனமான குரலில் விஸ்வத்தைக் கேட்டார். "குழந்தைக்கு நல்ல உடல் நலமில்லை. தந்திச் செய்தி கிடைத்ததும் இரவோடிரவா பேரூந்தில் புறப்பட்டு வந்ததால் அவளையும் குழந்தையையும் அழைத்து வர முடியல்லை. இன்று மாலையிலுள்ள ரயிலில் துணைக்கி ஒரு அம்மாவையும் அழைச்சிக்கிட்டு வந்து சேர சொல்லியிருக்கிறேன்." என்றான் விஸ்வம்.

ரகுவின் அம்மா மகனின் கையைப் பற்றினார். விஸ்வத்தைப் பக்கத்தில் அழைத்து அவன் கையைப் பற்றி ரகுவின் கையை விஸ்வத்தின் கையில் வைத்துவிட்டு தீனமான மெலிந்த குரலில் "என் மகனை நீங்கதான் எந்த குறையும் வராமெ காப்பாத்தணும். பாரதியும் குழந்தையும் எங்கே?" என்று விஸ்வத்தை மீண்டும் கேட்டாள். அவனுக்கு நீங்க ரெண்டுபேரும்தான் துணை என்று பிதற்றியவர் கைகளை விடுவித்து கடவுளைக் கூப்பிய கைகளோடு வணங்கினார். "கடவுளே என் எல்லாக் குழந்தைகளையும் காப்பாத்தப்பா" என்று உயிரற்ற குரலில் வேண்டினார்.

கொடும் புயலில் அகப்பட்டு சுக்குநூறாக உடைந்துபோன சோப்புக் கரைசல் கோளத்தைப்போல உடைந்து போனான் விஸ்வம்.

ஏற்கனவே அவன் ரகுமீது வைத்திருந்த அதீதமான பாச உணர்வு ஏதோ காரணத்தால் அவன் நெஞ்சில் இனம் புரியாத வலியையும் குடைச்சலையும் ஏற்படுத்தியிருந்தது. அவன் தலையில் தாங்கமுடியாத சுமை ஏற்றி வைக்கப்பட்டதாக உணர்ந்தான். விஸ்வம் எவ்வளவு உடைந்து போயிருக்கிறான்

என்பதை ரகுவால் உணர முடிந்தது. ரகு விஸ்வத்தின் தோளில் கை வைத்து அவனோடு நெருங்கி நின்றான். கைக்குட்டையால் வாயை அடைத்தவாறு தேம்பித் தேம்பி அழுதான்.

தகவல் அறிந்ததும் பாரதியும் குழந்தையும், துணைக்கு அடுத்த வீட்டுச் செல்லம்மாவையும் அழைத்துக்கொண்டு வந்து சேரும்போது ரகுவின் அம்மா நினைவிழந்த நிலையிலிருந்தார்.

அங்கு வந்த நர்ஸ் விஸ்வத்தை தனியாக அழைத்துப் போனாள். "நேற்று காலையிலிருந்து அம்மா ரெம்பவும் பலவீனமா இருக்காங்க. அடிக்கடி மயக்கமாயிடறாங்க. இடையிடையே நினைவு திரும்பி கண்களை முழிச்சுப் பார்க்கிறாங்க. பக்கத்திலிருக்கும் மகனின் கையை புடிச்ச தன் கையைவிடலை" நிலவரத்தைத் தெரியப்படுத்தினாள்.

நோயாளி படுத்திருந்த அறைக்குள் நுழைந்த பாரதி உடனே நோயாளியின் படுக்கையை நோக்கி நடந்தாள். அவருடைய கைகளை தன் கையிலெடுத்தாள். அவளுடைய கண்கள் இரண்டும் நிறைந்து கண்ணீர் கன்னங்கள் வழியே வழிந்தது. அடக்க முடியாத துயரத்தால் சேலைத் தலைப்புகொண்டு வாயை மூடிக்கொண்டு தேம்பித் தேம்பி அழுதாள். அப்போது அறைக்குள் நுழைந்த டாக்டரும் நர்சும் நோயாளியின் படுக்கையை நோக்கி வரவே, பாரதி அவர்களுக்கு வழிவிட்டு விஸ்வத்தின் அருகில் வந்து அவன் கையைப் பற்றினாள். நோயாளியின் நாடித் துடிப்பையும் கண்களையும் பரிசோதித்த டாக்டர் நர்சிடம் ஏதோ கூறியபடியே அந்த இடத்தை விட்டு நகர்ந்தார். அங்கு நின்றுகொண்டிருந்த நர்ஸ் விஸ்வத்திடம் "ரம்பவும் வேண்டியவங்க யாராவது இருந்தா தகவல் சொல்லுங்க. கடைசியா பாத்திட்டு போகட்டும்" எனச் சொன்னார்.

சாரதாம்மா திடீரென கண் திறந்து தனது மெலிந்த கையால் பக்கத்திலிருந்த மகனின் கையை இன்னும் அழுத்தமாகப் பற்றினார். திறந்த, வெளிறிய கண்களின் கருவிழிகள் அறையை சுற்றிச் சுழன்று வந்தன. பக்கத்தில் நின்ற எல்லோரையும் தீனமாக நோக்கின. பாரதியை நோக்கியதும் அந்த கண்கள் திடீரென ஏதோ உத்வேகத்தாலோ ஆச்சரியத்தாலோ அசையாமல் நின்றன. மிகுந்த சிரமத்தோடு பாரதியை நோக்கி இடது கையை தூக்கினார். அந்த கை உயராமல் படுக்கையில் விழுந்தது. ஏதோ சொல்லத்துடித்த உதடுகள் அசைவற்றுப் போயின.

சில நிமிடங்கள் — சில வினாடிகள் எல்லோரும் நோயாளியை நெருங்கி வந்தார்கள். டாக்டர் வந்து நாடித்துடிப்பைப்

பார்த்துவிட்டு நோயாளியின் திறந்திருந்த கண்களை மூடினார். 'சாரி' என மெல்லிய குரலில் சொன்னவர் ரகுவின் தோளில் கை வைத்தார். படுக்கையிலிருந்து சாய்ந்து விழப்போன ரகுவை விஸ்வம் தாங்கிக்கொண்டான்.

வலுவற்ற தேம்பல்கள் அந்த அறையில் தேங்கி நின்ற அமைதியின் இறுக்கத்தை குலைத்தன.

விஸ்வமும் ரகுவின் நண்பனும் ரகுவைத் தேற்ற முயன்றார்கள்.

அத்தியாயம் - 38

"மனிதனுக்கு உடல் என்ற ஒன்று கிடையாது. ஆன்மா மட்டுமே. அது எதனால் நிறைந்திருக்கிறதோ அதுவே அவன்"
– அன்னை தெரசா

ரகு மயங்கி விழுந்து விடுவாரோ என விஸ்வம் மிகவும் பயந்துபோனான். இறந்து போன தாயின் முகத்தைப் பார்க்கக்கூட திராணியற்று போயிருந்தான். விஸ்வமும், ரகுவின் நண்பர்களும் கைத்தாங்கலாக அவனை அழைத்துச் சென்று இறுதியாகச் செய்ய வேண்டிய ஈமச்சடங்குகளுக்கு அவனை தயார் செய்தார்கள். சிதைக்கு எரியூட்டப்போனபோதுகூட விஸ்வமும் ரகுவின் நண்பர்களும் அவனை தாங்கிக்கொண்டார்கள். ஒரு சின்ன குழந்தையைப்போல அழுதுகொண்டே சடலத்தைச் சுற்றி வந்தான். அழுதுகொண்டே மயானத்தில் அமர்ந்திருந்த ரகுவைக் கட்டாயப்படுத்தி வீட்டிற்கு அழைத்து வந்தார்கள். சோர்வாக இருந்த ரகுவை கொஞ்சம் இளநீரை குடிக்க வைத்தார்கள்.

ஒரு சாய்வு நாற்காலியில் சாய்ந்து இருந்து கொள்ள சொன்னார்கள். ரகுவைப் பொறுத்தவரை அவனுக்கு எல்லாம் முடிந்துபோன உணர்வு. மோட்டுவளையைப் பார்த்துக்கொண்டே அசையாமல் படுத்துக் கிடந்தான். நீண்ட நேரத்திற்கு பிறகு கட்டாயப்படுத்தி பால் குடிக்கக் கொடுத்தார்கள். தரையில் பாய் விரித்து ரகுவைப் படுக்க வைத்தார்கள். விஸ்வமும் ரகுவின் நண்பனும் பக்கத்தில் படுத்துக்கொண்டார்கள். பெண்கள் எல்லோரும் வீட்டுக்குள் படுத்திருந்தார்கள். ரகு தூங்கவில்லை. தொடர்ந்து அழுகையும் விசும்பலுமாக படுத்திருந்த, ரகுவை தன் முகத்திற்கு நேராக திருப்பி முதுகில் தட்டிக் கொடுத்து விஸ்வம் ஆசுவாசப்படுத்திக்கொண்டிருந்தான்.

மறுநாள் ரகுவின் வீட்டில் வைத்து நடந்த ஈமச்சடங்குகளை விஸ்வமும் பாரதியும், ரகுவின் நண்பரும் முன் நின்று நடத்தி வைத்தார்கள். ரகுவின் மற்ற நண்பர்களும் துணையாக நின்று உதவினார்கள்.

ஊருக்கு திரும்பி போவது பற்றி விஸ்வமோ பாரதியோ எதுவும் பேசிக்கொள்ளவில்லை. ரகு, சகஜ நிலைக்கு வந்து அவனாகவே இதுபற்றி பேசுவதுவரை அவனுக்கு துணையாக இருந்து அவனை கவனித்துக் கொள்ள வேண்டும் என்றுதான் கணவனும் மனைவியும் கலந்து பேசி முடிவெடுத்திருந்தார்கள். ஆனால், மூன்றாம் நாள் ரகுவும் அவனுடைய நண்பனும் நண்பரின் அம்மாவும் இதுப்பற்றி ஆலோசித்தார்கள்.

"பாவம். அவங்க ஊரிலெ ஒரு தொழில் நடத்தி வராங்க. அவங்க இங்கேயே தங்கிட்டா ரொம்ப சங்கடமா போயிரும். அவங்க ஊருக்கு போகட்டும். அடியந்திரத்துக்கு வந்தாபோதும். ரகு, நீயே சொல்லி அவங்களை அனுப்பி வைப்பா. நீ வேலைக்கு திரும்புவதுவரை நாங்கள் இங்கேயே தங்கலாம்" என்று ரகுவிடம் சொன்னார், ரகுவின் நண்பர்.

"மீண்டும் ஒரு மாதத்திற்கு விடுப்பை நீடிக்கக் கேட்டு இன்னைக்கு மனு போடணும். அவங்களை அனுப்பி வெச்சிடலாமா?" என்று நண்பனின் அம்மாவைக் கேட்டான் ரகு. அவர்களும் ஆமோதித்தார்கள். ரகு இதைப்பற்றி விஸ்வத்திடம் கூறினான்.

"தொழில் விஷயம் பெரிய காரியமே இல்லை. கடையை கவனிச்சுக்க ஏற்பாடெல்லாம் செய்திருக்கேன். சாருக்கு மனதைரியம் வாறவரைக்கும் நாங்க சாருகூடவேயிருந்து கவனிச்சுக்கலாம். (ரகுவின் நண்பருடைய அம்மாவை குறிப்பிட்டு) அவங்களுக்கு உதவியா இருக்குமே" என்றான் விஸ்வம்.

"இல்லை அண்ணாச்சி. நானும் அம்மாவும் இருக்கோமில்லையா? நீங்க தேவையில்லாமெ எதுக்கு சிரமப்படணும். ஓங்க உதவி தேவைப்பட்டா நான் உடனே தந்தியடிக்கிறேன். நீங்க ஓங்க சவுகரியப்படி நாளைக்கோ நாளைக்கழிச்சோ புறப்பட்டுப் போங்க. விடுப்பு முடிஞ்சு வந்த பிறகு ரகு வெளியிலே தங்க வேண்டாம். ஓங்ககூடவே தங்க ஏற்பாடு செய்யுங்க. தனிமையை ரகுவால் பொறுத்துக்க முடியாது. சரியா? என்று விஸ்வத்தின் முகத்தை பார்த்தான் ரகுவின் நண்பன்.

"ரகு அண்ணா நீங்க என்ன நினைக்கறீங்க? என்று கேட்டாள் பாரதி.

“இப்ப நீங்க புறப்படுங்க. தொழில் முடங்க விட வேண்டாம்” ரகு தீர்மானமாகச் சொன்னான்.

“தைரியமா இருந்து ஓங்க உடம்பை பாத்துப்பேளா? என்று பாரதி ரகுவை நோக்கி கேட்டாள்.

“கவலைப்படாதம்மா, என் நண்பனின் அம்மாவும் என் அம்மா மாதிரிதான். நல்லா கவனிச்சுப்பாங்க.” ரகு விஸ்வத்தின் குழந்தையைப் பக்கத்தில் இழுத்து அவனை தட்டிக் கொடுத்தான். “மாமா சீக்கிரம் வந்திருவேன் சரியா?” என்று கூறி ரகு சிறுவனுக்கு முத்தம் கொடுத்தான்.

நான்காம் நாள் விஸ்வமும், பாரதியும் குழந்தையும், அங்கு வரவழைக்கப்பட்ட ஆட்டோவில் ஏறி ரயில் நிலையத்துக்கு புறப்பட்டார்கள். ரகுவின் நண்பர் விஸ்வத்தையும் மனைவியையும் வழியனுப்பி வைக்க ரயில் நிலையத்திற்கு வந்திருந்தார். ரயில் வருவதற்கு ஒரு மணி நேரத்துக்கு மேலாகி விட்டது. அதுவரை ரகுவின் நண்பர் விஸ்வத்தோடு உரையாடிக்கொண்டிருந்தார். அவர்களுக்கிடையே நடந்த உரையாடல் ரகுவைப் பற்றியதாகவே இருந்தது. இரண்டு பேருடைய உரையாடலிலும் ரகுவைப் பற்றிய கவலைதான் முனைப்பாக நின்றது. ஆனால் ஒரு நல்ல ஏற்பாட்டினை முன் வைத்திட இருவராலும் முடியவில்லை. பெருமூச்செறிந்தார்கள்.

எல்லாம் விதி. யாருடைய கையிலும் எதுவும் இல்லை என்று கூறி அமைதியானார்கள். தூரத்தில் இரயில் வரும் சத்தம் கேட்டது. அது ஒரு சின்ன இரயில் நிலையம் என்பதால் அந்த நிலையத்தில் நின்றதும் இரண்டு நிமிடங்களில் ரயில் புறப்பட்டுவிடும். விஸ்வம் மகனைக் கையில் தூக்கிக்கொண்டான். பாரதியிடம் “சீக்கிரமா ஏறிக்கிடணும்” என்று எச்சரித்தான். அவளும் பரபரப்பானாள். இருவரும் ரயில் நின்றதும் ஒரு பெட்டியில் ஏறிக்கொண்டார்கள். அது பொதுப்பெட்டியாக இருந்தபோதும் ஓரிரு பயணிகள்தான் இருந்தார்கள். காலியாகக் கிடந்த இருக்கையில் அமர்ந்தார்கள். உடனே இரயில் புறப்பட்டது. அவர்களை கையசைத்து வழியனுப்பிய ரகுவின் நண்பரும் விரையில் ஒரு புள்ளியாய்க் கரைந்து அவர்கள் பார்வையிலிருந்து மறைந்து போனார்.

இருக்கையில் சாய்ந்திருந்த விஸ்வம் கவலையால் மிகவும் சோர்ந்து காணப்பட்டான். இருக்கையின் ஓரத்திலிருந்த பாரதி கணவனின் கவலை தோய்ந்த முகத்தை நோக்கினாள். மெல்ல கணவனின் பக்கத்துக்கு வந்து அவனோடு ஒட்டியிருந்தாள். இடது கையை அவனுடைய தோளில் வைத்தாள்.

“ரயிலடியிலெ வெச்சு ரகு அண்ணாவின் சினேகிதரோடு கவலையோடு பேசிக்கிட்டிருந்தப்ப இருந்த தெம்பு கூட வடிஞ்சு போய் இப்ப பேயறைஞ்சது மாதிரி ஆயிட்டீங்க. மனசை கொஞ்சம் தேத்திக்கிங்க. சாருக்க அம்மா வயசானதாலும் நோயினாலும் மனக்கவலையாலும் இறந்து போயிட்டாங்க. ஆனா அவருடைய மரணம் ரகு அண்ணாவை எவ்வளவு ஆழமா பாதிச்சிட்டுண்ணு நினைச்சுத்தான் நீங்க ரம்ப ஆடிப்போயிட்டீங்க. எல்லாத்துக்கும் கடவுள் மேலெ பாரத்தைப் போடத்தானே முடியும். ஆனால் ரகு அண்ணாவை நாம தனியா தவிக்க விட்டிரமாட்டோம். நம்ம வாழ்க்கை ஓடுதோ? நடக்குதோ? எந்த நிலையிலெயும் விட்டிராமெ நாம அவரையும் தாங்கித்தானே ஆகணும். சும்மா விட்டிரமாட்டமே.”

எத்தனையோ பேருடைய வாழ்க்கையிலெ இப்படியெல்லாம் நடக்குது. கடவுளை நினைச்சு மனசை ஆத்திக்கிட்டு தைரியமாயிருங்க. ஒண்ணும் முடிஞ்சு போயிரலண்ணு தைரியமா இருங்க. நீங்க ஓங்க குரு சொன்னதா சொல்லுவீங்களே காலம் எந்த காயத்தையும் ஆற வெச்சிடும்ணு. ஒண்ணிரண்டு மாசம் போகட்டும். நீங்க கொஞ்சம் கொஞ்சமா பேசினீங்கண்ணா ரகு அண்ணா மனசை மாத்திடலாம். ஒரு பொருத்தமான பெண்ணைப் பாத்து ஆடம்பரமில்லாமெ அவருக்கு கல்யாணம்பண்ணி வெச்சிடலாம். அதோடெ நம்ம கடமை தீந்துபோயிரும்ணு சொல்லல்லெ. நம்ம கடைசி மூச்சிருக்கிற வரெ அவங்களுக்கு துணையா இருப்பம்.” விஸ்வத்தை தேற்றினாள் பாரதி.

“ரகு சாரின் அம்மா முதல்முறையா மயக்கமடையறதுக்கு முன்னலெ அவருடைய கண்ணுரண்டும் என்னையே அசையாமெ பாத்துக்கிட்டிருந்தது. நான் பயந்து போனேன். முழுசா சத்தியிழந்து போயிருந்த கையாலெ என் கையை பிடிச்சாங்க. இன்னொரு கையாலெ சாருடைய கையையும் பிடிச்சாங்க. கண்களிலிருந்து தாரைதாரையா கண்ணீரு பாஞ்சுது. அந்த கண்களில் வடிஞ்ச கண்ணீரை தொடச்சுக்கிட்டு என்னுடைய ரெண்டு கைகளாலும் அவங்க கைகளை அழுத்திக்கிட்டே “ரகு அண்ணாவை நான் பாத்துப்பன் அம்மா. உசிரைக் குடுத்தாவது காப்பாத்துவன் அம்மா என்று சொன்னபோது சங்கடத்தாலெ நான் உடைஞ்சு போய் அழுதிட்டேன் பாரதி. நீ அம்மாவைப் பாக்க ஆஸ்பத்திரிக்கு வந்தப்பவும் நினைவில்லாமெத்தான் இருந்தாங்க. திரும்பவும் கண்ணைத் திறந்தாங்க. கண்ணு அறையைச் சுத்தி வந்தப்ப உன்னைப் பாத்ததும் அசையாமெ நிண்ணுது. கையை ஓம்பக்கத்துக்கு ஒசத்தினதையும் ஏதோ சொல்ல

நினைச்சு முடியாமெப் போனதையும் கவனிச்சியா? நாலஞ்சு நிமிஷத்திலெ உயிர் பிரிஞ்சிருச்சு" விஸ்வத்தால் சாரதாம்மாவை மறக்க முடியவில்லை.

மனது மாறறதெல்லாம் ஊரு ஒலகத்திலெ நடக்காத விசயமா? ஆனா பக்குவமாத்தான் இதை சொல்லணும். அவருக்கு உபதேசம் பண்ணற மாதிரியும் இருக்கக்கூடாது. அவரு நம்மோடே இருக்கறதை நம்ம பாரமா நினைக்கிறமின்னு அவரு நெனக்கக்கூடாது. உங்களுக்கு நிதானமாவும், பக்குவமாவும் பேச வரும்தானே. பாப்பம். கடவுளை வேண்டிப்பம்" என்றாள் பாரதி.

"ரகு சாருடைய அம்மா நெனவு தவறுவதற்கு அரை மணி நேரத்துக்கு முன்னால் கண்ணத் திறந்தாங்க. திறந்து மிரட்சியோடசுற்றிப் பார்த்தார். ஏதோ சொல்ல நினைச்சும் பலவீனமா இருந்ததாலே பேச முடியல்ல."

"ஒரு உசிர் போற நேரம் அந்த உசிரிலிருந்து வருதே, வார்த்தைகள். அதெல்லாம் நெஞ்சைப் பிளக்கக் கூடிய உண்மையான வார்த்தைகள். உசிரோடு கரைஞ்சு தெய்வ வாக்காப் போயிடற வார்த்தைகள். அவை சம்பந்தப்பட்டவங்க மனசை உடைச்சுப்போட்டிடும். மகன் கையைப் பிடிச்சு முத்தமிட்டு அழுத அந்த அம்மா, பிறகு என் கையை பிடிச்சாங்க. "நீதான் இவனுக்கு எல்லாம்ணாங்க. எம்பிள்ளையை பாத்துக்கப்பாண்ணாங்க." நான் விம்மி அழுது துடிச்சுப்போனேன். உயிர்போன பிறகு தெய்வமாகிப் போன அந்த அம்மாவின் ஏக்கமும் கவலையும் நிறைஞ்ச முகம் இப்பவும் என் முன்னாலெ நிண்ணுக்கிட்டிருக்கு."

"வெளுத்து மெலிஞ்ச அவருடைய வசீகரமான முகம் இப்போதும், சிறுவயதில் இறந்துபோன என் அம்மாவின் முகத்தை ஞாபகப்படுத்துது. உன்னைப் பாக்கிறப்பவும் உன்னோடு பேசுறப்பவும் நீ விளம்பித் தரும் உணவைச் சாப்பிடறப்பவும் ஏதோ இனம் புரியாத தெளிவும் அமைதியும் ரகு சாரின் முகத்திலெ ஏற்படுவதுபோல் நான் உணர்கிறேன். நீயும் அவருடைய இறந்து போன சுமதியும் ஒருபோல இருப்பதா நீயே சொல்லியிருக்கெ. ஒரு வேளை நீ அவரு பக்கத்திலிருப்பது அவருக்கு ஆறுதலா இருக்கலாம்" என வேதனை தோய்ந்த குரலில் சொன்னான் விஸ்வம்.

உட்கார்ந்த நிலையில் வடிக்கப்பட்ட ஒரு பளிங்குச் சிலையைப்போல் அமர்ந்திருந்த பாரதி, விஸ்வம் பேசியதனைத்தையும் கேட்டுக்கொண்டிருந்தாள்.

/I\

அத்தியாயம் - 39

இரண்டு மாதங்கள் ஓடிவிட்டன. விடுப்பு முடிந்து ரகு வேலைக்கு திரும்பிவிட்டான். அலுவலகத்தில் உள்ள எல்லா ஊழியர்களும் ரகுவின் அறைக்கு வந்து ஆறுதல் கூறினார்கள். ரகு எல்லோருக்கும் நன்றி சொல்லி அனுப்பி வைத்தான்.

ரகு தினமும் விஸ்வத்தின் வீட்டிற்கு வந்து அங்குதான் தங்கினான். ரகுவை விஸ்வமும் பாரதியும் கண்ணும் கருத்துமாக கவனித்துக்கொண்டார்கள். எல்லா இரவும் விஸ்வம் ரகு படுத்திருந்த அறையில் ரகுவின் கட்டிலுக்கு பக்கத்தில், தரையில் படுத்துக்கொண்டான். ரகு எவ்வளவு தடுத்தும் கேட்கவில்லை. ஒரு நாள் காலையில் ரகு விஸ்வத்தை எழுப்பி ஒரு டாக்சி வரவழைத்து அலுவலகத்திற்கு புறப்பட்டுச் சென்றான். விஸ்வம்கூட வருவதாக சொன்னபோதும் விடாப்பிடியாக மறுத்துவிட்டான்.

இரண்டு நாட்களில் ரகு திரும்பவில்லை. விஸ்வம் கலவரமடைந்தான். மூன்றாம் நாள் காலையில் விஸ்வம் பட்டணத்துக்குப் புறப்பட்டுச் சென்றான். ரகுவைத் தேடிக்கொண்டு அவன் அறைக்குச் சென்றான். ரகு அவனுடைய பொருட்களையெல்லாம் அடுக்கி வைத்து கட்டிக்கொண்டிருந்ததைப் பார்த்து விஸ்வம் ஆறுதலடைந்தான்.

"எங்கிட்டெ சொல்லியிருந்தா நான்கூட வந்திருப்பேனே சார். நான் எவ்வளவு பதறிப்போயிட்டேன் தெரியுமா? உடம்பு இன்னும் நல்லா தேறல" என்று கூறிக்கொண்டு ரகுவை நாற்காலியில் அமரச் செய்துவிட்டு அவனுடைய அறிவுரைப்படி விஸ்வம் சாமான்களை ஒழுங்குப்படுத்திக் கட்டினான்.

"இந்த அறையைக் காலி செய்யப்போறேன். இந்தப் பொருட்களையெல்லாம் ஒரு வாடகைக் கார் பிடித்து விஸ்வம்

வீட்டுக்குக்கொண்டு போகணும். அறைச் சாவியை வீட்டுச் சொந்தக்காரரிடம் ஒப்படைச்சிட்டு இண்ணைக்குச் சாயங்காலமே வீட்டுக்கு வந்துடுவேன். நீங்க போங்க" என்றான் ரகு.

"வேண்டாம் சார். இந்த அறையிலேயே இருக்கிறேன். நீங்க வேலைகளை முடிச்சுக்கிட்டு வாங்க. பிறகு ஒண்ணாவே போயி சாவியைக் குடுத்திட்டு ஒரு டாக்ஸி அமர்த்தி நாம ஒண்ணாவே வீட்டுக்குப்போயிடலாம்." என்றான் விஸ்வம்.

ஆனால் விஸ்வத்தை கட்டாயப்படுத்தி வீட்டுக்கு அனுப்பி வைத்தான் ரகு. விஸ்வம் வீட்டிற்கு வந்ததும் ரகுவைச் சந்தித்ததையும் மாலையில் அவர் வீட்டிற்கு வருவார் என்ற தகவலையும் மனைவியிடம் கூறினான்.

"இண்ணைக்கு சார் இங்கெ வருவேண்ணு சொன்னாரு" என்றான் விஸ்வம். எனக்கிண்ணைக்கு ஒரு வெளியூர் நண்பரைச் சந்திக்கணும். நான் நாளை இரவுதான் திரும்ப முடியும்" என்று விஸ்வம் கூறினான். அவன் முகத்தில் கலவரம் தெரிந்தது. கொஞ்சநேரம் வெளியில் வெறித்துப் பார்த்துக்கொண்டிருந்தான். "பாரதி! நாம ரகு சாரைக் காப்பாத்தணும். மனசிலெ ஏற்பட்டிருக்கிற ஆறாப் புண்ணுக்கு கொஞ்மாவது மருந்து தடவணும். அவரு கொஞ்சமாவது மன நிம்மதியோடு வாழணும்." என்று விஸ்வம் கூறினான். அவனுடைய பேச்சில் தடுமாற்றம் தெரிந்தது. கணவன் சொல்லிக்கொண்டு வருவதன் அர்த்தம் அவளுக்கு அரைகுறையாகப் புரிந்தது. அவள் ஒன்றும் பதில் சொல்லவில்லையென்றாலும் அவளுடைய களங்கமில்லாத இதயம் இருதலைக் கொள்ளியாக எரிந்து சுட்டது.

தெளிவற்ற மொழியில், ஓசையெழுப்பாத மொழியில் மனச்சாட்சி எதையோ பிதற்றியது. ஒரு காலத்தில் தெளிவாகவும், திடமாகவும் உணர்ச்சிப் பிழம்பாகவும் இருந்த கணவர் இன்று மெழுகுவர்த்தியாக உருகி மாய்கிறார். யாருக்காக உருகித் தேய்கிறார் என்று தெரியும்தான். அவள் கலங்கிய கண்களோடு கணவனை ஏறிட்டாள். அவன் அருகில் வந்து அவளைக் கட்டியணைத்தான். அந்த அணைப்பில் என்றுமில்லாத அளவுக்கு இறுக்கமிருந்தது. அந்தக் கைகள் நடுங்குவதை உணர்ந்தாள். அவன் பல தடவை அவளை முத்தமிட்டான். அந்த முத்தங்களுக்குத்தான் எவ்வளவு வெப்பம்!

அவன் தன் அன்பு மகனை வாரி எடுத்து நெஞ்சோடணைத்து முத்தமிட்டான். அரைகுறை தூக்கத்திலிருந்த மகனைக் கட்டிலில் கிடத்தினான்.

கணவனின் செயல்களில் என்றுமில்லாத அளவுக்கு ஒரு தடுமாற்றமிருப்பதைக் கண்ட பாரதி மிகவும் பதறிப்போனாள். "இண்ணைக்கு ரகு அண்ணா வறப்ப நீங்க வீட்டிலெ இல்லைண்ணா அவரு ரெம்ப வருத்தப்படுவாரு. நீங்க ஊருக்குப் போவதை ஒரு நாள் தள்ளிப் போடப்படாதா?" பாரதி கெஞ்சினாள். "இல்லை பாரதீ! நான் போயாகணும்" என்றவன் துணிமணிகளை ஒரு சிறிய பெட்டியில் திணித்தான்.

விஸ்வத்தின் முகத்தில் படர்ந்திருந்த கலவரத்தையும் மனைவியை ஏறிட்டு நோக்கக் கூசிய கண்கள் பேசிய ஒலியற்ற மொழியையும் பாரதி அரைகுறையாகப் புரிந்து கொணடாள். அவளுக்கு உளவியல் ஞானம் இல்லைதான். என்றாலும் அறிவு வந்த நாளிலிருந்து கொஞ்சம் கொஞ்சமாக விஸ்வத்தில் கலந்து, கடந்த சில வருடங்களில் அவனில் பாதியாகிப் போயிருந்த அவளுக்கு அவனுடைய இதயத் துடிப்பைப் புரிந்து கொள்ள முடியாமல் போகுமா? என்றாலும் அவளுக்கு அசைக்க முடியாத ஒரு நம்பிக்கையிருந்தது. கடலைப்போல் ஆழமான, அன்பு அலைமோதும் அவளுடையவனின் விரிந்த மார்பு, வாழ்நாளெல்லாம் சாய்ந்து களிப்பும் அமைதியும் அடைய அவளுக்கென்று உருவாக்கப்பட்டது என்ற திடமான நம்பிக்கை. புறப்படுவதற்கு முன் அவளிடம் அடைக்கப்பட்ட ஒரு காகித உறையைத் தந்து "இதை ரகு சாரிடம் இன்றிரவு கொடுத்துவிடு" என்று கூறினான்.

"இதிலெ என்ன இருக்கு?" என்று வினவினாள் பாரதி.

"இது டாக்டர் தந்தது. அவர் படுக்கப் போகுமுன் இதை கொடுத்திடு. படித்து முடிப்பதுவரை அங்கேயே நில் பாரதி". விஸ்வம் வெளியேறினான். பாரதிக்கு ஏதோ புரிந்ததும் புரியாததுமாக இருந்தது. அவள் மனதில் இனம்புரியாத ஒரு கலக்கம் ஏற்பட்டது.

விஸ்வம் படிக்காதவன்தான்; ஏழைதான்; பல விஷயங்களில் முரடனும்கூட. ஆனால் அவற்றிலெல்லாம் மாறுபட்டவராயிருக்கும் ரகு அண்ணாவுக்கும் விஸ்வத்துக்கும் பல விஷயங்களில் அபூர்வமான ஒற்றுமைகள் இருந்தன. அதிலொன்று பிடிவாத குணம். சில விஷயங்களில் அவர்களுடைய முடிவை மாற்ற முடியாது. அவள் எண்ணினாள்.

இரவு ஒன்பது மணிக்குப் பிறகு ரகு வந்தான். கையில் கனமான ஒரு பையைத் தூக்கியிருந்தான். பையைத் தரையில் வைத்துவிட்டு "விஸ்வம் கடையிலிருந்து இன்னும் வரல்லையா?"

என்று விசாரித்தான். ஏதோ முக்கியமான வேலையா அவர் பட்டணத்துக்குப் போயிருக்காரு என்றும் இண்ணைக்கு கடைசி பஸ்ஸில் வரமுடியாட்டி நாளைக்குத்தான் வருவார் என்றும் பாரதி சொன்னாள். ரகு ஒன்றும் சொல்லவில்லை. அமைதிக்குலைவின் தெளிவான கோடுகள் அந்த முகத்தில் மின்னி மறைவதை அவளால் புரிந்துகொள்ள முடிந்தது.

ரகு குழந்தையைத் தேடினான். "அவன் நல்ல தூக்கம்" என்றாள் பாரதி. "அப்படீண்ணா எழுப்ப வேண்டா"மென்று ரகு சொன்னான். "ரெண்டு மணி நேரமா நல்லா தூங்கிட்டிருக்கான். எழுப்பறேன். ஒண்ணும் சாப்பிடவும் இல்லெ எழுப்பி ஏதாவது ஊட்டணும். எழுப்பறேன்" என்றாள் பாரதி.

பாரதி கட்டிலில் தூங்கிக்கொண்டிருந்த மகனை எழுப்பினாள். தூக்கக் கலக்கம். ஆனாலும் ரகு மாமாவைக் கண்டபோது ஒரு புன்னகை அந்த பிஞ்சு உதடுகளில் விரிந்தது. அவன் ரகு மாமாவின் மடியிலமர்ந்து உணவருந்தினான். ரகு தயிரில் குழைத்து உருட்டி குழந்தையின் பிஞ்சு கையில் வைத்துத் தந்த சோற்றை முழுங்கினான். சில சோற்றுப் பருக்கைகள் உதிர்ந்து அவனுடைய சட்டையில் விழுந்தபோது அவன் ரகு மாமாவைப் பார்த்தான். ரகு அவற்றை இடது கையால் எடுத்து ஒரு ஓரத்தில் வைத்தான்.

அந்தக் குழந்தைக்குத்தான் ரகுவோடு எவ்வளவு ஓட்டுதல். ரகு அவனுக்குப் பாட்டுப்பாடி மகிழ வைத்தான். அவன் சாப்பாடுபோதுமென்று தலையாட்டியபோது ரகு கைகழுவி விட்டு அவன் வாயையும் கையையும் கழுவி விட்டான். கைகுட்டையால் வாயையும் கையையும் துடைத்தான். பாரதி எல்லாவற்றையும் நோக்கி நின்றாள். "அண்ணா சாப்பிடுங்க. நான் அவனெப் படுக்க வைக்கிறேன்" என்று பாரதி குழந்தையை எடுத்துக் கட்டிலில் படுக்க வைத்தாள். உண்டுகொண்டிருக்கும்போது ரகு குழந்தையைப் பார்த்தான்.

"விஷ்ணு தூங்காதெ. உனக்கு நிறைய விளையாட்டுப் பொருளெல்லாம்கொண்டாந்திருக்கேன்" என்றான். உண்டு முடித்து கை கழுவியபின் ரகு குழந்தையை மடியில் உட்கார வைத்து அவனுடைய கன்னத்தில் முத்தமிட்டபோது அவன் வெட்கத்தால் சிரித்தான். அவனுக்காக வாங்கி வந்திருந்த பொருட்களைக் காட்டினான். இனிப்பு வகைகளையும், சாக்லெட்டுகளையும் திறந்து அதில் ஒரு சாக்லெட்டை எடுத்து அதைப் பொதிந்திருந்த காகிதத்தை அகற்றிவிட்டு அவன் வாயில் திணித்தான். பிறகு சுற்றிச்சுற்றி ஓடுகிற ரயில். துள்ளித்துள்ளி நடக்கிற தத்தை, விளக்கெரிய ஓடுகிற டாய் மோட்டார்கள்

எல்லாவற்றையும் அவனுக்குக் காட்டினான். கொஞ்ச நேரம் அவற்றை ஆவலோடு பாத்துக்கொண்டிருந்த குழந்தை எதை வைத்து விளையாடுவது எனத் திணறினான். தூக்கம் அவன் கண்களை வருடிக்கொண்டிருந்தது.

"சரி! உனக்குத் தூக்கம் வருது, இதையெல்லாம் வைத்து நாளைக்கு விளையாடலாம் இப்ப தூங்கு" என்று ரகு அவனைப் படுக்க வைத்தான். அவனை முதுகில் தட்டிக் கொடுத்துத் தூங்க வைக்கும்போது அவனுடைய கள்ளங்கபடமில்லாத பிஞ்சு முகத்தை ரகு உற்று நோக்கிக்கொண்டிருந்தான். கொஞ்ச நேரத்தில் குழந்தை தூங்கிப்போனான். வாழ்க்கையில் துன்பங்களை உணராத பருவம். வயிறு நிறைந்தால், உடலுபாதைகளில்லாமலிருந்தால் வாழ்க்கையின் மன அழுத்தங்களோ துன்பங்களோ அவர்களை அலட்டுவதில்லை.

மனதால் பாதிக்கப்பட்டிருந்த ரகுவுக்கு விஸ்வத்தின் மகன் விஷ்ணு பெருமளவுக்கு அருமருந்தாக அமைந்திருந்தான்.

பாரதி மகன் பக்கத்தில் வந்து உடம்பில் ஒரு போர்வையைப் போர்த்திவிட்டு அவன் விழித்துவிடாமலிருக்க அவன் முதுகில் தட்டிக் கொடுத்தாள். குழந்தையை நோக்கியவாறு பாரதி சொன்னாள். "ரொம்ப சுட்டித்தனம். அவன் அப்பாவை எங்கும் வெளியே போகவிடாமெ ஒட்டிக்கிறான். உங்களைப் பார்த்தால் உங்களோடும் ஒட்டுதலாயிருக்கான். கையெத்தற எடத்திலெ எந்தப் பொருளையும் வைக்க முடியறதில்லெ. எடுத்தத கீழேபோட்டு உடைச்சிடுவான். அவனைத் திட்டினா உடனே அவரு என்னைத் திட்டறாரு. குழந்தைக்கு அவ்வளவு செல்லம் தரக்கூடாது. நீங்க வந்தா நீங்களும் அவனை அதிகமா கொஞ்சறீங்க"

பாரதி, ரகு தங்கும் அறைக்குச் சென்று கட்டிலில் கிடந்த மெத்தையைச் சீராக்கினாள். அவனுக்கு போர்த்திக் கொள்ள புதிய போர்வையைக்கொண்டுவைத்தாள். ரகு அண்ணா எப்போதும் சுத்தமா இருக்க விரும்புவாரு. எல்லாமே அவரு மனசைப்போல சுத்தமாயிருக்கணும். அளவோடு உண்ணும் உணவும் சூடாவும் சுத்தமாவும் இருந்தாத்தான் அவருக்குப் பிடிக்கும். அவருக்குச் சின்னக் குறைவெச்சாக்கூட வீட்டுக்காரருக்குக் கோவம் பொத்துக்கிட்டு வந்திரும்". அவள் அறையைச் சீராக்கும்போது ஒவ்வொன்றாக நினைத்துப் பார்த்தாள்.

"மணி ஒன்பதரையை தாண்டியாச்சு. நீங்க மருந்து சாப்பிடணுமே". பாரதி, ரகுவுக்கு நினைவூட்டினாள். அவள் சமையற்கட்டுக்குச் சென்று ஒரு குவளையில் சூடான

பால்கொண்டு வந்தாள். அந்த அறை அலமாராவிலிருந்து இரண்டு மூன்று விதமான மாத்திரைகள் எடுத்தாள். எனன் என்ன மருந்துகள் சாப்பிட வேண்டுமென்பது அவளுக்குத் தெரியும். எல்லாம் தனித்தனியாக வைக்கப்பட்டிருந்ததால் அவளுக்கு குழப்பமேற்படுவதில்லை. "கொஞ்ச நேரம் போகட்டுமே" என்று அவன் கூறியபோது "இல்லை. பால் ஆறிப்போயிடும். இதைச் சாப்பிட்டுவிட்டுத் தூங்குங்க. ரெம்ப களைச்சுப் போயிருக்கீங்க." என்று சொல்லி மாத்திரைகளை அவனிடம் தந்தாள். அவனுடைய பார்வையிலிருந்த குழப்பத்தை அவள் புரிந்து கெண்டாள். மாத்திரைகளை முழுங்கிவிட்டு ரகு தண்ணீர் குடித்தான். பாரதி கொண்டு வந்து வைத்த பாலை அருந்தினான். தன்னுடைய படுக்கையறைக்குச் சென்றான்.

பாரதி குளியலறைக்கு சென்று கைகால் கழுவினாள். பூஜையறையில் சென்று மாலையில் ஏற்றி வைத்த விளக்கை அணைத்தாள். இன்னும் இரண்டு ஊதுபத்திகளைக் கொளுத்தி வைத்துவிட்டு திரிசூலமேந்தி நிற்கம் சிவபெருமானினுடைய படத்தின் முன் நின்று வணங்கினாள். மனதில் ஏதோ தெளிவு பிறந்த உணர்வு. அவளுடைய கணவன் படிக்காதவன்தான் என்றாலும் அவனுடைய எண்ணங்களில் தெளிவும் பக்குவமும் இருந்ததை அவள் நினைவு கூர்ந்தாள்.

*

அவளும் சாப்பிட்டுவிட்டு விஸ்வம் அவளிடம் கொடுத்துச் சென்றிருந்த கடிதத்தை ரகுவிடம் தந்தாள். "அவரு உங்களிடம் தரச் சொன்னாரு" என்றாள். ரகு உறையைக் கிழித்து கடிதத்தை எடுத்து படிக்கத் தொடங்கினான்.

ரகு அண்ணாவுக்கு,

இந்த விஸ்வம் எப்போதோ உங்களில் ஐக்கியமாகிப் போனவன். எனக்கென்று தனியாக எதுவுமில்லை. பாரதி அறிவு முளைவிடாத குழந்தைப் பருவத்திலிருந்தே என் உயிரில் கலந்து போனவள்.

நான் உங்களை கெஞ்சிக் கேட்டுக் கொள்கிறேன். எப்போதும் நீங்க மகிழ்ச்சியாகவும் முழு பாதுகாப்புணர்வோடும் இருக்கணும். தெய்வமாகிவிட்ட உங்கள் அம்மா எனக்கும் அம்மாதான். அவங்க மறைவாலெ ஏற்பட்ட காயத்துக்கு நமக்கு காலம்தான் மருந்தா அமையணும்.

எனக்கு ஒரு குரு இருந்தார் பல ஆண்டுகளுக்கு முன்பு.

ஒரு நாள் எதையெல்லாமோ பேசி வந்தபோது அவர் ஒரு கதை சொன்னார். குழந்தை பருவத்திலிருந்தே ஆயர்பாடியில் வளர்ந்து வந்த கண்ணன் இளைஞனாகி துவாரகைக்கு புறப்படுகிறார். அப்போது அவருடைய உயிர்க் காதலியாக, பொழுதெல்லாம் அவரோடு சுற்றித் திரிந்தவளான, அவருடைய புல்லாங்குழலோசையில் மயங்கிக் கிடந்தவளான, இனிய பண்டங்களையெல்லாம் கண்ணனுக்கூட்டி பேரானந்தமடைந்தவளான ராதை கண்ணனை நோக்கி "கண்ணா நீ என்னை விட்டு நிரந்தரமாகப் பிரிந்து துவாரகைக்குப் போகிறாய். இளவரசனாகப் போகிறாய். இனி நாம் சந்திக்க முடியாது. இந்தப் பிரிவை நான் எப்படி தாங்குவேன்?" எனக் கேட்டாளாம். அதற்கு, கண்ணன் ராதையின் கண்களிலிருந்து கன்னங்கள் வழியே வழிந்தோடிய கண்ணீரைக் கைகளால் துடைத்துவிட்டு ராதே! நீயென்னை எப்படி பிரியமுடியும்? நீ எப்போதோ என்னில் கலந்துவிட்டாய். நீயும் நானும் ஒன்றானபிறகு பிரிவு எங்கே? வேறு வேறாக இல்லையே என்றாராம். அதுதான் என் நினைவில் வருகிறது. உங்கள் சுமதி எப்போதோ உங்களில் கலந்துவிட்டார்.

நீங்கள் மனசு நிறைய மகிழ்ச்சியோடிருந்தால் நானும் மகிழ்ச்சியோடிருப்பேன். நீங்க மனசொடைஞ்சு அழுதா நானும் அழுவேன்.

அண்ணா! நீங்க அழக்கூடாது. ஒரு நாளும் அழக்கூடாது. எதுக்காகவும் யாருக்காவும் அழக்கூடாது.

உங்கள சகோதரன்

ரகு கடிதத்தை படித்து முடிக்கும்வரை கதவோரத்தில் சாய்ந்து நின்ற பாரதி "நான் இந்த அறையின் ஒரு ஓரத்தில் தரையில் படுத்துக் கொள்ளட்டுமா?" எனக் கேட்டாள். "இது என் அன்புக் கணவரின் வேண்டுகோள்" என்றாள்.

ரகு கொஞ்ச நேரம் எதுவும் பேசவில்லை.

"பாரதீ. நீ எங்கு வேணுமானாலும் படுத்துத் தூங்கலாம். ஆனால் ஒரு ராத்திரியிலெ நான் நிலைதடுமாறிய மனிசனாப் போன சில நிமிசங்களை என்னை ஞாபகப்படுத்திக்கிட்டேயிருப்பெ. வேண்டாம்மா. குழந்தை தனியாகப் படுத்திருக்கான். அவன்கிட்டெ போயிப் படுத்துக்கம்மா.

இதுக்கு முன்னாலெயும் ஓரிரவு விஸ்வத்தின் கட்டாயத்துக்குப் பணிந்து நீ என் படுக்கையறைக்கு வந்தெ. அப்போதும் நான் உறுதியாகத்தான் இருந்தேன். என் சில நிமிச பலவீனத்தால் ஏற்பட்ட

வடு என்னை எப்போதும் நோக வைத்துக்கொண்டேயிருக்கிறது. அதுக்காக நீயும் விஸ்வமும் என்னை மன்னிச்சிருங்கம்மா. கதவை சாத்தீட்டு போயி படுத்துக்கம்மா" என்று பாரதியை அன்போடு கேட்டுக்கொண்டான். நேற்றும், இன்றும் என்றும் நீயென் சகோதரிதான். ரகு கட்டிலில் சாய்ந்தான்... அவன் மனதில் பெரிய நிம்மதி.

பாரதி காலையில் முன்னதாகவே எழுந்தாள். ரகு அண்ணா காலையில் ஒரு முக்கிய வேலையிருப்பதாக சொல்லியிருந்தார். வெளியில் பனிக் கொட்டிக்கொண்டிருக்கிறது. அவரைத் தடுத்து நிறுத்த முடியாது. அவள் ரகு குளிப்பதற்கு தண்ணீர் சூடாக்கினாள். அவருக்கு காலைச் சிற்றுண்டி தயாரித்தாள். குளித்து உடை மாற்றிக்கொண்டு வந்த ரகுவுக்கு உணவு பரிமாறினாள். அதிகாலை நேரமானதாலோ, குழப்பமான நிலையிலிருந்ததாலோ ரகு திருப்தியாக சாப்பிடவில்லை. பாரதி எதுவும் கட்டாயப்படுத்தவில்லை.

கடைசியில், புறப்படும்போது பாரதியிடம் ஒரு காகித உறையை ரகு தந்தான். தன் அறையில் வைக்கத்தான் தருகிறாரோ என்று எண்ணிய பாரதி அதை வாங்கினாள். அதை வாங்கும்போது அவள் ரகுவிடம் சொன்னாள். "அண்ணா! சாயங்காலம் நீங்க நேரத்தோட திரும்பிரணும். ராத்திரி எங்கெயும் அலைய வேண்டாம். ராத்திரி கண்டிப்பா எங்கெயும் தங்க வேண்டாம். நேரத்தோடெ வீட்டுக்குத் திரும்பிடுங்க. அவரு வந்தா உங்களெ வெளியிலெ போக விட்டதுக்கே என்னைத் திட்டுவாரு" என்றாள் பாரதி.

ரகு, "பாரதீ!" என்று அழைத்தவாறு அவளுடைய கைகளை இறுகப் பற்றினான். ஏதோ சொல்ல நினைத்ததை சொல்ல சிரமப்பட்டான். தழுதழுத்த குரலில் பேசினான். "நான் இந்த நாட்டை விட்டுப் போகிறேன். ரெம்ப ரெம்பத் தொலைவுக்கு. நான் உங்களையெல்லாம் ஒரு நாளும் மறக்கமாட்டேன். குழந்தை விஷ்ணு வளர்ந்து உயர்ந்த நிலைக்கு வரணும். அவனைச் சிறப்பா படிக்க வெச்சு பெரிய நிலைக்குக்கொண்டு வரணும். இந்தக் காகித உறையிலெ எனக்கான எல்லா ஆஸ்திகளையும் அவன் பெயருக்கு மாற்றியதுக்கான ஆதாரங்கள் வெச்சிருக்கிறேன். அதை நீங்க அவனுக்காகப் பயன்படுத்தணும்".

பாரதி உடைந்து சுக்கு நூறாகச் சிதறிப் போனாள். கையிலிருந்த காகித உறை நழுவி தரையில் விழுந்தது. அவள் அவன் கால்களைப் பற்றியபடி தரையில் விழுந்தாள். "நான் உங்களைப் போக விடமாட்டேன். எங்களுக்கு எதுவும்

வேண்டாம். நீங்க மட்டும்போதும். நான் இதையெல்லாம் சொன்னா அவரு என்னை கொன்னுபோட்டிடுவாரு. நீங்க எங்கும் போகவேண்டாம். எங்களோடெகூடப்பிறப்பா நாங்க சாகறவரை எங்களோடெத்தான் இருக்கணும்." அவளுடைய கைகளை மெல்ல அகற்றிவிட்டு அவளுடைய உச்சியில் முத்தமிட்டு விட்டு உணர்ச்சியற்ற ஒரு இயந்திரமாக அவன் வெளியிலிறங்கி நடந்தான். ரகுவை தடுப்பதற்காக தொடர்ந்து வந்தவள் ஒரு மரக்கட்டையில் கால் தடுக்கி விழுந்தாள். அதற்குள் ரகு ஒரு காரில் சென்று விட்டிருந்தான்.

பாரதி முழுமையாக உடைந்து போயிருந்தாள். கணவனில் சில நாட்களாக நிறைய மாற்றங்களை அவள் கண்ணுற்று வந்தாள். அவன் என்னென்னவோ பிதற்றிக்கொண்டிருந்தான். எதிலும் அக்கறையற்ற நிலை. சரியாகச் சாப்பிடுவதில்லை. தூங்குவதில்லை. அவள் நினைத்துப் பார்த்தாள். "அவருடைய சுறுசுறுப்பும் திடீர் திடீரெனக் கோபப்பட்டு புயலாக மாறும் குணமும், எங்கு தொலைந்தன? ஆத்திரம் வந்துவிட்டால் சாமி வந்தவர்போல் குதிப்பார். ஆனால் அந்த நெஞ்சுக்குள் ஒளிந்திருக்கிற தீர்க்கமான, ஆழமான பாசம் எனக்கு மட்டும்தான் தெரியும். உழைத்துச் சம்பாதிக்க வேண்டும் என்ற வெறிகொண்டவர். மற்றவர்களின் உதவியை எதிர்பார்க்காதவர். முன் கோபக்காரர். சில நேரங்களில் வெறித்தனத்தோடு நடந்து கொள்வதாகவும் பலரும் சொல்லக் கேட்டிருக்கிறேன். ஆனால் இரக்க குணம் மிகுந்த அவர் மனம் நெகிழ்ந்துவிட்டால் ஒரு குழந்தையைப்போல் குழைந்து போவார். அந்த பரந்த மார்பில் ஒட்டி சேர்ந்து கிடக்கும்போது நான் எவ்வளவு பாசத்தையும் பாதுகாப்பையும் உணர்ந்திருக்கிறேன். எனக்கு அறிவு வந்த நாளிலிருந்து, நான் அவருக்கென்றும் அவர் எனக்கென்றும் ஆகிவிட்டது. அது எங்கள் இரண்டு குடும்பங்களும் எடுத்த முடிவு மட்டுமல்ல. வளர வளர அவர் எனக்கு எல்லாமாக மாறிவிட்டார்.

சுவரில் சாய்ந்து தரையில் கால்களை மடக்கி வைத்து எதையோ வெறித்துப் பார்த்துக்கொண்டிருந்த அவள் கண்களிலிருந்து கண்ணீர் வழிந்துகொண்டிருந்தது. ஏதோ, ஏகாந்தமான பாலைவனத்தில் நிற்பது போன்ற உணர்வு. இதயத்தை யாரோ ஈட்டியால் தாக்குவது போன்ற வலி. அவள் துடித்தாள். அதோடு ரகு சார் பலவந்தமாக தடுத்த என்னை ஒதுக்கிவிட்டு போனபோது அவளால் தாங்க முடியவில்லை.

கண்ணீர் திரையிட்டு மறைத்திருந்த கண்கள், வீட்டின் முற்றத்தில் ஒரு நிழல் தெரிவதை உணர்த்தின. அவசர அவசரமாக

கண்களைத் துடைத்த அவள் வாசலை நோக்கி நகர்ந்தாள். வாசல் பக்கத்தில் ஒரு பாத்திரத்தில் ஊற வைத்திருந்த உழுத்தம்பருப்பு அவளுடைய கால்கள்பட்டு கவிழ்ந்து சிதறியது— அவள், கால்கள் இடற வாசல் கதவில் மோதிக்கொண்டாள். சுதாரித்துக்கொண்டு முகத்தில் விழுந்துகிடந்த முடியை ஒதுக்கியவாறு முற்றத்தில் நின்றுகொண்டிருந்த, முன்பின் பரிச்சியமில்லாத மனிதரை ஏறிட்டாள்.

"இது விஸ்வம் அண்ணாச்சி வீடுதானே?" என்று கேட்டான் வந்த அந்நியன். மிகுந்த கலவரத்தோடு தலையாட்டியவாறு, பாரதி அவனை நோக்கி நகர்ந்தாள். வந்தவன் அவளிடம் ஒரு கடிதத்தை நீட்டினான். "ரயில் நிலையத்தில் அண்ணாச்சி இந்தக் கடிதாசைத் தந்து உங்களிடம் தரச் சொன்னாரு. நீங்க அவரு மனைவிதானே?" எனக் கேட்டான். அவள் அதற்கும் தலையாட்டினாள். அவள் அந்தக் கடிதத்தை வாங்கினாள். கசங்கிய காகிதத்தில் பென்சிலினால் கிறுக்கப்பட்டிருந்த அந்தக் கடிதத்தை நடுங்குகின்ற கைகளால் அவள் விரித்துப் படிக்கத் துவங்கினாள். கூர்மையான அம்புபட்டுத் துடிக்கின்ற பறவையைப்போல் அவள் இதயம் துடித்துக்கொண்டிருந்தது.

"என் அருமைச் செல்லமே! நான் உன்னோடு விடை கேக்கிறேன். என் உயிருக்குயிரான ஓங்கிட்டேயும் நம்முடைய அருமை குழந்தைக்கிட்டேயும் விடை கேக்கறேன். நெஞ்சு தீயிலெ வெந்த மாதிரி வலிக்குது. இந்த உலகத்திலெ நீ எனக்கு எல்லாமா இருந்தெ. நம்ம குழந்தை நமக்குத் தெய்வம் தந்த நிதி. ரண்டு பேரயும் விட்டுட்டு போறேனே ன்னு நான் முழுசா உடைஞ்சு போறேன் பாரதி. ஏன் இந்த முடிவை எடுத்தேன்னு தெளிவா சொல்ல முடியல்ல. இன்னெயிலிருந்து நீ ரகு அண்ணாவுக்கு எல்லாமா வாழணும். என் தங்கமே! இதை எழுதற நான் சாகாம செத்திட்டிருக்கேன். நீ என்ன பாடுபடுவேன்னு நினைக்கிறப்ப துடியாத் துடிக்கிறேன். நீ அந்தத் தெய்வத்தெ நினைச்சுப்பாரு. அவர் நமக்காகச் செய்த தியாகங்களெ நினைச்சுப் பாரு. வாழ்க்கைபூரா நாம ரெண்டு பேரும் அவர் காலடியில் விழுந்து கிடந்தாலும் நம்ம கடப்பாடு மாளாது. போன பிறவியில் அவரு என் அண்ணனா பிறந்திருக்கணும்.கூடப்பிறப்பா பெறந்தா மட்டும் இப்படி இருப்பாங்களா?

சாக்கடையிலெ கிடந்த நம்மளெ மாளிகையிலெகொண்டு வச்சாரு. நம்மகிட்ட இருந்து அவரு எதையும் எதிபார்க்கலெ. நமக்கு எல்லா உதவியும் செஞ்சு நாம சந்தோசமா வாழுறதப் பாத்து அவரு சந்தோசப்பட்டாரு. எத்தனை பிறவி எடுத்து

கைமாறு செய்யப்போறோம். நான் காலுல ஆணிபட்டுப் புண்ணாகி இறந்து போவேன்னு பயந்துக்கிட்டு, ஆஸ்பத்திரியிலெ கிடந்தப்ப அவரு என்ன பாடுபட்டாரு. மறக்க முடியுமா பாரதி? அப்ப நீ எவ்வளவு துடிச்ச? அப்ப நமக்கு யாரு தைரியம் சொன்னது. நோய் தொத்திக்கிடும்னு உன்னையும் குழந்தையையும் என் அருகில் வரவிடாம தடுத்து அவரு என் அருகில் இருந்தாரு. அதை நான் உனக்குச் சொல்லலெ. எல்லாச் செலவையும் அவரே செஞ் சாரு. நான் உயிர் பிழச்சிட்டேன். அவரு ஒவ்வொரு நிமிசமும் அவருடைய காதலியை நினைச்சு உருகிட்டிருக்காரு. அந்தப் புள்ளைக்கு ஏற்பட்ட கொடிய அகாலமரணத்தை நினைச்சு மாஞ்சுக்கிட்டிருக்காரு. அதுக்கெல்லாம் நாம காரணமில்லெதான். அப்படி நெனச்சு நாம ஒதுங்கிட முடியுமா? அவரு ஒவ்வொரு நிமிசமும் துடியா துடிக்கிறதெ என்னால பொறுத்துக்க முடியல்லெ. அந்தப் பெண்ணுடைய சாயல்லெ நீ இருப்பதா அவ போட்டோவைப் பாத்து நீ சொன்னியே. உன்னை பார்க்கும்போது அவருடைய மனசு கொஞ்சம் ஆறுதலடையும்.

நீயும் அவரு மேலெ நிறைய அன்பு வெச்சு கரிசனத்தோடத்தான் பாத்துக்கிட்டெ. ஆனா இந்த விஷயத்தில் நான் துடிக்கிற மாதிரி நீ துடிக்கலெ. எந்தப் பொண்ணும் அப்படித்தான் இருப்பா. கணவன் குழந்தை என்கிற வட்டத்துக்குள்ளே ஒதுங்கிப்பா.

ஆனா அவரு ஒவ்வொரு நாளும் துடியாத் துடிச்சுச் செத்து போறதெப் பாத்துக்கிட்டிருக்க என் நெஞ்சுக்கு தெம்பில்லெ பாரதீ. அவரு கிறுக்குப்பிடிச்சு பயித்தியக்காரனா அலைஞ் சிக்கிட்டுருக்கறதெ என்னாலப் பாத்துக்கிட்டிருக்க முடியாது. ஒன்னெ வேதனைப்படுத்தறதுக்காக நான் இதை எழுதல்லெ. யாருக்கும் வேதனை தர விரும்பாத அந்த மனுசன் வேதனைப்படக்கூடாது. யாருகிட்டயும் எதுக்காகவும் கையேந்த நெனக்காத அவருக்க மனசு ஒரு வேளை நம்மக்கிட்டெ எதுக்காகவோ கெஞ்சறதோண்ணு தோணுது. அது ஒரு வேளை தப்பாவும் இருக்கலாம்.

நீ அவருக்கக் காதலியைப்போல அந்தச் சாயலிலெ இருக்கெ. அவரை அன்போடு பாத்துக்கறெ. அது களங்கமில்லாத சகோதர பாசம். நன்றிக்கடன். எனக்கு நீயோ, உனக்கு நானோ எண்ணக்குமே துரோகம் செய்ய மாட்டோம். உதவி செஞ்சவருக்கு அவரு செய்ததெயெல்லாம் திருப்பித் தந்து நன்றிக்கடனெ அடச்சிட முடியாது. நீ அவருக்குப் பக்கத்திலெ அவருக்கு சொந்தமானவளா இருக்கறது அவருக்கு மன தேறுதலைத் தரலாம். நமக்கு எல்லாமா இருந்த அவருக்கு நாம எல்லாமா இருக்கணும். அவராலெ

யாருக்கும் சிறு துன்பம்கூட வரக்கூடாதுண்ணு நினைக்கும் தெய்வம் அவரு. அவரு ஒரு குழந்தை மாதிரி.

அந்த அன்புத் தெய்வத்துக்கு நீ அடிமையாகணும். அவருடைய மனைவியா வாழணும். அவருடைய அம்மா நினைவிழக்கறதுக்கு முன்னாலெ மகனுடைய கையைப் பிடிச்சு எங்கிட்டை ஒப்படைச்சாங்க. அவங்க கண்ணு ரண்டும் நெறஞ்சு கண்ணீரு வடிஞ்சுக்கிட்டிருந்தது. நீ ரகு அண்ணாவின் அம்மாவைப் பார்க்க ஆஸ்பத்திரிக்கு வந்தப்ப அவங்க நினைவிழந்த நிலையிலிருந்தாங்க. திடீரென்று கண்ணைத் திறந்து கடுமையான வேதனையோடு அறையில் நின்றவர்களை பார்த்தார். அவர் உன்னை பார்த்ததும் உன்னிடமிருந்து கண்களை அகற்றவில்லை. ஏதோ சொல்ல துடித்த உதடுகள் அப்படியே நிண்ணுபோச்சு. உன்னை பார்த்து மெள்ள உசத்திய கை வலுவிழந்து மெத்தையில் பட்டென விழுந்துவிட்டது. நீ அவங்களிடம் ஓடிச் செல்லுமுன்னாலெ உயிர் பிரிஞ்சிடுச்சி. உயிர், உடலைவிட்டுப் பிரியற மயக்கத்திலிருந்து அவங்க உன்னை இறந்துபோனது மாதிரியாப் பாத்திருக்கலாம்.

நான் எண்ணைக்கும் உங்களெ நினைச்சிக்கிட்டு உலகத்திலெ ஏதாவது ஒரு மூலையிலெ வாழ்வேன். என்றும் உங்களுக்காகக் கடவுளை வேண்டிக்கிட்டு வாழ்வேன். உனக்க விஸ்வம் எண்ணைக்கும் சந்தோஷமா இருப்பதா நீ மன உறுதியோடு வாழணும். அந்தத் தெய்வத்துக்காக ரகு அண்ணாவுக்காக வாழணும்.

நீ நம்முடைய செல்லக் குழந்தைக்கு நல்ல தாயா அவனை நல்லவனா வளத்துப் பெரியவனாக்கணும். இதெயெல்லாம் படிக்கும்போது என்மேலெ அடங்காத கோபம் வரலாம். என்னை மன்னிச்சிடம்மா. என் தங்கமே! என் பாரதீ! என்னெ மன்னிச்சிடு. குழந்தைக்கு என்னுடைய முத்தங்கள்.

“உன்னுடைய விஸ்வம்”

அந்தக்கடிதம் முழுவதையும் படித்து முடிக்க அவளுக்கு நீண்ட நேரம் பிடித்தது. அவளுடைய உடம்பு முழுவதும் நடுங்கியது. உடல் மணற் பொம்மையாக உருக்குலைந்து உதிர்ந்து விழுவதுபோல் உணர்ந்தாள். ஏதோ ஒரு தைரியம் வந்த அவள் மகனையும் வீட்டையும் கவனித்துக் கொள்ள அடுத்த வீட்டு கதீஜாவிடம் கூறிவிட்டு வீதியிலிறங்கி ஓட்டமும் நடையுமாக நடந்தாள். கதீஜா கேட்ட கேள்விகளுக்குப் பதில் சொல்ல அவள் அங்கு நிற்கவில்லை. கதீஜா சிலையாகச் சமைந்து பாரதியை

நோக்கியவாறு நின்றாள். "இந்தப் பொண்ணுக்கு என்னாச்சு? ஏன் இப்படி ஓடறா. என் வீட்டுக்காரரும் வெளியே போயிருக்காரு? நான் என்ன செய்ய?" என பதறிப்போனாள் கதீஜா.

கொஞ்ச தூரம் ஓட்டமும் நடையுமாக வந்த பாரதி வழியில் தென்பட்ட ஒரு டாக்சியை நிறுத்தினாள். மனம் தணலில் விழுந்த புழுப்போல் துடித்தது. "எனக்கேன் கடவுள் இவ்வளவு சோதனைகளை வைக்கிறாரு. நானோ என் கணவரோ யாருக்கும் எந்தக் கெடுதலும் செய்யலையே" எனப் பிதற்றினாள். அவளுடைய உள் மனத்தில் எப்படியும் விஸ்வத்தை சந்தித்து வீட்டுக்கு அழைத்து வந்துவிடலாம் என்ற நம்பிக்கையிருந்தது. டாக்சியிலிருக்கும்போது அதில் இருந்த மூதாட்டி அவளை உற்று நோக்கிக்கொண்டிருந்தாள். பாரதி அதிர்ந்த நிலையிலிருப்பதை அந்த மூதாட்டி இரக்கத்தோடு பார்த்தாள். "என்னம்மா ஏதாவது ஆபத்தா? இவ்வளவு துடிச்சிக்கிட்டிருக்கிறே" எனக் கேட்டாள்.

பாரதி பதிலேதும் சொல்லவில்லை. துயர மிகுதியால் முகத்தை கைகளால் மூடிக்கொண்டு விம்மி விம்மி அழுதுவிட்டாள். கண்களிலிருந்து நீர் வழிந்தது. ஒதுக்கி வைக்காத தலைமுடியும் அழுக்கான சாரியுமாக ஒரு பைத்தியக்காரியைப் போலிருந்த அவளைக் காரிலிருந்த மற்றவர்களும் காரோட்டியும் இரக்கத்தோடு பார்த்தார்கள். அவள் மனதில் மீண்டும் மீண்டும் சங்கரக்கடவு தோன்றியது. தன் முடிவு காலம் நெருங்கிவிட்டதோ என துடிதுடித்துப் போனாள். அருமைக் குழந்தையையும்இடுப்பில் எடுத்துக்கொண்டு ஆழமான சங்கரக் கடவில் சாடி உயிரை மாய்த்துக்கொள்ள வேண்டுமென்பதுதான் தன் விதியா? விஸ்வத்தைச் சந்திக்க முடியவில்லையென்றால் வேறென்னதான் செய்ய முடியும். அவர் ஏன் இப்படியொரு கொடிய முடிவுக்கு வரணும்?

கை வண்டிக்காரன் வர்கீசும், ஓடக்காரன் மாதேவனும் சாயா குடிக்கக் கடையில் வரும்போது ஒய்வான நேரங்களில் பேசிக்கொண்டிருப்பதைக் கேட்டிருக்கிறாள். கடையில் கூட்டமில்லாமல் ஒய்வாக இருக்கும்போது அவர்களுடைய கதைகளை விஸ்வமும் ஆர்வத்தோடு கேட்டுக்கொண்டிருப்பதைப் பார்த்திருக்கிறாள். அரச மூட்டுக்கடவு 'யட்சி' நடுச்சாமங்களில் அந்தக் கடவில் குளிப்பதை அவர்கள் பார்த்ததாகச் சொல்லுவார்கள். அவளுடைய தலைமுடி நீர்பரப்பு முழுவதும் பரந்து கிடந்ததாகச் சொல்லுவார்கள். கண்கள் நட்சத்திரங்கள்போல் மின்னுவதையும் அந்த ஒளியில் அவளுடைய கோரமான பற்கள் மின்னுவதையும் பார்த்து அவர்கள் நடுங்கி போனதையும் கூறுவார்கள்.

இன்னும் அந்தக் கயத்தின் ஆழத்தை யாரும் கண்டதில்லை. ஆழமான அந்தக் கயத்தின் அலைகளில் கால்களை ஆட்டியபடி அமர்ந்திருந்து அந்த 'யட்சி' பாரதியைக் கையாட்டி அழைப்பதைப் போன்ற பிரமை. விஸ்வத்தை காணமுடியவில்லையென்றால்! அவள் நடுங்கிப்போனாள்.

கண்களை மூடினாள். காரோட்டியின் உதவியாளரான சிறுவன் "ரயில் நிலையத் திருப்பு. யாராவது இறங்கணுமா?"... எனக் குரலெழுப்பினான்.

பாரதி படபடப்போடு எழுந்து இறங்க முயன்றாள். சிறுவன் காரின் கதவைத் திறந்து விட்டுவிட்டு காசுக்காகக் கை நீட்டினான். பாரதி எதையும் கவனிக்கவில்லை. ரயில் நிலையத்தை நோக்கி பைத்தியக்காரியைப்போல் ஓடினாள். கொஞ்ச நேரம் டாக்ஸி ஓட்டுநர் நோக்கியிருந்தார். காசுக்காக அவள் பின்னால் ஓட முயன்ற சிறுவனைத் தடுத்தார். "போகட்டும் விடு" என்றார்.

ரயில் நிலையத்தில் வண்டியேதுமில்லை. அவள் அந்தச் சிறிய ரயில் நிலையத்தின் பிளாட்பாரம் முழுவதும் ஓடி விஸ்வத்தைத் தேடினாள். "காலையிலெ போக வேண்டிய ரயில் போயி ரம்ப நேரமாச்சேம்மா" என்று ஒரு முதியவர் சொன்னார். அப்போது ரயில் நிலையத்தை நெருங்கிக்கொண்டிருந்த ஒரு சரக்கு ரயில் தண்டவாளத்தில் விரைந்து வரும் "தடக் தடக்" சத்தம் கேட்டது. அவள் அந்தத் திசையில் மிகுந்த பதற்றத்தோடு பார்வையைத் திருப்பினாள்.

/|\

'அன்பு அனைத்தையும் பொறுத்துக்கொள்ளும்; அனைத்தையும் நம்பும்; அனைத்தையும் எதிர்நோக்கியிருக்கும்; அனைத்திலும் மன உறுதியாயிருக்கும்.'

விவிலியம்